ഗ്രീൻ ബുക്സ്
മലയാളത്തിന്റെ സുവർണ്ണകഥകൾ
മാധവിക്കുട്ടി (1934-2009)

പ്രശസ്ത കവയിത്രി, കഥാകൃത്ത്.
മാധവിക്കുട്ടി, കമലാദാസ്, സുരയ്യ എന്നീ നാമങ്ങളിൽ
മലയാളത്തിലും ഇംഗ്ലീഷിലും കഥകളും
കവിതകളും മറ്റു സൃഷ്ടികളും രചിച്ചു.
ഏഷ്യൻ പോയട്രി പ്രൈസ്, കെന്റ് അവാർഡ്,
ആശാൻ വേൾഡ് പ്രൈസ്, കേന്ദ്ര സാഹിത്യ
അക്കാദമി അവാർഡ്, വയലാർ അവാർഡ്,
കേരള സാഹിത്യ അക്കാദമി അവാർഡ്,
എൻ.വി.പുരസ്ക്കാരം, എഴുത്തച്ഛൻ പുരസ്കാരം,
കേരള സാഹിത്യ അക്കാദമി ഫെല്ലോഷിപ്പ്
എന്നിവ ലഭിച്ചിട്ടുണ്ട്.

മലയാളത്തിന്റെ സുവർണ്ണകഥകൾ

മാധവിക്കുട്ടി

കഥകൾ സമാഹരിച്ചത്
ബാലചന്ദ്രൻ വടക്കേടത്ത്

ഗ്രീൻ ബുക്സ്

green books private limited
little road, ayyanthole, thrissur- 680 003
ph: 0487-2361038
website: www.greenbooksindia.com
e-mail: info@greenbooksindia.com

(malayalam)
malayalathinte suvarnakathakal - madhavikkutty
(stories)
by
madhavikkutty

first published nov 2002
reprinted jan 2013

cover design : rajesh chalode

printed in india
repro knowledgecast limited, thane

branches:
thrissur 0487-2422515
palakkad 0491-2546162
kannur 0497-2763038

isbn : 81-88582-00-X

---

no part of this publication may be reproduced, or transmitted in any form or by any means, without prior written permission of the publisher

GBPL/003/2002/X007

മുഖക്കുറി

സ്നേഹത്തിന്റെ തീർത്ഥാടനങ്ങളാകുന്നു മാധവിക്കുട്ടിയുടെ കഥകൾ. സ്നേഹസായൂജ്യത്തിലൂടെയും സ്നേഹ രാഹിത്യത്തിലൂടെയും അവ ആവിഷ്കാരങ്ങൾ തേടുന്നു. അച്ഛനും അമ്മയും മക്കളും, ഭാര്യയും ഭർത്താവും, കാമുകനും കാമുകിയും സ്നേഹത്തിന്റെ നാനാർത്ഥങ്ങളിലൂടെ കടന്നു പോകുന്നു. അങ്ങനെയാണ് *നെയ്പ്പായസം* സ്നേഹ സങ്കീർത്തനമാകുന്നതും *തരിശുനിലം* സ്നേഹ നിരാസമായി മാറുന്നതും. സ്നേഹത്തിനവർ പര്യായപദങ്ങൾ രചിക്കുന്നു. അതു ദയയായും കാട്ടാളത്തമായും മാറുന്നു. ഇവിടെ കഥയുടെയും കവിതയുടെയും അതിർത്തികൾ മാഞ്ഞുപോകുന്നു. കഥാകാരിയും കവയിത്രിയും ഒന്നായിത്തീരുന്നു. മാധവിക്കുട്ടി പറയുന്നു:
അമ്മ മരിക്കുന്നത് കുട്ടിയുടെ മുഖമോർത്തുകൊണ്ടാണ്. അവസാനത്തെ ഓർമ്മ സ്നേഹത്തിന്റേതായിരിക്കും. സ്നേഹമില്ലാതെ എനിക്ക് കവിതയില്ല. സ്നേഹം നഷ്ടപ്പെട്ട ജീവിതങ്ങൾ ഇലയും ശിഖരവും നഷ്ടപ്പെട്ട മരങ്ങൾ മാത്രമാണ്..... നൈസർഗ്ഗികമായ സ്ത്രൈണഭാവനകളിലൂടെ മാധവിക്കുട്ടിയുടെ കഥകൾ ഇതൾ വിരിയുന്നു.

കൃഷ്ണദാസ്
മാനേജിങ് എഡിറ്റർ

ഉള്ളടക്കം

അവതാരിക

ആളൊഴിഞ്ഞ നൃത്തശാല 09
ബാലചന്ദ്രൻ വടക്കേടത്ത്

കഥകൾ

1. ദയ എന്ന വികാരം 21
2. നെയ്പ്പായസം 30
3. കാളവണ്ടികൾ 35
4. കോലാട് 48
5. തരിശുനിലം 50
6. സൂര്യൻ 58
7. ചതുരംഗം 65
8. ഇടനാഴികളിലെ കണ്ണാടികൾ 74
9. പക്ഷിയുടെ മണം 87
10. കല്യാണി 94
11. ഉണ്ണി 100
12. ജാനു പറഞ്ഞ കഥ 106
13. രാജവീഥികൾ 113
14. പാതിവ്രത്യം എന്ന സമസ്യ 128
15. രാധയുടെ കത്ത് 130
16. കൃഷ്ണന്റെ വേഷം 135
17. കഥകൾ അന്വേഷിക്കുമ്പോൾ 137
18. ഏകാന്തതയുടെ കവാടങ്ങൾ 142
19. ഹംസധ്വനി 150
20. പാരതന്ത്ര്യം 152

അനുബന്ധം

സ്നേഹത്തിന്റെ പച്ചപ്പുനിറഞ്ഞ ഒരു തുരുത്ത് 157
എം.വി. ബെന്നി

അവതാരിക
ആളൊഴിഞ്ഞ നൃത്തശാല

ഈയിടെ മാധവിക്കുട്ടിയെ ചെന്ന് കാണാനിടയായി. മുൻപും അവരെ കണ്ടിട്ടുണ്ട്. അപ്പോഴൊക്കെ സാഹിത്യവും ജീവിതവും പരാമർശവിഷയമായിരുന്നു. എന്നാൽ ഈ സന്ദർശനവേളയിൽ അവർ മലയാളത്തിലെ ഒരു കഥാകാരിയെക്കുറിച്ചാണ് പറയാൻ തുടങ്ങിയത്. തന്റെ കഥകളെ മുൻനിർത്തി ആ കഥാകാരി അരോചകമായി ചിലത് പ്രസ്താവിച്ചതിൽ മാധവിക്കുട്ടി ക്ഷോഭിച്ചിരുന്നു. പാൽപ്പായസം മധുരമുള്ളതാണെങ്കിലും അധികമായാൽ ചെടിപ്പുണ്ടാകുമെന്നാണ് മാധവിക്കുട്ടികഥകളെ മുൻനിർത്തി ആ കഥാകാരി പ്രസ്താവിച്ചതത്രെ. അഭിപ്രായം പറയാനുള്ള ആരുടേയും അവകാശത്തെ മാധവിക്കുട്ടി ചോദ്യം ചെയ്യുന്നില്ല. പക്ഷെ പൊരുളറിയാതെ നിരുത്തരവാദിത്വത്തോടെ അഭിപ്രായം പറയുന്നതിൽ അവർ അമർഷം കൊണ്ടു. നമ്മുടെ കഥാകാരികൾ മാധവിക്കുട്ടിയോളമെത്താൻ ഇനിയും വളരെ ദൂരം സഞ്ചരിക്കേണ്ടതുണ്ട് എന്നത് പച്ചയായ യാഥാർത്ഥ്യമാണ്. ആ യാഥാർത്ഥ്യത്തെ ഒരു വായനക്കാരനും അവഗണിക്കാനാകില്ല. കാൽപ്പനികതയുടെ കാലത്തേ എഴുതിത്തുടങ്ങിയ ഈ കഥാകാരി ആധുനികതയിലും ഉത്തരാധുനികതയിലും നിർജീവമാകാതെ നിൽക്കുന്നുവെന്നത് ചെറുപ്പക്കാരികളായ കഥാകാരികളെ അസൂയപ്പെടുത്തുന്നുണ്ടാകണം. അർത്ഥമില്ലാത്ത അസൂയയാണത്. കഥയെഴുതിക്കൊണ്ടാണ്, അല്ലാതെ പഴിചാരിക്കൊണ്ടല്ല സമീപഭൂതകാല കഥയെ അതിജീവിക്കേണ്ടത്. വർത്തമാനത്തേയും ഭൂതത്തേയും മറികടക്കാൻ രചനയിലൂടെ സാധിച്ചുവെന്നതാണ് മാധവിക്കുട്ടിയുടെ പ്രത്യേകതയായി എടുത്തു പറയേണ്ട ആദ്യ വസ്തുത. അവർ ഒരു പ്രസ്ഥാനത്തിന്റേയും ഭാഗമായിരുന്നില്ല. എന്നാൽ എല്ലാ പ്രസ്ഥാനത്തിൽപ്പെട്ടവർക്കും അവഗണിക്കാനാവാത്ത വിധം ആ കഥകൾ ഒരു പ്രശ്നമായി മാറുന്നു. അഭിമുഖങ്ങൾ വരുത്തിയും പ്രസ്താവനകൾ നടത്തിയും ഫെമിനിസ്റ്റാണ് എന്ന് ചെണ്ട കൊട്ടിപ്പറഞ്ഞും

പുതിയവർ സമകാലികരാവാൻ വെമ്പൽ കൊള്ളുമ്പോൾ, മാധവിക്കുട്ടി ജാനകിയുടെ കഥ പറഞ്ഞ് സമകാലിക വായനക്കാരെ ആഹ്ലാദിപ്പിക്കുന്നു. രചനയിലൂടെയാണ് മാധവിക്കുട്ടി സമകാലികയാകുന്നത്.

ഭാവഭേദമില്ലാത്ത ഈ എഴുത്താണ് നമ്മുടെ ചെറുപ്പക്കാരികളായ കഥാകാരികളെ വിമ്മിട്ടപ്പെടുത്തുന്നത്. അമ്പതുകളിലാണ് മാധവിക്കുട്ടി എഴുത്താരംഭിക്കുന്നത്. എം.ടി.യും പത്മനാഭനും രാജലക്ഷ്മിയും അക്കാലത്ത് എഴുതിയിരുന്നു. എന്നാൽ രാജലക്ഷ്മിയുടെ തിരോധാനം, മലയാളത്തിൽ രൂപപ്പെടാൻ ഇടയാക്കിയ കഥാത്രയത്തെ നഷ്ടപ്പെടുത്തിയതിന്റെ ചരിത്രം മലയാളകഥയ്ക്ക് പറയാനുണ്ട്. എം.ടി., മാധവിക്കുട്ടി, രാജലക്ഷ്മി എന്നിവരെയാണ് കഥാത്രയം എന്നതുകൊണ്ട് ഞാനുദ്ദേശിക്കുന്നത്. രാജലക്ഷ്മി സൃഷ്ടിച്ച ശൂന്യത മലയാള ഭാവുകത്വത്തിന് അനുഭവവേദ്യമാകാത്ത വണ്ണം മറച്ചുപിടിച്ചത് മാധവിക്കുട്ടിയുടെ രചനകളാണ്. ഉണ്ണി, പക്ഷിയുടെ മണം, കല്യാണി തുടങ്ങിയ ആദ്യകാല കഥകൾ അവരുടെ കഥകളുടെ പ്രതിപാദ്യ വൈശിഷ്ട്യത്തേയും ശിൽപചാതുര്യത്തേയും അടയാളപ്പെടുത്തുന്നുണ്ട്. അറുപതുകളിലെഴുതിയ ആ കഥകൾ ഇപ്പോൾ എടുത്തു വായിക്കുമ്പോൾ പഴഞ്ചത്വമല്ല പുതുത്വമാണ് അനുഭവപ്പെടുന്നത്.

1992ലെ മുണ്ടക്കൽ സാഹിത്യപരിഷത്ത് സമ്മേളനത്തിൽ വെച്ച് മലയാളത്തിലെ എക്കാലത്തേയും മികച്ച കഥകളാണ് മാധവിക്കുട്ടിയുടേതെന്ന് ടി.പത്മനാഭൻ പ്രഖ്യാപിച്ചത് ഓർമിച്ചുപോവുകയാണ്. മാധവിക്കുട്ടിക്ക് മുൻപുള്ള കഥാപ്രപഞ്ചത്തേയും തന്റേയും എം.ടി.യുടേയും കഥകളേയും വിശുദ്ധമായ താരതമ്യത്തിന് വിധേയമാക്കിയതിന് ശേഷമാകാം ടി. പത്മനാഭൻ ആ പ്രസ്താവന നടത്തിയത്. സാഹിത്യത്തെ സംബന്ധിച്ച് ടി. പത്മനാഭൻ പറഞ്ഞിട്ടുള്ളതിൽവെച്ച് ഏറ്റവും തിളക്കമുള്ള അഭിപ്രായവുമാണത്. മാധവിക്കുട്ടിക്കഥകളുടെ സമകാലിക വായനക്കുപോലും തിരസ്കരിക്കാനാവാത്ത സത്യസന്ധമായ പ്രസ്താവനയായും അതിനെ വിലയിരുത്താം. ജീർണ്ണമായ കാൽപനിക ഭാവുകത്വത്തെ മറികടക്കാൻ കഴിഞ്ഞ ഈ കഥാകാരിയുടെ ആഖ്യാനകല എന്തുകൊണ്ട് മികച്ചതായി എന്ന ചോദ്യം അപ്രസക്തവുമല്ല. ഇവിടെ സമാഹരിക്കുന്ന കഥകൾ അതിനുള്ള ഉത്തരം നൽകുന്നു ആ ഉത്തരം മാധവിക്കുട്ടിയുടെ വിമർശകർക്കുള്ള മറുപടി കൂടിയായിരിക്കുമെന്ന് ഞാൻ വിചാരിക്കുന്നു.

സ്ത്രീ-പുരുഷബന്ധമാണ് മാധവിക്കുട്ടിയുടെ പ്രമേയമെന്ന് സാമാന്യമായി പറയാറുണ്ട്. അത് ആ കഥയുടെ യാഥാർത്ഥ്യത്തെ

അടുത്തുകാണാൻ വിസമ്മതിക്കുന്ന ഒരു നിരീക്ഷണമായിരിക്കും. മനുഷ്യബന്ധങ്ങളിൽ ഊന്നികൊണ്ടുള്ള മനുഷ്യാവസ്ഥകളാണ് മാധവിക്കുട്ടി വിശകലനം ചെയ്തത്. അവിടെ സ്ത്രീ-പുരുഷ ബന്ധവും ഭാര്യ-ഭർത്തൃ ബന്ധവും കുട്ടി-കുടുംബസദാചാരവും വിഷയമാവാറുണ്ടെന്ന് മാത്രം ഓരോ മനുഷ്യനും ഓരോ കാലഘട്ട ത്തിൽ ചെന്നുപെടുന്ന അവസ്ഥകൾ അവരുടെ ജീവിതത്തിന്റെ അദൃശ്യമായ പൊരുളുകളിലെത്താൻ സഹായകമാകുന്നു. മനുഷ്യ ബന്ധങ്ങളുടെ ഓർമകളിലേക്ക് അവയുടെ ശൈഥില്യങ്ങളിലേക്ക് അത് നമ്മെ കൊണ്ടുപോകുകയും ചെയ്യും. ആ അർത്ഥത്തിൽ മനുഷ്യബന്ധങ്ങളില്ലാതെ ഒരു കഥയുമില്ല എന്ന നിർവചനം സാർത്ഥകമാണ്. അത് ഫലപ്രദമായി ഉപയോഗിച്ച് മാധവിക്കുട്ടി ക്കഥകൾ വായിക്കുകയുമാകാം. എന്നാൽ സ്ഥൂലവികാരങ്ങളി ലേക്കും വികാരങ്ങളുടെ വൈചിത്ര്യത്തിലേക്കുമാണ് കഥാകാരി യുടെ സഞ്ചാരം. ഭദ്രമായ ഒരു രൂപം കഥയ്ക്ക് കൈവരുന്നത് സൂക്ഷ്മ വിവേകിതയുടെ ആഖ്യാന കൗശലം കൂടിയാണ്. മുണ്ട ശ്ശേരി പറഞ്ഞ രൂപഭദ്രതയുണ്ടല്ലൊ. ഭാവാർത്ഥ രൂപപ്പൊരുത്തം ഇത്രമാത്രം വായനയെ സമഗ്രമാക്കുന്നത് വേറെ കണ്ടെത്തുക പ്രയാസമാണ്. വൈകാരിക വിക്ഷുബ്ധതകൊണ്ട് സൃഷ്ടിച്ചെടു ക്കുന്നതല്ല.

'ഞാൻ' അല്ലെങ്കിൽ ഉത്തമപുരുഷ ഏകവചനം സമൃദ്ധമായി ഉപയോഗിച്ചു കൊണ്ട്, ഒരു ദർശനസ്ഥാനം മാധവിക്കുട്ടി കഥകളിൽ നിർമ്മിച്ചെടുക്കുന്നുണ്ട്. 'സ്ത്രീ' എന്നതിനു പകരമായിട്ടാണോ ഉത്തമപുരുഷ ഏകവചനം ഉപയോഗിക്കുന്നത്? കഥകളിലെ പ്രധാന സാന്നിധ്യം മാധവിക്കുട്ടിതന്നെയാണ് എന്ന് ധ്വനിപ്പിക്കുകയാകാം ആ പ്രയോഗത്തിലൂടെ. 'ആത്മകഥനമാണ്' എന്ന തോന്നലുളവാ ക്കാൻ ഈ ആഖ്യാനത്തിലൂടെ കഴിയുന്നുമുണ്ട്. 'കാല്പനിക'മായ ആവുന്ന സ്ഥൈര്യത്തെ അത് നിഷേധിക്കുന്നു. വാക്കുകൾക്ക് ആത്മകഥാഭാവം കൈവരുന്നതിലൂടെയാണ് ആ നിഷേധം സംഭ വിക്കുന്നത്. 'ഞാൻ' കഥയിലെ ഒരു വീക്ഷണമാണ് എന്ന് സൂചി പ്പിക്കുന്ന കഥാകൃത്ത് പക്ഷെ, അതിന്റെ സമഗ്രസ്ഥിതമായ വിന്യാസത്തെക്കുറിച്ച് മൗനം അവലംബിക്കുകയാണ് ചെയ്യുന്നത്. എന്റെ, തന്റെ, ഞാൻ, അവർ എന്നൊക്കെ പ്രയോഗിക്കുമ്പോഴും, കഥയുടെ വീക്ഷണസ്ഥാനം വ്യവസ്ഥാംഗിതമാവുന്നുണ്ട്. ഒരു സവിശേഷമായ രചനാസങ്കേതം കൈവരികയാണ് എന്ന് പറയാം. കഥയെ ആത്മകഥയാക്കുന്ന ആ സങ്കേതത്തെ ലുബ്ധമാക്കാൻ മാധവിക്കുട്ടിയ്ക്ക് ശേഷം വന്ന കഥാകാരികൾക്ക് ഇനിയും കുറേ യേറെ പണിയെടുക്കേണ്ടിവരും.

മാധവിക്കുട്ടിയുടെ കഥകളെ അനാവശ്യമായി മഹത്വവൽക്കരിക്കയല്ല ലക്ഷ്യം അപ്രധാനമായ വായനകൊണ്ടുമാത്രം മനസ്സിലാക്കാൻ ബുദ്ധിമുട്ടുള്ള അനവധി ഘടനകൾ ചേർന്ന രചനകളാണ് മാധവിക്കുട്ടിയുടേത് പ്രമേയം മുതൽ ഭാഷവരെയും പ്രതീകങ്ങൾ മുതൽ രൂപം വരെയും. പ്രതിപാദ്യം മുതൽ ദർശനം വരെയും പുതിയ ചില കണ്ടെത്തലുകൾക്ക് ആ കഥകൾ പ്രചോദനമാവുന്നു. പ്രശസ്തമായ കഥയാണ് 'പക്ഷിയുടെ മണം.' മരണമാണ് പ്രതിപാദ്യമെങ്കിലും ആ കഥ ആകർഷകമാവുന്നത്, ഭാവരൂപപ്പൊരുത്തം കൊണ്ടാണ്. സ്വപ്നങ്ങൾ മാധവിക്കുട്ടി കഥകളുടെ വിഷയമാണ്. വിഭ്രാന്തികൾ ഒരു സങ്കേതമായി കഥയിൽ പ്രവേശിച്ചു നിൽക്കുന്ന ഘട്ടങ്ങളുമുണ്ട്. ഉദ്യോഗമന്വേഷിച്ച് ഒരു വലിയ കെട്ടിടത്തിനുള്ളിൽ പ്രവേശിക്കുന്ന സ്ത്രീ അനുഭവിക്കുന്ന വിഭിന്നമായ നിമിഷങ്ങൾ അനാവരണം ചെയ്യുന്നതിലൂടെ സ്വാതന്ത്ര്യത്തെ സംബന്ധിച്ച കാഴ്ച ഈ കഥയിൽ അവതരിപ്പിക്കപ്പെടുന്നു. അപരിചിതനായ ഒരു മനുഷ്യന്റെ മുമ്പിൽ എത്തിപ്പെടുന്ന ആ സ്ത്രീകഥാപാത്രം മരണത്തെ അഭിമുഖീകരിക്കുകയാണ്. അവൾ ആ സാഹചര്യത്തിൽ നിന്നും രക്ഷപ്പെടാൻ ആശിക്കുന്നുണ്ടെങ്കിലും കഴിയുന്നില്ല. ഒരു ബലിക്ക് പ്രതിഫലമായി സ്വാതന്ത്ര്യം തരാമെന്നാണ് ആ പുരുഷൻ ആ സ്ത്രീകഥാപാത്രത്തോട് ആവശ്യപ്പെടുന്നത്. അയാൾ പ്രത്യക്ഷപ്പെടുന്നതോ സ്നേഹത്തിന്റെ പരിപൂർണതയുമായാണ്. ബലിയും സൗന്ദര്യവും തമ്മിലുള്ള ഒരു ബന്ധവും കഥയിൽ അറിയാതെ വിശകലനം ചെയ്യപ്പെടുന്നു. "....ബലിയ്ക്ക് പ്രതിഫലമായി ഞാൻ നിനക്കു സ്വാതന്ത്ര്യം തരാം. നീ ഒന്നുമല്ലാതെയാവും പക്ഷെ എല്ലാമായിത്തീരും. കാലത്തിന്റെ ഇരമ്പലിലും നീയുണ്ടാവും. മഴക്കാലത്ത് കൂമ്പുകൾ പൊട്ടിമുളയ്ക്കുന്ന പഴയ മരങ്ങളിലും നീ ചലിക്കുന്നുണ്ടാവും. പ്രസവവേദനയനുഭവിയ്ക്കുന്ന വിളകൾ മണ്ണിന്റെയടിയിൽ കിടന്ന് തേങ്ങുമ്പേൾ, നിന്റെ കരച്ചിലും ആ തേങ്ങലോടൊപ്പം ഉയരും. നീ കാറ്റാവും. നീ മഴത്തുള്ളികളാവും. നീ മണ്ണിന്റെ തരികളാവും...നീയായിത്തീരും ഈ ലോകത്തിന്റെ സൗന്ദര്യം" ബലിയിലൂടെ സ്ത്രീ സ്വതന്ത്രയാവും എന്നും ആ സ്വാതന്ത്ര്യം പ്രകൃതിയുടെ സൂചനയിലേക്കുള്ള ലയമാണ് എന്നും കഥാകാരി ധ്വനിപ്പിക്കുന്നു. സ്ത്രീ കാറ്റും, തേങ്ങലും, മഴത്തുള്ളിയും ചലനവും വേദനയുമാണ്. ആയർത്ഥത്തിൽ അവളാണ് പ്രപഞ്ചത്തിന്റെ സൗന്ദര്യം 'ലോകസൗന്ദര്യം' എന്ന സകൽപ്പനം സ്ത്രീയുടെ ഒരു ക്രമപ്പെടുത്തലാണ്. മരണമെന്ന അനിവാര്യ യാഥാർത്ഥ്യത്തെ സ്ത്രീ സൗന്ദര്യവുമായി ഇണക്കി മാധവിക്കുട്ടി അന്വേഷിക്കുന്നത് പുരുഷനേയാണ്. അയഥാർത്ഥമായ ഒരു തലത്തിൽവെച്ച് പുരുഷനെ നിർവചിക്കുകയാണ് ചെയ്യുന്നത്. പുരുഷൻ കാണിച്ചു

കൊടുക്കുന്ന വഴിയിലൂടെ തിടുക്കത്തിൽ രക്ഷപ്പെടാൻ ശ്രമിക്കുന്നെങ്കിലും അവൾക്ക് പുറത്ത് കടക്കാനാവാതെ പോകുന്നു. ജീവിതത്തിന്റെ അർത്ഥാന്വേഷണം തന്നെയാണ് മാധവിക്കുട്ടിയും നടത്തുന്നത്. പുരുഷാന്വേഷണം എന്നാണ് ആ യഥാർത്ഥാന്വേഷണത്തെ ഞാൻ വിശേഷിപ്പിക്കുക. ആയർത്ഥത്തിൽ ആധുനികതയോടാണ് മാധവിക്കുട്ടിക്കഥകൾ അടുത്ത് നിൽക്കുന്നത് എന്ന് പറയാം. പുതിയ വ്യാഖ്യാനങ്ങളും കണ്ടെത്താൻ വിരോധമില്ല. സ്ത്രീയുടെ സത്ത വ്യർത്ഥമായിപ്പോവുന്നതിൽ കഥാകാരി പരിതപിക്കുന്ന സന്ദർഭമുണ്ട്. എല്ലാ പുരുഷന്മാരിലും തന്നെ കാണാൻ പഠിക്കണമെന്ന് ഭാര്യയെ ഉപദേശിക്കുന്ന പുരുഷനേയും നാം അഭിമുഖീകരിക്കുന്നുണ്ട്. 'രാധയുടെ കത്ത്' എന്ന കഥയിൽ കൃഷ്ണനെ അഭിസംബോധന ചെയ്തുകൊണ്ട്, വേദനയും സന്തോഷവും 'നീ'യാണ് എന്നു പറയുന്നു. ആ വേദന സ്ത്രീയാൽ നിലനിർത്താൻ കഴിയുന്നവനാണ് പുരുഷൻ. ആ നിഗൂഢതയിലേക്ക് മാധവിക്കുട്ടിയുടെ സർഗ്ഗ തേജസ്സ് പതുക്കെ നീങ്ങുന്നത്.

മനുഷ്യൻ അപ്രതീക്ഷിതമായിട്ടായിരിക്കും ചില അവസ്ഥകളിൽ ചെന്നുപെടുന്നത്. ചിലതെല്ലാം അനിവാര്യങ്ങളാണ്. ആ അനിവാര്യതകളുമായി പൊരുത്തപ്പെടാൻ കഴിഞ്ഞെന്നും വരില്ല. അതെന്തായാലും ഒഴിച്ചുകൂടാനാവാത്ത അപൂർവ്വ സാഹചര്യങ്ങൾ മനുഷ്യ ജീവിതത്തിൽ ഉണ്ടാവുകയും അത് അവനെ അപ്പാടെ മാറ്റിയെടുക്കുകയും ചെയ്യാം. 'ദയ എന്ന വികാരം' എന്ന കഥയിലെ മുടന്തുള്ള കുട്ടി അവന്റെ കുടുംബസാഹചര്യത്തെ അപ്പാടെ വെറുക്കുന്നു. ഇതുകൊണ്ട് അവൻ വെറുപ്പ് എന്ന വികാരത്തിനടിമയാവുന്നു? "....വലിയ വീടുണ്ട്. ശരിതന്നെ. സുന്ദരിയായ ഒരമ്മയുണ്ട്. പേരുകേട്ട ഒരച്ഛനുണ്ട്. ഇളം മഞ്ഞ സിൽക്ക് ജുബ്ബകളുണ്ട്. വളരെയധികം കുപ്പായങ്ങളുണ്ട്. ഫോട്ടോ എടുക്കാൻ ക്യാമറയുണ്ട്. നല്ല പേനയുണ്ട്. നല്ല വായുണ്ട്....എങ്കിലും സന്തോഷമുണ്ടോ? വലത്തേ കാലിന് ശക്തിയുണ്ടോ?...." സന്തോഷകരമായ ഒരു ജീവിതത്തിനുള്ള എല്ലാ സൗകര്യങ്ങളുണ്ടായിട്ടും തന്റെ കാലിലെ ത്തിരിവാണ് ഈ കഥയിലെ കഥാപാത്രത്തെ ജീവിതം വെറുക്കാൻ പ്രേരിപ്പിക്കുന്നത് എന്ന് പറയാമോ? അതുമല്ലെങ്കിൽ സന്തോഷമെന്നത് ശരീരവും മനസ്സും തമ്മിലുള്ള ഒരു സവിശേഷ ന്യായത്തിന്റെ പ്രതീകവൽക്കരണമാണോ? സൗകര്യങ്ങളോ ആഡംബരവസ്തുക്കളോ അല്ല മനുഷ്യജീവിതത്തെ സമ്പന്നവും ആഹ്ലാദകരവുമാക്കുന്ന ഘടകങ്ങൾ. അത് സ്വാതന്ത്ര്യമാണ് ഇച്ഛയ്ക്കനുസരിച്ചുള്ള ജീവിതമാണ്. ഇച്ഛയ്ക്കൊത്ത ജീവിതം കിട്ടാതെ പോകുന്നതിലുള്ള വെറുപ്പാണ് പ്രത്യക്ഷമാവുന്നത്. ദയ എന്ന വികാരത്തിന് കീഴെ

എല്ലാം കെട്ടിയിടപ്പെട്ടിരിക്കുന്നു. ആ വെറുപ്പിൽ ഒരു അസംതൃപ്തിയുടെ അംശമുണ്ട്. 'കാളവണ്ടികളിൽ' അതൃപ്തിയാണ് വിഷയം. മടുപ്പ് എന്ന വികാരം 'പക്ഷിയുടെ മണ'ത്തിൽ പ്രമേയത്തിന്റെ സ്പർശിത ഭാവമായി മാറുന്നുണ്ട്. സൂഷ്മ വിശകലനത്തിൽ മടുപ്പ്, അതൃപ്തി, വെറുപ്പ് തുടങ്ങിയ വികാരാംശങ്ങൾ മാധവിക്കുട്ടിക്കഥകളിൽ സവിശേഷമായ സാന്നിധ്യം കണ്ടെത്തുന്നു. സ്നേഹം, ദയ, കാരുണ്യം തുടങ്ങിയ മനോഭാവങ്ങളും കുറവില്ലാതെ ആ കഥകളിൽ പ്രത്യക്ഷപ്പെടുന്നുണ്ട്.

ഒരു തത്ത്വനിരീക്ഷകയെപ്പോലെ ജീവിതത്തിന്റെ മുന്നിൽ പ്രത്യക്ഷപ്പെടുന്ന മാധവിക്കുട്ടിയെ ചിലപ്പോൾ നാം കണ്ടെത്തുന്നു. ഏറ്റവും ചെറിയ വികാരങ്ങൾ പോലും അവർ അപഗ്രഥിച്ചറിയുന്നു. കുടുംബപശ്ചാത്തലങ്ങൾ വിശകലനം ചെയ്യുമ്പോഴും, ഓരോരുത്തരും ചെന്ന് പെടുന്ന അവസ്ഥകളാണ് കഥയുടെ ആഖ്യാനസ്ഥാനമായി തെരഞ്ഞെടുക്കുന്നത്. അതു കൊണ്ടുതന്നെ വായനക്കാർക്കിടയിൽ വൈകാരിക സംഘർഷങ്ങൾ സൃഷ്ടിക്കാൻ കഴിയുന്ന സന്ദർഭങ്ങൾ കണ്ടെത്താനും കഴിയുന്നുണ്ട്. 'നെയ്പ്പായസം' അലോസരപ്പെടുത്തുന്ന ഒരു കഥയാവുന്നത് വികാരത്തെ സത്തമാത്രമായ അനുഭൂതിയാകാൻ കഴിയുന്നതുകൊണ്ട് മാത്രമാണ്. ഭാര്യ മരിച്ചു കിടക്കുന്നത് അറിയുന്ന പുരുഷനും അമ്മ മരിച്ചതറിയാതെ കളിച്ചുകൊണ്ടിരിക്കുന്ന കുട്ടികളും കഥാപാത്രങ്ങളായി വരുന്ന ഈ കഥയിലെ, വൈകാരികാവസ്ഥ അസ്വാസ്ഥ്യത്തോടെ മാത്രമേ ഒരു വായനക്കാരന് സ്വീകരിക്കാനാവൂ. 'പായസം മതി,നല്ല സ്വാദുണ്ട്' എന്ന് പറയുന്ന മകന്റെ മുന്നിൽ നിശ്ചലനാവുന്ന പിതൃഭാവം തീവ്രമായ വേദനയുടെതാണ്. ആ വേദനയ്ക്ക് തീഷ്ണമായ സ്നേഹത്തിന്റെ നിറമാർന്ന എന്തും തിരിച്ചറിയാൻ പ്രയാസമില്ല. സ്നേഹത്തിന്റെ കണ്ണുനീരും വ്യസനവും കൂടിചേർന്ന് ഈ മഞ്ഞ നിറം സംഭവിക്കുന്നു. പ്രപഞ്ചലയത്തിന്റേതാണ് ആ നിറം. മറ്റൊരർത്ഥത്തിൽ മനുഷ്യാവസ്ഥകളെ കണ്ടെടുക്കുമ്പോൾ ലഭിക്കുന്ന അമൃതാണ് മാധവിക്കുട്ടിയ്ക്ക് സ്നേഹം. ആ സ്നേഹത്തെ വിശദീകരിക്കാൻ ഉപയോഗിക്കുന്ന അനേകം വസ്തുക്കൾ മാധവിക്കുട്ടിയുടെ കഥയിൽ നിന്ന് പെറുക്കിയെടുക്കാൻ കഴിയും. അതെല്ലാം ഉദ്ധരിച്ച് സ്നേഹത്തെ നിർവ്വചിക്കുകയാണ് അവർ ചെയ്യുന്നതെന്ന് പറയുന്ന നിരൂപകൻ ഒരു ബാലപാഠം മാത്രമേ അനുഷ്ഠിക്കുന്നുള്ളൂ. വ്യക്തിനിഷ്ഠവും സാമൂഹ്യവുമായ ഒരു സംവാദത്തിന്റെ തലം സ്നേഹത്തിന്ന് ആർജ്ജിക്കാൻ കഴിയുന്നുവെന്ന് പറയാം. അതായത് മാധവിക്കുട്ടിക്കഥയിൽ സ്നേഹം രാഷ്ട്രീയമായി മാറുകയാണ്. മൂല്യങ്ങൾ നഷ്ടപ്പെട്ട വ്യവസ്ഥയിൽ

അത് ഒരു പ്രതിരോധമാണ്. ആശാന്റെ സ്നേഹ സങ്കൽപവുമായി മാധവിക്കുട്ടിയുടെ സ്നേഹസങ്കൽപത്തെ താരതമ്യം ചെയ്തു നോക്കാവുന്നതാണ്. തത്ത്വനിർധാരണത്തിന്റെ ഒരംശത്തൊടൊപ്പം സ്നേഹം ഒരു പ്രതിനിധാനമായി മാറുന്നതും സാമൂഹ്യമായ ഒരു പ്രതീകവൽക്കരണത്തിന്ന് സ്നേഹം വിധേയമാവുന്നതും കവിതയിൽ നാം കാണുന്നു. മാധവിക്കുട്ടിയുടെ കഥകളിൽ തകർക്കപ്പെടുന്ന മൂല്യങ്ങളെ ഉയർത്തിയെടുക്കുന്ന ആത്മഭാവമാണ് സ്നേഹവികാരം. അപമാനിക്കപ്പെട്ട, സ്ത്രീത്വം സ്നേഹത്തെ സ്വാതന്ത്ര്യത്വരകമായി സ്വീകരിക്കാൻ താൽപര്യപ്പെടുന്നു. സ്ത്രീയ്ക്ക് എല്ലാനിലയ്ക്കും നഷ്ടപ്പെടുന്ന സ്വാതന്ത്ര്യവും അതിന്റെ വ്യാകുലതയുമാണ് മാധവിക്കുട്ടി പങ്കുവെക്കുന്നത്. 'കല്യാണി'യിൽ സ്ത്രീ അനുഭവിക്കുന്ന അന്യതാബോധമാണ് ആവിഷ്കാരം തേടുന്നത്. സ്വന്തം ഭർത്താവിനാൽ പോലും തിരിച്ചറിയപ്പെടാത്തവളായി, ഒറ്റപ്പെട്ടവളായി മാറുന്ന അമ്മിണി മറ്റുള്ളവരുടെ കല്യാണിയായി വിന്യസിക്കപ്പെടുകയാണ്. പേനപോലും അന്യമായി മാറുന്നു. സ്ത്രീയുടെ സ്വരമാണ് ചോദ്യം ചെയ്യപ്പെടുന്നത്. തെറ്റിദ്ധരിപ്പിക്കപ്പെടുന്ന അവസ്ഥയിൽ സ്ത്രീക്ക് സ്വയം പ്രതിരോധമായി മാറേണ്ടതിന്റെ അനിവാര്യതയുണ്ട്. ഇവിടെ കഥാകാരി സ്നേഹത്തെ ഒരന്വേഷണ വ്യവസ്ഥയാക്കി മാറ്റുന്നു. ആ സ്നേഹം വെറും പ്രണയമല്ല. സൗന്ദര്യത്തോടുള്ള ആഭിമുഖ്യവുമല്ല. അത് സ്ത്രീ നേരിടുന്ന അന്യതാബോധത്തോടും, സമൂഹത്തിന്റെ ഇരയായി മാറുന്ന വ്യവസ്ഥയോടും പ്രതിരോധം ആവശ്യപ്പെടുന്ന ഉൺമയായി സ്നേഹം ആഖ്യാതിതമാവുന്നു.

'കോലാട്' എന്ന കഥ അവസാനിക്കുന്നത് 'അവളുടെ ഭർത്താവിന്റെ കണ്ണുകൾ നനഞ്ഞു' എന്ന വരിയോടെയാണ്. പഠിപ്പും പരിഷ്കാരവുമില്ലാത്ത സ്ത്രീ വീട്ടിൽ വെറും കൂലിവേലക്കാരിയായി തീരുന്നതിലെ വെറുപ്പിക്കുന്ന അനുഭവമാണ് കഥയിലേത്. ഭർത്താവും മുതിർന്ന മക്കളും അവളെ സഹായിക്കാറില്ല. കാലക്രമേണ അവർ ഈ പേക്കോലമായി മാറി. അമ്മയുടെ ശരീരം സ്വന്തം അമ്മയാണ് എന്നു പറയുന്നതിൽ നിന്ന് പോലും മക്കളെ വിലക്കുന്നു. എന്നാൽ അവൾക്കെപ്പോഴും പുരുഷന്റേയും മക്കളുടെയും കാര്യത്തിലാണ് ശ്രദ്ധ. ഒടുവിൽ ആ സ്ത്രീ ക്ഷീണിതയാവുകയും, ആശുപത്രിയിൽ പ്രവേശിപ്പിക്കുകയും ചെയ്യുന്നു. കണ്ണുകൾ മിഴിച്ചുകൊണ്ട് അവർ പറഞ്ഞു: 'അയ്യോ! പരിപ്പ് കരിയ്ണ് തോന്നുന്നു!' ഒരു സ്ത്രീ തന്റെ പീഡിതമായ അവസ്ഥയിൽപ്പോലും കുടുംബകാര്യങ്ങളിൽ എത്രത്തോളം ശ്രദ്ധാലുവാണ് എന്ന് ധ്വനിപ്പിക്കുന്ന ഈ കഥ സ്നേഹത്തിന്റെ മറ്റൊരു രീതിയേയാണ് ആഖ്യാനം

ചെയ്യുന്നത്. ചില അവസരങ്ങളിൽ സ്നേഹം മാധവിക്കുട്ടിക്കഥയിൽ പറന്ന് പോകുന്നത് കാണാം. സ്നേഹത്തെ സ്വപ്നത്തിൽ നിന്ന് വേർതിരിച്ചെടുക്കാനാണ് കഥാകാരി യത്നിക്കുന്നത്. ഒരു കഥയിൽ സ്നേഹത്തിന് പഴയ വിയർപ്പിന്റെ മണമാണ് എന്ന് സൂചിപ്പിക്കുന്നു. ചലവും ശുക്ലവും ചേർത്തുണ്ടാക്കിയ ഒരു രാസവസ്തുവാണ് സ്നേഹമെന്നും പറയുന്നുണ്ട്. പുരുഷൻ ഈ വികൃതമായ സ്നേഹത്തെ സ്ത്രീയിൽ കണ്ടെത്തുന്ന അപൂർവ്വാനുഭവമാണ് 'കോലാട്' എന്ന കഥ. സ്ത്രീ-പുരുഷ ബന്ധത്തെക്കുറിച്ചുള്ള മാധവിക്കുട്ടിയുടെ സങ്കൽപ്പം വ്യക്തിപരമായ ഒരു നിരീക്ഷണത്തിലെത്താൻ നമ്മെ പ്രേരിപ്പിക്കുകയും ചെയ്യുന്നു.

സ്ത്രീയുടെ വിയർപ്പും വേദനയും അടുത്തറിഞ്ഞിട്ടുള്ള കഥാകാരിയാണ് മാധവിക്കുട്ടി. പുരുഷാധികാരത്തെ അംഗീകരിക്കാൻ വിസമ്മതിക്കുന്ന മാധവിക്കുട്ടിയുടെ കഥകൾ പുരുഷ വിദ്വേഷത്തിന്റെ വിഷാംശങ്ങൾ പേറുന്നവയാണ് എന്ന് പറയാൻ കഴിയില്ല. 'പക്ഷിയുടെ മണ'ത്തിൽ പുരുഷനെക്കുറിച്ചുള്ള ഒരു സങ്കൽപ്പവുമുണ്ട്. അയാൾ മൃതിരൂപമാണ്. സ്വാതന്ത്ര്യമാണ്, സ്നേഹത്തിന്റെ പൂർണ്ണത എന്ന് വിളംബരം ചെയ്യുന്ന ആ കഥാപാത്രം സ്ത്രീയെ മണ്ണായി, മഴത്തുള്ളിയായി, കാറ്റായി, തേങ്ങലായി, കരച്ചിലായി, ചലനമായി വ്യവഹരിക്കാൻ പരിശ്രമിക്കുന്നുണ്ടല്ലോ. പുരുഷൻ സ്ത്രീയിൽ നിന്ന് അകന്നല്ല നിൽക്കുന്നത്; സ്ത്രീയോടൊപ്പമാണ്. പുരുഷന്റെ നീരസമാണ് ഈ കഥ എന്ന് ധ്വനിപ്പിക്കുമ്പോൾ യഥാർത്ഥ പുരുഷൻ ആരാണെന്ന അന്വേഷണവും ഉണ്ടെന്ന് വിവക്ഷ. സ്ത്രീയുടെ അനുഭവത്തിലൂടെ കഥാകാരി യഥാർത്ഥ പുരുഷനെ തേടുകയാണ്. "എം. മുകുന്ദനടക്കമുള്ള ആധുനികരായ എഴുത്തുകാർ രചനയിലൂടെ ആവിഷ്കരിക്കാൻ ഉദ്യമിച്ച 'പുതിയ പുരുഷൻ' എന്ന സങ്കൽപ്പത്തിന് വിപരീതമായ ഒരു ദിശയിലാണ് മാധവിക്കുട്ടിയുടെ നിൽപ്പ്" (പ്രത്യവമർശം-പേജ് 121). ശരിയായ പുരുഷൻ ശരിയായ സ്ത്രീ എന്ന സമവാക്യമാണ് ഈ പുരുഷാന്വേഷണം സാർത്ഥകമാക്കുന്നത്.

സ്ത്രീയുടെ ആശങ്കകളും ഭയവും ആഹ്ളാദവും എല്ലാം ചേർന്നുണ്ടാവുന്ന ഒരു അന്തരീക്ഷത്തിലൂടെ വ്യത്യസ്തമായ ഒരു -സ്ത്രീ പരുഷബന്ധത്തിന്റെ വിശകലനം കൂടി സാധ്യമാക്കുന്നു. അതുകൊണ്ട് ആ പൗരുഷത്തെ സ്വാതന്ത്ര്യം എന്ന് വിളിക്കാം. ഭൂതകാലത്തിൽ എന്നും അവശേഷിച്ച ഒരു കൂട്ടം ചെറിയ വികാരങ്ങളെ അവ മൃതദേഹങ്ങളാണ് എന്ന് മനസ്സിലാക്കാൻ സാധിക്കാതെ പേറി നടക്കുന്ന ഒരു കഥാപാത്രം മാധവിക്കുട്ടിയുടേതായുണ്ട്. തന്റെ

മനസ്സിൽ എലിയെപ്പോലെ കരണ്ടു തിന്നുകൊണ്ട് ജിവിക്കുന്ന ഏകാന്തതയെ ഭാര്യയുടെ മുമ്പിൽ എടുത്തു മാറ്റാൻ വിസമ്മതിക്കുന്ന പുരുഷൻ വാസ്തവത്തിൽ അന്വേഷിക്കുന്നത് ഒരു പ്രതീകമാണ്. 'ചതുരംഗം' എന്ന കഥയിൽ യുവത്വത്തിന്റെ പ്രത്യേകമായ ഭാഷ നഷ്ടപ്പെട്ടതിലൂടെ ഏകാന്തതയിലേയ്ക്ക് വീണുപോവുന്ന ഒരു സ്ത്രീ കഥാപാത്രത്തെ നാം അഭിമുഖീകരിക്കുന്നു. "അയാൾക്ക് ഒരു കൂത്തുപാവയുടെ നിർജീവതയാണ്. പിന്നെ ആർക്ക് വേണ്ടിയാണ് താൻ പട്ടുസാരികൾ ചുറ്റുന്നത്, ക്രീം പുരട്ടുന്നത്? ഭർത്താവ് പരിചയപ്പെടുത്തിക്കൊടുക്കുന്ന ഒരു പുരുഷനിലേക്ക് അറിയാതെ ചെന്നെത്തുന്ന സ്ത്രീമനസ്സിന്റെ വിഹ്വലതയും ശൂന്യതയും വായനക്കാരുമായി പങ്കുവയ്ക്കുന്ന മാധവിക്കുട്ടി അറിയാതെ ശരീരഭാഷയെ സ്പർശിക്കുന്നു. സ്വന്തം ശരീരത്തിന്റെ പ്രാധാന്യം മനസ്സിലാക്കുമ്പോൾ മാത്രമാണ് ഒരാൾ അഹങ്കാരിയാവുന്നുള്ളൂ എന്നാണ് മാധവിക്കുട്ടിയുടെ നിലപാട്. "സ്നേഹിക്കപ്പെട്ട ഒരു സ്ത്രീയ്ക്ക് തന്റെ കാമുകൻ അദ്ദേഹത്തിന്റെ ശരീരത്തിന്റെ ഒരു ഭാഗം കൊണ്ട് മാത്രം സ്മരിച്ചാൽ തൃപ്തിയാവില്ല. അവൾക്ക് അദ്ദേഹത്തിന്റെ ഒരു അർബ്ബുദം പോലെ വളരണം. അകത്ത് വേദനയും ബോധവും നിറയ്ക്കുവാൻ-അതാണ് സ്നേഹത്തിന്റെ പ്രത്യേകമായ ക്രൂരത." ഇവിടെ സ്നേഹം അർബ്ബുദം പോലെ വളരുന്ന ഒന്നാണെന്നും അതിന് ശരീരവുമായി ചില ബന്ധവിശേഷങ്ങൾ ഉണ്ട് എന്നും ഒരു തെറ്റിവായനയുടെ കരുതലോടെ കണ്ടെത്താനാവും. ലിംഗപരമായ വായനയ്ക്ക് കാരണമാകാവുന്ന വരികൾ കഥയിലുണ്ട്. ഭാഷയ്ക്ക് ലിംഗപരമായ പദവി നൽകാൻ കൂട്ടാക്കാത്ത മാധവിക്കുട്ടി ശരീരത്തെ ഒഴിച്ചുകൂടാനാവാത്ത വാക്കായി കണക്കാക്കുന്നു. 'അകത്ത് വേദനയും ബോധവും' നിറയ്ക്കുന്ന ഒന്നാണ് സ്നേഹം പോലെ ശരീരവും. അതായത് ശരീരം സംവദിക്കാനുള്ള ഒരു വാക്കാണ്. അത് കഥയിൽ ഉപയോഗിക്കുമ്പോൾ കിട്ടുന്ന ഒരാർജ്ജവത്വമുണ്ട്. നമ്മുടെ എഴുത്തിന്റെ പാരമ്പര്യത്തിൽ ശരീരത്തിന് വലിയ തോതിൽ പ്രാധാന്യം നൽകിയതിന്റെ രേഖകളുണ്ട്. കവിതയിലാണ് അധികം. എന്നാൽ മലയാള കഥയിൽ ശരീരം കടന്നുവരുമ്പോഴേയ്ക്കും രതിയുടെയും ലൈംഗികതയുടെയും താൽപര്യങ്ങളിലേയ്ക്കു ചുരുക്കി വ്യാഖ്യാനിക്കാനുള്ള ശ്രമം ഉയർന്നുവരുന്നു. മാധവിക്കുട്ടിയുടെ കഥകൾ ആ വഴിക്ക് തെറ്റിദ്ധരിക്കപ്പെട്ടിട്ടുണ്ട്. പ്രശസ്തമായ ഒരു മോഡലിനെ മുൻനിർത്തി തമിഴ്-ലങ്ക രാഷ്ട്രീയത്തെ വിശകലനം ചെയ്യുന്ന 'രാജവീഥികൾ' എന്ന കഥയിൽ കൂത്തുപാവ എന്ന പ്രയോഗം കാണാം. മുൻപൊരിടത്ത് അതേ പ്രയോഗം തന്നെ മാധവിക്കുട്ടി

നടത്തിയിട്ടുണ്ട്. രാഷ്ട്രീയക്കാർക്ക് പ്രീതിപ്പെടുത്താൻ തന്നെ 'കൂത്തുപാവ'യായി ഉപയോഗിച്ചു എന്നാണ് പരാമർശം. സ്വത്വ പരമായ ഒരു ഉൽക്കണ്ഠയാണ് ആ വാക്ക് പ്രദാനം ചെയ്യുന്നത്. വ്യർഥമായിക്കൊണ്ടിരിക്കുന്ന സത്തകളെക്കുറിച്ചാണല്ലോ മാധവി ക്കുട്ടി സദാ വ്യാകുലപ്പെടുന്നത്.

സ്നേഹത്തെ നിർവചിക്കാനും വ്യസനം, അസംതൃപ്തി മുതലായ വികാരങ്ങളെ പ്രമേയവൽക്കരിക്കാനും ശ്രമിക്കുന്ന മാധവിക്കുട്ടിയുടെ കഥകളെ മാതൃകാകഥകൾ എന്ന് വിളിക്കാം- അവ അനുഭവങ്ങളുടെ പുനഃസൃഷ്ടിയായി തോന്നിച്ചു. സ്നേഹം അനാഥമാക്കപ്പെടുന്നതും സ്ത്രീ ഉൾപ്പെടുന്ന വ്യവസ്ഥയിലെ സങ്കൽപ്പങ്ങളും അവർ ആഖ്യാനം ചെയ്തു. 'ഹംസധ്വനി' എന്ന ചെറിയ കഥയിൽ ആത്മബോധം ഉണർന്ന് നിൽക്കുന്നു. 'ശരീര ങ്ങൾ വികലമായി രൂപാന്തരപ്പെടുന്ന' അവസ്ഥയിൽ, ജീവിതം പേക്കിനാവായി മാറുന്ന സാഹചര്യത്തിൽ, ആ സന്ദർഭ വിശദീക രണത്തിനായി മാധവിക്കുട്ടി ഉപയോഗിക്കുന്ന ഒരു പദയോഗമുണ്ട്. 'ആഴൊളിഞ്ഞ നൃത്തശാല' എന്ന്- പ്രപഞ്ചത്തെ അല്ലെങ്കിൽ ജീവി തത്തെ ഒരു നൃത്തശാലയായി കാണുന്ന റൊമാന്റിക് മനസ്സ് ചില ചോദ്യങ്ങൾ ഉന്നയിക്കുന്നു. എവിടെപ്പോയൊളിച്ചു നർത്തകികൾ? എങ്ങനെ മൂകമായി സംഗീതജ്ഞാവൃന്ദം? മൂകവും നിശബ്ദവുമായ ചുറ്റുപാടുകൾ ആകാശം മുട്ടെ വളർന്ന് മതങ്ങളുടെ ഭീമാകാരങ്ങളി ലേയ്ക്ക് ശ്രദ്ധക്ഷണിക്കുന്നു. ഒരു പുതിയ ദേവാലയം കൺമുമ്പിൽ പ്രത്യക്ഷപ്പെടുന്നു. വേദനകൊണ്ട് പ്രദക്ഷിണം ആകർഷണീയമല്ലാ തായിത്തീരുന്നു. എങ്കിലും ഒരു ആത്മചൈതന്യം നിലാവായി പര ക്കുന്നതായി മാധവിക്കുട്ടി. അത് സ്നേഹത്തിൽപെട്ടവർക്ക് വേണ്ടി യാവാം. 'കൃഷ്ണന്റെ വേഷം' എന്ന കഥയിലും തത്തുല്യമായ ഒരു മാനമുണ്ട്.

എല്ലാ നൃത്തങ്ങളും അവസാനിച്ചു
എല്ലാ ഗാനങ്ങളും നിലച്ചു
കാണികളും പോയ്ക്കഴിഞ്ഞു
ഈ അസമയത്ത് നീ എന്തിന് വന്നു?

മഹാവേഷങ്ങൾ പൊട്ടിച്ചിരിച്ചും അട്ടഹസിച്ചും ഗർജിച്ചും കൊടുങ്കാറ്റുപോലെ മുറവിളികൂട്ടിയും ശബ്ദായമാനമാക്കിയ ഈ നൃത്തശാലയിൽ യുവാവുപോലെ ഒരു 'തേജസ്സിനെ' കഥാകാരി കണ്ടുമുട്ടുന്നു. വ്യക്തിഭാവങ്ങളിൽ നിന്നാരംഭിച്ച് സാമൂഹ്യ പരിണാമമായി മാറുന്ന എഴുത്ത് വിധ്വംസകമായ സാഹചര്യങ്ങൾ

കൊണ്ട് ഒരാത്മീയതലത്തിലേയ്ക്ക് പ്രവേശിക്കുകയാണോ എന്ന് സന്ദേഹിക്കേണ്ടിവരുന്നു. കയ്യിൽ ആയുധങ്ങളോ തലയിൽ കിരീടമോ മുഖത്ത് ചായങ്ങളോ ഇല്ലാത്ത ഒരു നടനെ മാധവിക്കുട്ടി പ്രതീക്ഷിക്കുന്നു. ഇപ്പോൾ നാം ആ കഥകളിൽ നിന്ന് കേൾക്കുന്നത് ഒരു പ്രവാചക ശബ്ദമാണ്. സ്നേഹത്തിന്റേതാണ് ആ പ്രവാചകത്വം. മതസംഘർഷങ്ങൾ കൊണ്ട് കലുഷമായ സമൂഹത്തിൽ, അധർമ്മം വാഴുന്ന രാഷ്ട്രീയത്തിൽ, മൂല്യങ്ങൾ എല്ലാം അനാഥമാക്കപ്പെടുമ്പോൾ വാക്കുകൾ പോലും ശാന്തിയന്വേഷിക്കുന്നതായി തോന്നിപ്പോവുന്നു. 'അതിവിചിത്രമീ നൃത്ത ശിക്ഷാക്രമം' എന്ന് ഇപ്പോൾ പറഞ്ഞതുതന്നെയാണോ മാധവിക്കുട്ടിക്കും പറയാനുള്ളത്. ഒരു പക്ഷെ ഭാരതീയമായ എഴുത്തിലെ ഒരപൂർവ ധ്വനിയാകാം അത്.

ബാലചന്ദ്രൻ വടക്കേടത്ത്

ദയ എന്ന വികാരം

ശിവപ്രസാദ് അന്നു നടത്തം കഴിഞ്ഞു മടങ്ങിയപ്പോഴും അമ്മ കരയുകയായിരുന്നു. അസ്വാസ്ഥ്യത്തോടെ അധികം ശബ്ദമുണ്ടാക്കാതെ കോണിപ്പടികൾ കയറി അവൻ തന്റെ മുറിയിലേക്കു പോയി.

വാതിൽ അടച്ചുകഴിഞ്ഞാൽ അത് അവന്റെ ചെറിയ സ്വർഗ്ഗമാണ്. വാതിൽപ്പടിമേൽ ചുവന്ന കളർച്ചോക്കുകൊണ്ട് 'പ്രവേശനം ഇല്ല' എന്ന് എഴുതിയിരുന്നു. നീലം ചേർത്ത കുമ്മായമിട്ട ആ ചുമരുകൾ കുറച്ചു പൊളിഞ്ഞു തുടങ്ങിയിരുന്നു. അതെല്ലാം അവൻ ചിത്രങ്ങൾ തൂക്കാൻ വലിയ ആണികൾ തറച്ചപ്പോഴാണ് ഉണ്ടായത്. ഇപ്പോൾ അവിടെ ഒരു ചിത്രമേ ഉണ്ടായിരുന്നുള്ളു, ഒരു കപ്പലിന്റെ ചിത്രം. മേശവിരിമേൽ ചുവന്ന മഷി തട്ടിപ്പോയിരുന്നു. വിരി കുറച്ചൊക്കെ മുഷിഞ്ഞിരുന്നു. എന്നാലും അവൻ ചുറ്റും നോക്കിയത് അഭിമാനത്തോടെയായിരുന്നു.

ജനവാതിൽ തുറന്നു കിടക്കുന്നു. ആകാശത്തിന്റെ ഒരു കഷണം ആ മുറിയിലേക്കു തള്ളിനിന്നിരുന്നു.

'ഹാ, എന്തൊരു കാഴ്ച! പ്രകൃതിരമണീയം, പ്രകൃതിരമണീയം!'

വർഗ്ഗീസ് ഒരിക്കൽ ആ ജനലിന്റെ പുറത്തേക്കു നോക്കിക്കൊണ്ടു പറഞ്ഞു. അന്നാദ്യമായാണ് വർഗ്ഗീസിനെ വീട്ടിലേക്കു കൊണ്ടുവന്നത്. അച്ഛനും അമ്മയും ഒന്നിച്ച് ഒരു ബന്ധു വീട്ടിൽ വിവാഹം കാണാൻ പോയിരുന്നു. വെപ്പുകാരൻ മാത്രം കോലായിൻമേൽ തൂണും ചാരി ക്കൊണ്ട് ബീഡി വലിച്ചിരുന്നു. അയാൾ വർഗ്ഗീസിനെ അടിതൊട്ടു മുടിവരെ ഒന്നു നോക്കി. എന്നിട്ട് വളരെ പുച്ഛമുള്ള ഒരു മുഖഭാവത്തോടെ തലതിരിച്ച് ഇരുന്നു.

'ഇതാണോ ശിവന്റെ കുക്ക്?'

വർഗ്ഗീസിന്റെ ചോദ്യം കേട്ടപ്പോൾ വെപ്പുകാരൻ പിറുപിറുത്തു:

'കുക്ക്.... ഹുക്ക്.... വലിയൊരു ഇംഗ്ലീഷ്കാരൻ....'

വർഗ്ഗീസ് അതൊന്നും കേട്ടില്ല. കേട്ടാലും ശ്രദ്ധിച്ചില്ല. മുകളിൽ ചെന്നു തന്റെ മുറിയിലെത്തിയപ്പോൾ ശിവപ്രസാദ് ആശ്വാസത്തോടെ പറഞ്ഞു:

'വർഗ്ഗീസ് ഇരിക്കൂ, ഇഷ്ടാ.' പക്ഷേ, വർഗ്ഗീസ് ജനലിന്റെ അടുത്തേക്കു ചെന്നു.

'....ഹാ, പ്രകൃതിരമണീയം തന്നെ....'

വർഗ്ഗീസിന്റെ ചുമലിൽക്കൂടി കൈയിട്ടുകൊണ്ട് ശിവൻ പുറത്തേക്കു നോക്കി.

പാടത്തു വെയിൽക്കഷ്ണങ്ങൾ പറക്കുകയാണ്. ദൂരെ അതിനെല്ലാമപ്പുറത്ത് ഒരു കുളത്തിൽ ഒരു ചെറുപ്പക്കാരി നിന്നു കുളിക്കുകയാണ്. ശിവൻ മുഖം തിരിച്ചു. വർഗ്ഗീസ് ചിരിച്ചു. അനാച്ഛാദിത സൗന്ദര്യം...

വർഗ്ഗീസിനെപ്പോലെ അത്ര സാഹിത്യമുള്ള വാക്കുകൾ തനിക്കും അറിഞ്ഞിരുന്നെങ്കിൽ എന്നു പലപ്പോഴും ശിവൻ വിചാരിക്കാറുണ്ട്. വർഗ്ഗീസിന് എല്ലാമുണ്ട്. അമ്മയുണ്ട്, അച്ഛനുണ്ട്, സന്തോഷമുള്ള ഒരു ജീവിതമുണ്ട്, നല്ല അറിവുണ്ട്, ധൈര്യമുണ്ട്. എല്ലാമുണ്ട്. തനിക്കോ?

നാട്ടിൽവെച്ച് വലിയ വീടുണ്ട്. ശരിതന്നെ. സുന്ദരിയായ ഒരമ്മയുണ്ട്. പേരുകേട്ട ഒരച്ഛനുണ്ട്. ഇളം മഞ്ഞ സിൽക്കു ജുബ്ബകളുണ്ട്. വളരെ യധികം കുപ്പായങ്ങളുണ്ട്. ഫോട്ടോ എടുക്കാൻ ക്യാമറയുണ്ട്, നല്ല പേനയുണ്ട്, നല്ല വാച്ചുണ്ട്.... എങ്കിലും സന്തോഷമുണ്ടോ? സ്വാതന്ത്ര്യമുണ്ടോ? വലത്തെ കാലിനു ശക്തിയുണ്ടോ?

വലത്തെ കാൽ, അതിന് ആ വൃത്തികെട്ട തിരിച്ചിൽ ഇല്ലെങ്കിൽ, ആ വലുപ്പം കുറവില്ലെങ്കിൽ താൻ ഇവിടെയായിരിക്കുമോ? ജ്യേഷ്ഠൻമാരെപ്പോലെ മദിരാശിയിലോ മറ്റോ ഹോസ്റ്റലിൽ താമസിച്ചു പഠിക്കുമായിരുന്നില്ലേ?

'....അവൻ നാട്ടിൽ പഠിക്കട്ടെ. നമ്മുടെ അടുത്തും ഒരു കുട്ടി ഇരിക്കട്ടെ....' അമ്മ, അച്ഛൻ ജോലിയിൽ നിന്നു പിരിഞ്ഞു പോരുമ്പോൾ പറഞ്ഞു.

'ഇല്ലെങ്കിൽ എനിക്ക് സമയം പോവില്ല....'

അവൻ അന്ന് ഒന്നും പറഞ്ഞില്ല. അല്ലെങ്കിൽ അമ്മയും അച്ഛനും എന്തെങ്കിലും നിശ്ചയിച്ചാൽ അതു വേണ്ടെന്നു പറയാൻ തനിക്കു കഴിയുമോ? ജ്യേഷ്ഠൻ ഹോസ്റ്റലിൽനിന്നു വരുമ്പോൾ അവന്റെ പുറകിൽ തട്ടും.

'എന്താണു സുന്ദരി, വർത്തമാനം.'

അവൻ തലതാഴ്ത്തും. അച്ഛന്റെ മരുമക്കൾ അവനെ കണ്ടാൽ പറയും: 'സുന്ദരീ, നീ ഭാഗ്യവാനാണ്. വീട്ടിൽ സുഖമായി ഇരുന്നു പഠിക്കാമല്ലോ. ഞങ്ങളുടെ ഹോസ്റ്റലിൽ....'

'സുന്ദരി തടിക്കുന്നല്ലോ!....'

എന്നിട്ട് അവർ തന്റെ തലമുടിച്ചുരുളുകൾ പിടിച്ചു വലിക്കും, കവിളിന്മേൽ നുള്ളും, കൈവിരലുകൾ ഞെരിക്കും. വേദന സഹിക്കാമായിരുന്നു. പക്ഷേ, ആ പേര്....

'സുന്ദരി'

ശിവൻ മേശപ്പുറത്തു കമഴ്ത്തിവെച്ചിരുന്ന കണ്ണാടി എടുത്തു മുഖം പരിശോധിച്ചു.

തുടുത്ത് ഉരുണ്ട കവിളുകൾ, ചുവന്ന ചുണ്ടുകൾ, നെറ്റിമേൽ വീണു കിടക്കുന്ന മുടിച്ചുരുളുകൾ, നീണ്ട രോമങ്ങളുള്ള കണ്ണിമകൾ....

ലജ്ജകൊണ്ട് അവന്റെ മുഖം തുടുത്തു. ആ തുടുപ്പ് ഇറങ്ങി കഴുത്തിന്റെ പിൻവശത്തേക്ക് പരന്നു. അവൻ കണ്ണാടി മേശമേൽ വെച്ച് മുറിയുടെ പുറത്തേക്ക് കടന്നു.

തന്റെ ഇരിമ്പുകെട്ടിയ ഷൂസിന്റെ ശബ്ദം അധികം കേൾപ്പിക്കാതെ അവൻ കോണിപ്പണികൾ ഇറങ്ങി. തളത്തിൽ ഒരു കസേരമേൽ ഇരുന്നുകൊണ്ട് അമ്മ എന്തോ തുന്നുകയാണ്. അമ്മയുടെ മുഖം ചുവന്നിരുന്നു. പക്ഷേ, കരച്ചിൽ മാറിയിരുന്നു. അവൻ ആ മുറിയിൽ കൂടി കടന്നുപോകുമ്പോൾ അമ്മ ചോദിച്ചു: 'ശിവൻ എങ്ങോട്ടാ പോണത്?'

'എങ്ങോട്ടുമില്ല.'

'ഇവിടെ ഇരിക്കൂ, കുട്ടി.'

പക്ഷേ, അവൻ അവിടെ ഇരുന്നില്ല. ഈയിടെയായി താൻ അമ്മയിൽ നിന്നും വളരെ അകന്നതായി അവന് തോന്നി. അവർ രണ്ടാളും തനിച്ചാവുമ്പോൾ അമ്മ ആ കൃത്രിമമായ ഉത്സാഹത്തോടുകൂടി ചോദിക്കും: 'എന്തൊക്കെയാണ് ശിവന്റെ സ്കൂളിലെ വർത്തമാനം? ഒക്കെ പറയൂ...'

അവൻ ആദ്യത്തിൽ പലതും പറഞ്ഞിരുന്നു. ഫുട്ബോൾ ടീം ജയിച്ചതും തന്റെ സ്നേഹിതൻ വർഗ്ഗീസ് വെള്ളിയാഴ്ച മീറ്റിംഗിൽ ദേശാഭിമാനത്തെപ്പറ്റി പ്രസംഗിച്ചതും, ഹെഡ്മാസ്റ്ററുടെ മകൻ കൽക്കത്തയിൽ നിന്നു വന്നതും മറ്റും. പക്ഷേ, അമ്മ ശൂന്യമായ ആ നോട്ടത്തോടെ മിണ്ടാതെയിരിക്കും. ഇടയ്ക്ക് ഞെട്ടികൊണ്ടു പറയും: '... ഉവ്വോ?'

അമ്മയുടെ വിചാരങ്ങൾ എവിടെയോ ആയിരുന്നു. നാട്ടിലേക്കുവരാൻ തീർച്ചയാക്കിയ മുതൽക്കേ അമ്മ മാറിക്കഴിഞ്ഞിരുന്നു. രാത്രി അച്ഛനുമായി തർക്കിക്കും, പലപ്പോഴും കരയും, പലപ്പോഴും ഒന്നും പറയാതെ തലതാഴ്ത്തിക്കൊണ്ടിരിക്കും.

'അമ്മയ്ക്കു നാട്ടിലേക്ക് പോവാൻ ഇഷ്ടമില്ലേ?'

ഒരിക്കൽ അവൻ ചോദിച്ചു. അമ്മ സോഫമേൽ കിടന്ന് ആലോചിക്കുകയായിരുന്നു. കണ്ണുകൾ നനയുന്നുണ്ടായിരുന്നു.

'....അമ്മയ്ക്കു നാട്ടിലേക്ക് പോവാൻ ഇഷ്ടമില്ലേ?'

'ഏ?'

അവൻ ചോദ്യം വീണ്ടും ആവർത്തിച്ചില്ല. എന്തുകൊണ്ടോ അതിന്റെ ഉത്തരം അറിയാനുള്ള മോഹം പെട്ടെന്ന് അവനു നശിച്ചു.

വാസ്തവത്തിൽ അതായിരുന്നുവോ അമ്മയുടെ മാറ്റത്തിനു കാരണം? അതോ, എപ്പോഴും സാഹിത്യസമ്മേളനങ്ങളിലും മറ്റുമായി സമയം കഴിച്ചിരുന്ന അമ്മയ്ക്ക് ഈ ഉൾനാട്ടിലെ ഉറക്കംതൂങ്ങിയ ജീവിതം മടുപ്പനായി തോന്നിയിട്ടോ? കുട്ടിക്കാലംമുതൽക്കേ അവന് അമ്മയെ എവിടേക്കെങ്കിലും പുറപ്പെടുന്നതായിട്ടോ എവിടെ നിന്നെങ്കിലും മടങ്ങുന്ന തായിട്ടോ മാത്രമേ ഓർക്കുവാൻ കഴിഞ്ഞിട്ടുള്ളു.

'ശിവനു പാലു കൊടുത്താൽ അവനെ വണ്ടിയിൽ കൊണ്ടു പോകണം.... മറക്കരുത്....'

'ഇന്നു ഞാൻ വരുമ്പോൾ കൂടെ രണ്ടാളുകൾ ഉണ്ടാവും. മാംസക്കറി ഉണ്ടാക്കുമ്പോൾ പ്രത്യേകം ശ്രദ്ധവെക്കണം. മറക്കരുത്.'

'ഞാൻ അൽപം വൈകി, ഇല്ലേ? ഇന്നു തിരക്കുള്ള റോഡിൽ ഒരു ടാക്സി കേടുവന്നു നിന്നു. അരമണിക്കൂറോളം ഞങ്ങൾക്കാർക്കും കാറോടിക്കാൻ കഴിഞ്ഞില്ല...'

അമ്മ മടമ്പുയർന്ന ചെരിപ്പുകൾ ഊരി വെൽവെറ്റു ചെരിപ്പുകളിലേക്കു കാലടികൾ തിരുകുകയാവും. അല്ലെങ്കിൽ ചെരിപ്പുകൾ ഊരി ഷൂസുകൾ ഇടുകയാവും.

'അമ്മ എങ്ങോട്ടാ?' അവൻ ചോദിക്കും. അമ്മ അവന്റെ തലമുടി ച്ചുരുളുകളിൽ വിരൽനടത്തിക്കൊണ്ടു ചിരിക്കും പക്ഷേ, ഒന്നും പറയില്ല.

'അമ്മ പോണ്ട' അപ്പോഴും അമ്മ ചിരിച്ചു. പക്ഷേ, അമ്മയെ ധൃതികൂട്ടി ക്കൊണ്ട് ചിലരെല്ലാം പടിക്കൽ കാറിന്റെ ഹോൺ അടിച്ചുകൊണ്ടിരുന്നു. അതുകൊണ്ട് സാരിയുടെ ഞൊറികൾ അൽപ്പം പൊക്കിപ്പിടിച്ചു വേഗത്തിൽ നടന്നുകൊണ്ട് അമ്മ അവരുടെ അടുത്തേക്കു പോയി....

'ശിവൻ ഇരിക്കൂ.'

അവൻ മനമില്ലാമനസ്സോടെ ഇരുന്നു. അമ്മ തുന്നിക്കൊണ്ടിരുന്ന മേശവിരി നിലത്തിട്ട്, ചാരിയിരുന്നു.

'വർഗ്ഗീസിന്റെ വർത്തമാനം പറയൂ. അവന്റെ അമ്മയ്ക്കു സുഖം തന്നെയല്ലേ?'

പുച്ഛരസത്തിന്റെ സ്പർശവും ആ കണ്ണുകളിലുണ്ടോ എന്ന് ശിവൻ പരിശോധിച്ചു. എന്നിട്ട് അവൻ പറഞ്ഞു: 'വർഗ്ഗീസിന്റെ അമ്മയ്ക്കു പനിയാണത്രേ.'

'അയ്യോ പാവം'

'കുറച്ചു കലശലാണത്രെ.'

'എന്തു പനിയാണ്? വല്ല ടൈഫോയിഡോ മറ്റോ ആയിരിക്കും. വർഗ്ഗീസ് എന്തിനാണ് സ്കൂളിൽ വരുന്നത്?'

'വർഗ്ഗീസ് സ്കൂളിൽ വരാറില്ല.'

'പിന്നെ നീ എങ്ങനെയറിഞ്ഞു?'

'ഞാൻ കേട്ടതാണ്....'

'ആ, പോവരുത് കേട്ടൊ, വല്ല പനിയും പിടിച്ചാൽ ഇവിടെ നല്ല ഡോക്ടർമാർ കൂടിയില്ല.'

അമ്മ എഴുന്നേറ്റു വേറെ ഏതോ മുറിയിലേക്കു പോയി. ശിവനും എഴുന്നേറ്റു.

പുറത്തു വെയിൽ മങ്ങുന്നതേയുള്ളു. വേഗത്തിൽ നടന്നാൽ പത്തു മിനിട്ടിൽ അവിടെ എത്താം. വർഗ്ഗീസിനെ അന്നു രാവിലെ താൻ മരുന്നു പീടികയുടെ അടുത്തു കണ്ടപ്പോൾത്തന്നെ അവൻ നിശ്ചയിച്ചതാണ്, വൈകുന്നേരം പോവണമെന്ന്.

'അമ്മച്ചിക്ക് ഇന്നു കുറെ ഭേദമുണ്ട്. താൻ വര്വോ?'

'വൈകുന്നേരം വരാം'

ക്ലാസിൽ ഇരുന്ന് ഹെഡ്മാസ്റ്റർ ഇംഗ്ലീഷ് വ്യാകരണത്തെപ്പറ്റി സംസാരിക്കുമ്പോൾ അവൻ വർഗ്ഗീസിന്റെ അമ്മയെപ്പറ്റി വിചാരിക്കുകയായിരുന്നു. അവരെ പരിചയപ്പെടുന്നതിന്റെ വളരെ മുമ്പുതന്നെ അവന് അവരെ അറിയാമായിരുന്നു.

വർഗ്ഗീസ് പറയും: 'അമ്മച്ചിക്ക് ബഷീറിന്റെ പുതിയ പുസ്തകം ഒട്ടും പിടിച്ചില്ല. ആഭാസമാണ് ഭാഷ എന്നു പറഞ്ഞു.'

'അമ്മച്ചി ചിരിച്ചുചത്തു. ഞാൻ ഇന്നു ക്ലാസിലുണ്ടായ ആ തമാശ....'

'അമ്മച്ചിക്ക് കുറച്ചു ഇംഗ്ലീഷ് പഠിക്കണമത്രേ....'

ഒരു ദിവസം, ശനിയാഴ്ചയാണെന്നു തോന്നുന്നു, അവൻ വർഗ്ഗീസിന്റെ കൂടെ ആ വീട്ടിലേക്കു പോയി. ഓല മേഞ്ഞ ആ വീടിന്റെ ഉമ്മറപ്പടിവരെ എത്തിയപ്പോൾ വർഗ്ഗീസ് വിളിച്ചു പറഞ്ഞു: 'അമ്മച്ചീ, ഇതാരാ വന്നിരിക്കുന്നേ, നോക്കൂ.'

'ആരാ പ്പൊ വരാൻ? പ്രധാനമന്ത്രി നെഹ്റുവോ?'

കുലുങ്ങിച്ചിരിച്ചുകൊണ്ട് വർഗ്ഗീസിന്റെ അമ്മ വാതിൽ കടന്നു വന്നു.

ഇരുനിറം, വളരെ തടിച്ച ദേഹം, എണ്ണ മിനുങ്ങിക്കിടക്കുന്ന മുടി, മുറുക്കിച്ചുവന്ന ചിരി, ചെറിയ ചുളുങ്ങിയ കണ്ണുകൾ.

'അല്ലാ....'

'ഇതാണ് ശിവൻ'

'വരൂ കൊച്ചേ.'

അകത്ത് ഒരു ഇരുമ്പുകട്ടിലിൻമേൽ പായയിട്ട് ഇരുന്ന് ചായയും കുഴലപ്പവും പഴവും കഴിക്കുമ്പോൾ അവൻ പറഞ്ഞു:

'വർഗ്ഗീസ്, താൻ ഭാഗ്യവാനാണ്.'

'ഉം? അതെന്താ?' വർഗ്ഗീസ് ഒരു പഴത്തിന്റെ തോലുരിഞ്ഞുകൊണ്ടു ചോദിച്ചു.

ശിവൻ പിന്നെ ഒന്നും പറഞ്ഞില്ല. പറയാൻ ഒരു നാണം. വെള്ള പൂശിയ ചുമരുകളിൻമേൽ പല സിനിമാതാരങ്ങളുടെയും ചിത്രങ്ങളുള്ള പഴയ കലണ്ടറുകൾ തൂങ്ങിക്കിടന്നിരുന്നു. ഒരു മൂലയിൽ ഒരു ഇരുമ്പു പെട്ടിമേൽ വർഗ്ഗീസിന്റെ പാഠപുസ്തകങ്ങളും പേനയും കിടന്നിരുന്നു. ആ മുറിയുടെ വാതിലിലൂടെ അടുക്കളയിലെ ചുവന്ന തീ കാണാമായിരുന്നു.

മടങ്ങിപ്പോരുമ്പോൾ അവൻ തിരിഞ്ഞുനോക്കി. വർഗ്ഗീസിന്റെ അമ്മ ചവിട്ടുപടിയിൻമേൽ നിന്നുകൊണ്ടു ചിരിക്കുകയായിരുന്നു.

'എന്താണു നോക്കുന്നത്?'

വർഗ്ഗീസ് അപ്പോൾ ചോദിച്ചു. അവൻ ഒന്നും പറഞ്ഞില്ല. വർഗ്ഗീസിന്റെ അമ്മയുടെ പരുത്ത സ്വരവും ആ നേരമ്പോക്കുകൾ പറയുമ്പോഴുള്ള ആംഗ്യങ്ങളും കുലുങ്ങിക്കൊണ്ടുള്ള പൊട്ടിച്ചിരികളും എല്ലാം അവൻ ഓർത്തുകൊണ്ടേയിരുന്നു. അന്നു മടങ്ങിയപ്പോൾ അമ്മ ചോദിച്ചു: 'ശിവൻ എവിടെയായിരുന്നു?'

'ഞാൻ വെറുതെ നടക്കാൻപോയതാ....'

'ഈ വെയിലത്തോ?'

അവൻ ഒന്നും പറയാതെ മുകളിലേക്കു പോയി വെറുപ്പോടെ ഷൂസ് കോണിപ്പടികളിൻമേൽ അമർത്തിച്ചവിട്ടിക്കൊണ്ടിരുന്നു. ട്ടക്ക്....ട്ടക്ക്. അമ്മ കോണിച്ചുവട്ടിൽ നിന്നുകൊണ്ട് അവനെ നോക്കി. പക്ഷേ, സംസാരിക്കാനൊന്നും നിൽക്കാതെ അവൻ മുറിയിൽ കടന്നു വാതിലടച്ചു.

'ഞാൻ വെറുക്കുന്നു... ഇതെല്ലാം വെറുക്കുന്നു.' അവൻ പറഞ്ഞു. വരാന്തയിൽനിന്ന് നാഴികമണി അഞ്ചടിച്ചു.

'ഞാൻ ഈ ജീവിതംതന്നെ വെറുക്കുന്നു.'

അത് ആറു മാസങ്ങൾക്കു മുമ്പായിരുന്നു, അവൻ ആലോചിച്ചു. അതിനു ശേഷം എത്ര തവണ താൻ അവിടെ ചെന്നിട്ടുണ്ട്. എത്ര തവണ വർഗ്ഗീസിന്റെ അമ്മ ഉണ്ടാക്കിയ അപ്പവും കുഴലപ്പവും തിന്നിട്ടുണ്ട്, അവരുടെ നേരമ്പോക്കുകൾ കേട്ടു ചിരിച്ചിട്ടുണ്ട്.... ഒരിക്കൽ ചായ കുടിച്ചുകൊണ്ടിരിക്കുമ്പോൾ വർഗ്ഗീസ് പറഞ്ഞു: 'ഇന്നു ശിവന്റെ പിറന്നാളാണ് അമ്മച്ചി. അമ്മച്ചിയുടെ വക സമ്മാനമൊന്നുമില്ലേ?'

'പിന്നെ, സമ്മാനമൊക്കെയുണ്ട്....'

അവർ ഒരു തുറക്കാത്ത പെട്ടി ബിസ്കറ്റ് അവന്റെ കൈയിൽ വെച്ചു കൊടുത്തു.

'ഇത് തൃശൂരിൽനിന്നു മേടിപ്പിച്ചതാണ്. അപ്പൻ പോയിരുന്നു ഇന്നലെ....'

ശിവൻ നിറയുന്ന തന്റെ കണ്ണുകൾ മറയ്ക്കാൻവേണ്ടി തല താഴ്ത്തി യിരുന്നു. അന്നു രാവിലെ അവൻ സ്കൂളിലേക്കു പോവുമ്പോൾ അച്ഛനോട് അമ്മ പറയുന്നതു കേട്ടു:

'ഇന്നു നമ്മുടെ ശിവന്റെ പിറന്നാളാണ്.'

അച്ഛൻ കടലാസ് താഴ്ത്താതെ പറഞ്ഞു: 'എനിക്ക് ഉണ്ണാനെത്താൻ കഴിയില്ല എന്നു തോന്നുന്നു. ആ കണ്ണുഡോക്ടറെ ഇന്നു പതിനൊന്നു മണിക്കാണു കാണേണ്ടത്....'

അമ്മ വിളിച്ചുപറഞ്ഞു : 'ഉണ്ണാൻ നേരത്തെ വരണം, കേട്ടോ ശിവാ. കളിക്കാൻ നില്ക്കരുത്.'

എന്തുകൊണ്ടാണ് അപ്പോഴും കരച്ചിൽ വന്നത്? പണ്ടെങ്ങാനോ പിറന്നാളാഘോഷിക്കുമ്പോൾ തന്റെ സ്നേഹിതൻമാരും ജ്യേഷ്ഠൻ മാരും ഒക്കെക്കൂടി പാടിയ പാട്ടുകൾ ഓർമ്മ വന്നിട്ടോ? അതോ, പണ്ടൊക്കെ പിറന്നാളുകൾക്ക് അമ്മ തരാറുള്ള സമ്മാനങ്ങൾ ഓർ ത്തിട്ടോ? എന്തോ, അറിയില്ല. ഒരുപക്ഷേ, തന്റെ ജ്യേഷ്ഠൻമാർ പറഞ്ഞതു ശരിയാവണം.

'ശിവൻ തനി പെണ്ണാണ്. അവന്റെ നാണവും കരച്ചിലും....'

'ആരാ, ശിവനോ?' വർഗ്ഗീസിന്റെ അച്ഛൻ കോലായിൻമേൽനിന്ന് എഴുന്നേറ്റുവരുന്നു.

'വരൂ, വരൂ'

അകത്തു കട്ടിലിൻമേൽ ഒരു കട്ടിയുള്ള കിടക്കവിരി പുതച്ചുകൊണ്ട് വർഗ്ഗീസിന്റെ അമ്മ ഉറങ്ങുകയാണ്.

'ഇന്നു വളരെ ഭേദമുണ്ട്.... പേടിക്കാനൊന്നുമില്ല. ഈ കാലത്തൊക്കെ എല്ലാറ്റിനും മരുന്നുണ്ടല്ലോ കുത്തിവെയ്ക്കാൻ.... പണ്ട് എന്റെ അപ്പനുള്ള കാലത്ത്....'

പക്ഷേ, ശിവൻ അതൊന്നും ശ്രദ്ധിച്ചില്ല. അവൻ മലർന്നുകിടക്കുന്ന ആ രൂപത്തെയും തടിച്ചു വിളർത്ത ആ മുഖത്തെയും നോക്കിക്കൊണ്ടു നിശ്ചലനായി ഇരുന്നു. വർഗ്ഗീസിന്റെ അമ്മ മരിച്ചാലോ?

എന്നാലെന്താണ്? വർഗ്ഗീസിന്റെ അമ്മ തന്റെ ആരാണ്? പരുത്ത കൈത്തലങ്ങളും ചുണ്ണാമ്പിന്റെയും വെറ്റില നീരിന്റെയും കറപിടിച്ച

കൈനഖങ്ങളും എണ്ണയൊലിക്കുന്ന മുടിയുള്ള ഈ സ്ത്രീ തന്റെ ആരാണ്? തന്റെ അമ്മ കവയിത്രിയല്ലേ? സുന്ദരിയല്ലേ?

'....ഇതെല്ലാം കുട്ടികൾക്കു ചേർന്നതാണ്. ഈ അസൂയയും മറ്റും. ഞാൻ ഗ്യാൻചന്ദിന്റെ കൂടെ ചായയ്ക്കു പോയാലെന്താണു തകരാറ്....'

അച്ഛൻ, അമ്മ, പട്ടുകൾ, സുഗന്ധദ്രവ്യങ്ങൾ, പുസ്തക അലമാരികൾ, മീറ്റിങ്ങുകൾ, അസൂയകൾ, കലഹങ്ങൾ.... ഇതാണോ തന്റെ ജീവിതം? കരയുന്ന അമ്മ, ദേഷ്യപ്പെടുന്ന അച്ഛൻ, തപാലിലേക്ക് ഒഴുകുന്ന കത്തുകൾ.... എന്നാൽ, അതിനിടയിൽ വേറൊരു ജീവിതം ഉയർന്നു വരുന്നു. സിനിമാതാരങ്ങളുടെ ഫോട്ടോകൾ ഉള്ള കലണ്ടറുകൾ തൂക്കിയ ചുമരുകൾക്കിടയിൽ ഇരുമ്പുകട്ടിലിന്മേൽ പായയിട്ട് ഇരുന്നുകൊണ്ട് അവൻ ചിരിച്ചു. അടുക്കളയിൽ നിന്ന് ഒരു തീക്കഷ്ണം ആടിക്കളിച്ചു കൊണ്ടിരുന്നു. വർഗ്ഗീസിന്റെ അമ്മ പറഞ്ഞു; 'കൊച്ചേ, നാളെ കുറച്ചു നേർത്തെ വരണം. വർഗ്ഗീസിനെ അയച്ച് പൈലിച്ചേട്ടന്റെ പാട്ടുപെട്ടി വരുത്തിക്കാം. നല്ല നീലക്കുയിൽപാട്ടുണ്ട് അവിടെ.'

'ആ, ശിവനോ?' വർഗ്ഗീസ് അകത്തേക്കു വന്നു ചോദിച്ചു: 'എന്താ അപ്പച്ചനും ശിവനും മിണ്ടാതിരിക്കുന്നത്?'

വർഗ്ഗീസ് കട്ടിലിൽ ചെന്നിരുന്നു വിളിച്ചു; 'അമ്മച്ചീ'

അവർ കണ്ണു തുറന്നു

'എന്നെ മനസ്സിലായില്ലേ?'

'വർഗ്ഗീസോ?'

'അമ്മച്ചിക്കു ഭേദം തോന്നുന്നില്ലേ?'

'ഉം'

'ഇതാ ശിവനുണ്ട് കാണാൻ വന്നിരിക്കുന്നു'

'ഉം'

'ശിവൻ'

ആ കണ്ണുകൾ പകച്ചു

'ശിവനെ അറിയില്ലേ?'

അവർ തലയാട്ടി. വീണ്ടും കണ്ണുകളടച്ചു

'അമ്മച്ചിക്കു ക്ഷീണംകൊണ്ടാണ്. അല്ലാതെ ശിവനെ ഓർമ്മയില്ലാതെയൊന്നുമല്ല.'

ശിവൻ ഒന്നും പറഞ്ഞില്ല; പക്ഷേ, കരച്ചിൽ അവന്റെ നെഞ്ചിൽ ഉയരുന്നുണ്ടായിരുന്നു.

അവൻ പറഞ്ഞു; 'ഇനി ഞാൻ പോട്ടെ വർഗ്ഗീസ്. നേരം ഇരുട്ടായിക്കഴിഞ്ഞു.'

'ശരിയാണ്.' വേലി കടക്കുമ്പോൾ വർഗ്ഗീസ് ഒന്നുകൂടി പറഞ്ഞു;

'അമ്മച്ചിക്കു പനികൊണ്ടാണ്. അല്ലാതെ ശിവനെ ഓർമ്മയില്ലാതെയല്ല.'

'ഉം,' അവൻ വലത്തെ കാൽ വലിച്ച് അൽപ്പം ഇഴച്ചുകൊണ്ട്, ചുമലുകൾ താഴ്ത്തി നടന്നു.

'ഏ, കുട്ടീ, കീഴ്പോട്ടു നോക്കി നടക്കൂ. അല്ലെങ്കിൽ മറ്റേ കാലും....'

തലമുടി അഴിച്ചിട്ട ഒരു ചെറുപ്പക്കാരി ഒരു സോപ്പുപെട്ടിയും കുറെ മുണ്ടുകളുമായി അവന്റെ എതിരെ വന്നു. അവൻ തലയുയർത്തി. തന്റെ മുഖം തുടുക്കുന്നതും ആ തുടുപ്പ് കഴുത്തിന്റെ പിന്നിലേക്കും ചെവികളിലേക്കും പരക്കുന്നതും അവന് അനുഭവപ്പെട്ടു. അവൻ വേഗത്തിൽ നടന്നു. പക്ഷേ, നാലഞ്ചുവാര കഴിഞ്ഞപ്പോൾ തിരിഞ്ഞുനോക്കി. ആ സ്ത്രീ ആശ്ചര്യത്തോടെ അവനെത്തന്നെ നോക്കിക്കൊണ്ടു നിൽക്കുന്നുണ്ടായിരുന്നു. ഒരിക്കൽ അച്ഛന്റെ വീട്ടിലെ ചേച്ചി അവനോടു പറഞ്ഞ ഒരു വാചകം അവന് ഓർമവന്നു:

'ശിവന്റെ മുഖം എന്തൊരു ഭംഗിയാണ്.'

അമ്മയും പറയാറുണ്ടായിരുന്നു;

'എന്റെ സുന്ദരൻ കുട്ടി.' പക്ഷേ, അന്നെല്ലാം അവൻ ഇത്ര വലുതായിരുന്നില്ല. അന്നൊക്കെ രാത്രിയിൽ, ഉറങ്ങാൻ പോവുമ്പോൾ താൻ അമ്മയെ ഉമ്മവയ്ക്കാറുണ്ടായിരുന്നു. ഇല്ലെങ്കിൽ അമ്മ വിളിച്ചുപറയും; 'അമ്മേനെ ഉമ്മവയ്ക്കു ബേബി.....'

വീടെത്തിയപ്പോൾ നല്ല ഇരുട്ടായികഴിഞ്ഞിരുന്നു. മുൻ വശത്തു കൂടി പോവാതെ, അവൻ അടുക്കളക്കോലായിൻമേൽ കയറി അകത്തേക്കു ചെന്നു. അമ്മ തളത്തിൽ മേശയ്ക്കടുത്ത് ഇരുന്ന് ഒരു കത്തെഴുതുകയായിരുന്നു. വലത്തോട്ടു ചെരിഞ്ഞ ആ ഭംഗിയുള്ള കൈയക്ഷരം നോക്കിക്കൊണ്ട് അവൻ കുറച്ചു നേരം കസാലയ്ക്കു പിന്നിൽ നിന്നു.

'മറ്റുള്ളവരുടെ കത്തുകൾ വായിക്കരുത്.'

അമ്മ പറഞ്ഞു. അവൻ വലത്തെ കാൽ വലിച്ചുകൊണ്ട് മെല്ലെ, വളരെ മെല്ലെ, കോണി കയറി തന്റെ മുറിയിലേക്കു പോയി. വാതിലടച്ചു പൂട്ടിയതിനുശേഷം അവൻ മേശമേൽനിന്നു കണ്ണാടിയെടുത്തു കുറച്ചു നേരം അതിൽ നോക്കി, അതു നിലത്തെറിഞ്ഞു പൊട്ടിച്ചു. വെള്ള നിറത്തിലുള്ള ആ കഷ്ണങ്ങൾ ഇരുളിൽ തിളങ്ങുന്നതും നോക്കിക്കൊണ്ട് അവൻ കട്ടിലിന്മേൽ കുറെ നേരം കിടന്നു.

'ഞാൻ ഇതെല്ലാം വെറുക്കുന്നു.... ഞാൻ കഠിനമായി വെറുക്കുന്നു....'

■

നെയ്പ്പായസം

ചുരുങ്ങിയ തോതിൽ ശവദഹനം കഴിച്ചുകൂട്ടി, ഓഫീസിലെ സ്നേഹിതൻമാരോടു വേണ്ടപോലെ നന്ദി പ്രകടിപ്പിച്ച്, രാത്രി വീട്ടിലേക്കു മടങ്ങുന്ന ആ മനുഷ്യനെ നമുക്ക് അച്ഛൻ എന്നു വിളിക്കാം. കാരണം, ആ പട്ടണത്തിൽ അയാളുടെ വില അറിയുന്നവർ മൂന്നു കുട്ടികൾ മാത്രമേയുള്ളു. അവർ അയാളെ 'അച്ഛാ' എന്നാണു വിളിക്കാറുള്ളത്.

ബസ്സിൽ അപരിചിതരുടെയിടയിൽ ഇരുന്നുകൊണ്ട് അയാൾ ആ ദിവസത്തിനെ ഓരോ നിമിഷങ്ങളും വെവ്വേറെയെടുത്തു പരിശോധിച്ചു.

രാവിലെ എഴുന്നേറ്റതുതന്നെ അവളുടെ ശബ്ദം കേട്ടിട്ടാണ്.

'മൂടിപ്പൊതച്ച് കെടന്നാപ്പറ്റ്വോ ഉണ്ണ്യേ? ഇന്ന് തിങ്കളാഴ്ചയല്ലേ?' അവൾ മൂത്ത മകനെ ഉണർത്തുകയായിരുന്നു. അതിനുശേഷം ഉലഞ്ഞ വെള്ള സാരിയുടുത്ത്, അവൾ അടുക്കളയിൽ ജോലി തുടങ്ങി. തനിക്ക് ഒരു വലിയ കോപ്പയിൽ കാപ്പികൊണ്ടുവന്നു തന്നു. പിന്നെ? പിന്നെ, എന്തെല്ലാമുണ്ടായി? മറക്കാൻ പാടില്ലാത്ത വല്ല വാക്കുകളും അവൾ പറഞ്ഞുവോ? എത്രതന്നെ ശ്രമിച്ചിട്ടും, അവൾ പിന്നീടു പറഞ്ഞതൊന്നും ഓർമ്മ വരുന്നില്ല. 'മൂടി പ്പൊതച്ച് കെടന്നാപ്പറ്റ്വോ? ഇന്ന് തിങ്കളാഴ്ചയല്ലേ?' ആ വാക്യം മാത്രം മായാതെ ഓർമ്മയിൽ കിടക്കുന്നു. അത് ഒരു ഈശ്വരനാമമെന്നപോലെ അയാൾ മന്ത്രിച്ചു. അതു മറന്നുപോയാൽ തന്റെ നഷ്ടം പെട്ടെന്ന് അസഹനീയമായിത്തീരുമെന്ന് അയാൾക്കു തോന്നി.

ഓഫീസിലേക്കു പോവുമ്പോൾ കുട്ടികൾ കൂടെയുണ്ടായിരുന്നു. അവർക്ക് സ്കൂളിൽവെച്ചു കഴിക്കാനുള്ള പലഹാരങ്ങൾ ചെറിയ അലൂമിനിയപ്പാത്രങ്ങളിലാക്കി അവൾ എടുത്തുകൊണ്ടുവന്നു തന്നു. അവളുടെ വലത്തെ കൈയിൽ കുറച്ചു മഞ്ഞൾപ്പൊടി പറ്റിനിന്നിരുന്നു.

ഓഫീസിൽവെച്ച് അവളെപ്പറ്റി ഒരിക്കലെങ്കിലും ഓർക്കുകയുണ്ടായില്ല. ഒന്നുരണ്ടു കൊല്ലങ്ങൾ നീണ്ടുനിന്ന ഒരു അനുരാഗബന്ധത്തിന്റെ ഫലമായിട്ടാണ് അവർ വിവാഹം കഴിച്ചത്. വീട്ടുകാരുടെ

സമ്മതത്തോടെയല്ല. എങ്കിലും അതിനെപ്പറ്റി പശ്ചാത്തപിക്കുവാൻ ഒരിക്കലും തോന്നിയില്ല. പണത്തിന്റെ ക്ഷാമം, കുട്ടികളുടെ അനാരോഗ്യ കാലങ്ങൾ.... അങ്ങനെ ചില ബുദ്ധിമുട്ടുകൾ അവരെ തളർത്തിക്കൊണ്ടിരുന്നു. അവൾക്കു വേഷധാരണത്തിൽ ശ്രദ്ധ കുറഞ്ഞു. അയാൾക്കു പൊട്ടിച്ചിരിക്കുവാനുള്ള കഴിവ് ഏതാ ണ്ടൊക്കെ നശിച്ചു.

എന്നാലും, അവർ തമ്മിൽ സ്നേഹിച്ചു. അവരുടെ മൂന്നു കുട്ടികൾ അവരെയും സ്നേഹിച്ചു. ആൺകുട്ടികളായിരുന്നു. ഉണ്ണി - പത്തുവയസ്സ്, ബാലൻ - ഏഴു വയസ്സ്, രാജൻ - അഞ്ചു വയസ്സ്. മുഖത്ത് എല്ലായ്പ്പോഴും മെഴുക്കു പറ്റിനിൽക്കുന്ന മൂന്നു കുട്ടികൾ, പറയത്തക്ക സൗന്ദര്യമോ സാമർത്ഥ്യമോ ഒന്നുമില്ലാത്തവർ. പക്ഷേ അമ്മയും അച്ഛനും അന്യോന്യം പറഞ്ഞു;

'ഉണ്ണിക്ക് എഞ്ചിനീയറിങ്ങിലാ വാസന. അവൻ എപ്പോഴും ഓരോന്ന് ഉണ്ടാക്കികൊണ്ടിരിക്കും.'

'ബാലനെ ഡോക്ടരാക്കണം. അവന്റെ നെറ്റി കണ്ടോ? അത്ര വല്യ നെറ്റി ബുദ്ധീടെ ലക്ഷണാ.'

'രാജന് ഇര്ട്ടത്ത് നടക്കാനും കൂടി പേടീല്യ. അവൻ സമർത്ഥനാ. പട്ടാളത്തില് ചേരണ്ട മട്ടാ.'

അവർ താമസിച്ചിരുന്നതു പട്ടണത്തിൽ ഇടത്തരക്കാർ താമസിക്കുന്ന ഒരു ചെറിയ തെരുവിലാണ്. ഒന്നാം നിലയിൽ മൂന്നു മുറികളുള്ള ഒരു ഫ്ളാറ്റ്. ഒരു മുറിയുടെ മുമ്പിൽ കഷ്ടിച്ചു രണ്ടാൾക്കു നിൽക്കുവാൻ സ്ഥലമുള്ള ഒരു കൊച്ചു വരാന്തയുമുണ്ട്. അതിൽ അമ്മ നനച്ചുണ്ടാക്കിയ ഒരു പനിനീർച്ചെടി ഒരു പൂച്ചട്ടിയിൽ വളരുന്നു. പക്ഷേ, ഇതേവരെ പൂവുണ്ടായിട്ടില്ല.

അടുക്കളയിൽ ചുമരിന്മേൽ തറച്ചിട്ടുള്ള കൊളുത്തുകളിൽ പിച്ചള ച്ചട്ടുകങ്ങളും കരണ്ടികളും തൂങ്ങിക്കിടക്കുന്നു. സ്റ്റൗവിന്റെ അടുത്ത് അമ്മയിരിക്കാറുള്ള ഒരു തേഞ്ഞ പലകയുണ്ട്. അവൾ അവിടെ ഇരുന്നു ചപ്പാത്തി ഉണ്ടാക്കുമ്പോഴാണു സാധാരണയായി അച്ഛൻ ഓഫീസിൽ നിന്നു മടങ്ങി യെത്തുക.

ബസ്സ് നിന്നപ്പോൾ അയാൾ ഇറങ്ങി. കാലിന്റെ മുട്ടിനു നേരിയ ഒരു വേദന തോന്നി. വാതമായിരിക്കുമോ? താൻ കിടപ്പിലായാൽ കുട്ടികൾക്ക് ഇനി ആരാണുള്ളത്? പെട്ടെന്ന് അയാളുടെ കണ്ണുകൾ നിറഞ്ഞു. അയാൾ ഒരു മുഷിഞ്ഞ കൈലേസുകൊണ്ടു മുഖം തുടച്ചു. ധൃതിയിൽ വീട്ടിലേക്കു നടന്നു.

കുട്ടികൾ ഉറങ്ങിയിരിക്കുമോ? അവർ വല്ലതും കഴിച്ചുവോ? അതോ, കരഞ്ഞുകരഞ്ഞ് ഉറങ്ങിയോ? കരയാനുള്ള തന്റേടവും അവർക്കു വന്നു കഴിഞ്ഞിട്ടില്ല. ഇല്ലെങ്കിൽ താൻ അവളെയെടുത്തു ടാക്സിയിൽ

കയറ്റിയപ്പോൾ ഉണ്ണി എന്താണു കരയാതെ വെറുതെ നോക്കിക്കൊണ്ടു നിന്നത്? ചെറിയ മകൻ മാത്രം കരഞ്ഞു. പക്ഷേ, അവനു ടാക്സിയിൽ കയറണമെന്നു വാശിയായിരുന്നു. മരണത്തിന്റെ അർത്ഥം അവർ അറിഞ്ഞിരുന്നില്ല, തീർച്ച.

താൻ അറിഞ്ഞിരുന്നുവോ? ഇല്ല. എന്നും വീട്ടിൽ കാണുന്ന അവൾ പെട്ടെന്ന് ഒരു വൈകുന്നേരം യാതൊരാളോടും യാത്രപറയാതെ നിലത്ത് ഒരു ചൂലിന്റെ അടുത്തു വീണു മരിക്കുമെന്നു താൻ വിചാരിച്ചിരുന്നുവോ?

ഓഫീസിൽനിന്നു വന്നപ്പോൾ താൻ അടുക്കളയുടെ ജനൽ വാതിലിൽ കൂടി അകത്തേക്കു നോക്കി. അവൾ അവിടെ ഉണ്ടായിരുന്നില്ല.

മുറ്റത്തു കുട്ടികൾ കളിക്കുന്നതിന്റെ ശബ്ദം ഉയർന്നുകൊണ്ടിരുന്നു. ഉണ്ണി വിളിച്ചുപറയുകയാണ്; 'ഫസ്റ്റ്ക്ലാസ്സ് ഷോട്ട്.'

താൻ താക്കോലെടുത്ത് ഉമ്മറത്തെ വാതിൽ തുറന്നു. അപ്പോഴാണ് അവളുടെ കിടപ്പു കണ്ടത്. വായ അൽപ്പം തുറന്ന്, നിലത്തു ചെരിഞ്ഞു കിടക്കുന്നു. തലതിരിഞ്ഞു വീണതായിരിക്കുമെന്നു വിചാരിച്ചു. പക്ഷേ, ഹോസ്പിറ്റലിൽ വെച്ചു ഡോക്ടർ പറഞ്ഞു; 'ഹൃദയസ്തംഭനമാണ്. മരിച്ചിട്ട് ഒന്നര മണിക്കൂറായി.'

പല വികാരങ്ങൾ. അവളോട് അകാരണമായി ഒരു ദേഷ്യം. അവൾ ഇങ്ങനെ, താക്കീതുകളൊന്നും കൂടാതെ എല്ലാ ചുമതലകളും തന്റെ തലയിൽവെച്ചുകൊണ്ടുപോയല്ലോ!

ഇനി ആരാണു കുട്ടികളെ കുളിപ്പിക്കുക? ആരാണ് അവർക്കു പലഹാരങ്ങൾ ഉണ്ടാക്കികൊടുക്കുക? ആരാണു ദീനം പിടിപെടുമ്പോൾ അവരെ ശുശ്രൂഷിക്കുക?

'എന്റെ ഭാര്യ മരിച്ചു.' അയാൾ തന്നെത്താൻ മന്ത്രിച്ചു; 'എന്റെ ഭാര്യ ഇന്നു പെട്ടെന്നു ഹൃദയസ്തംഭനംമൂലം മരിച്ചതുകൊണ്ട് എനിക്കു രണ്ടു ദിവസത്തെ ലീവു വേണം.'

എത്ര നല്ല ഒരു 'ലീവ് അഭ്യർത്ഥന'യായിരിക്കും അത്! ഭാര്യയ്ക്കു സുഖക്കേടാണെന്നല്ല, ഭാര്യ മരിച്ചുവെന്ന്. മേലുദ്യോഗസ്ഥൻ ഒരു പക്ഷേ, തന്നെ മുറിയിലേക്കു വിളിച്ചേക്കാം. 'ഞാൻ വളരെ വ്യസനിക്കുന്നു.' - അയാൾ പറയും. ഹഹ! അയാളുടെ വ്യസനം! അയാൾ അവളെ അറിയില്ല. അവളുടെ അറ്റം ചുരുണ്ട തലമുടിയും, ക്ഷീണിച്ച പുഞ്ചിരിയും, മെല്ലെ മെല്ലെയുള്ള നടത്തവും ഒന്നും അയാൾക്കറിയില്ല. അതെല്ലാം തന്റെ നഷ്ടങ്ങളാണ്....

വാതിൽ തുറന്നപ്പോൾ ചെറിയ മകൻ കിടപ്പറയിൽ നിന്ന് ഓടിവന്നു പറഞ്ഞു; 'അമ്മ വന്നിട്ടില്യ.'

അവൻ ഇത്ര വേഗം അതെല്ലാം മറന്നുവെന്നോ? ടാക്സിയിലേക്കു കേറ്റിവെച്ച ആ ശരീരം തനിച്ചു മടങ്ങിവരുമെന്ന് അവൻ വിചാരിച്ചുവോ?

അയാൾ അവന്റെ കൈപിടിച്ചുകൊണ്ട് അടുക്കളയിലേക്കു നടന്നു.

'ഉണ്ണീ' അയാൾ വിളിച്ചു

'എന്താ, അച്ഛാ?'

ഉണ്ണി കട്ടിലിന്മേൽ നിന്ന് എഴുന്നേറ്റു വന്നു.

'ബാലൻ ഒറങ്ങി'

'ഉം, നിങ്ങളൊക്കെ വല്ലതും കഴിച്ചോ?'

'ഇല്യ'

അയാൾ അടുക്കളയിൽ തിണ്ണമേൽ അടച്ചുവെച്ചിരുന്ന പാത്രങ്ങളുടെ തട്ടുകൾ നീക്കി പരിശോധിച്ചു. അവൾ തയ്യാറാക്കിവെച്ചിരുന്ന ഭക്ഷണം – ചപ്പാത്തി, ചോറ്, ഉരുളക്കിഴങ്ങു കൂട്ടാൻ, ഉപ്പേരി, തൈര്, ഒരു സ്ഫടിക പ്പാത്രത്തിൽ, കുട്ടികൾക്കുവേണ്ടി ഇടക്കിടയ്ക്ക് ഉണ്ടാക്കാറുള്ള നെയ്പ്പായസവും.

മരണത്തിന്റെ സ്പർശം തട്ടിയ ഭക്ഷണസാധനങ്ങൾ! വേണ്ട അതൊന്നും ഭക്ഷിച്ചുകൂടാ.

'ഞാൻ കുറച്ച് ഉപ്പുമാവ് ഉണ്ടാക്കിത്തരാം. ഇതൊക്കെ തണുത്തിരിക്കുന്നു.' അയാൾ പറഞ്ഞു.

'അച്ഛാ!'

ഉണ്ണി വിളിച്ചു

'ഉം?'

'അമ്മ എപ്പഴാ വര്വാ അമ്മയ്ക്കു മാറീല്ല്യേ?'

സത്യത്തിന് ഒരു ദിവസം കാക്കുവാനുള്ള ക്ഷമയുണ്ടാവട്ടെ – അയാൾ വിചാരിച്ചു. ഇപ്പോൾ, ഈ രാത്രിയിൽ കുട്ടിയെ വ്യസനിപ്പിച്ചിട്ടെന്താണു കിട്ടാനുള്ളത്?

'അമ്മ വരും' അയാൾ പറഞ്ഞു

അയാൾ കിണ്ണങ്ങൾ കഴുകി നിലത്തുവെച്ചു. രണ്ടു കിണ്ണങ്ങൾ.

'ബാലനെ വിളിക്കേണ്ട. ഒറങ്ങിക്കോട്ടെ.' അയാൾ പറഞ്ഞു.

'അച്ഛാ, നെയ്പ്പായസം.' രാജൻ പറഞ്ഞു. അവൻ ആ പാത്രത്തിൽ തന്റെ ചൂണ്ടാണിവിരൽ താഴ്ത്തി.

അയാൾ തന്റെ ഭാര്യയിരിക്കാറുള്ള പലകമേൽ ഇരുന്നു.

'ഉണ്ണി വെളമ്പിക്കൊടുക്ക്വോ? അച്ഛനു വയ്യ. തല വേദനിക്കുന്നു.'

അവർ കഴിക്കട്ടെ. ഇനി ഒരിക്കലും അവളുണ്ടാക്കിയ ആഹാരം അവർക്കു കിട്ടുകയില്ലല്ലോ.

കുട്ടികൾ പായസം കഴിച്ചുതുടങ്ങി. അയാൾ അതു നോക്കിക്കൊണ്ടു നിശ്ചലനായി ഇരുന്നു. കുറെ നിമിഷങ്ങൾക്കു ശേഷം അയാൾ ചോദിച്ചു;

'ചോറു വേണ്ടേ ഉണ്ണീ?'

'വേണ്ട, പായസം മതി. നല്ല സ്വാദ്ണ്ട്.'

ഉണ്ണി പറഞ്ഞു

രാജൻ ചിരിച്ചുകൊണ്ടു പറഞ്ഞു; 'ശെരിയാ...... അമ്മ അസ്സല് നെയ്പ്പായസാ ഉണ്ടാക്ക്യേത്......'

തന്റെ കണ്ണുനീർ കുട്ടികളിൽനിന്നു മറച്ചുവെക്കുവാൻവേണ്ടി അയാൾ പെട്ടെന്ന് എഴുന്നേറ്റു കുളിമുറിയിലേക്കു നടന്നു. ∎

കാളവണ്ടികൾ

'എന്നെ ഇവിടേക്കു കൊണ്ടുവരേണ്ടിയിരുന്നില്ല.' അവൾ അതു പറഞ്ഞില്ല. പക്ഷേ, അവളുടെ കണ്ണുകളിലും വിരൽത്തുമ്പുകളിലും നടത്തത്തിലും എല്ലാം ആ വാചകം പറ്റിനിന്നിരുന്നു. അയാൾ അതു കാണാതിരിക്കാൻ ശ്രമിച്ചു. വർത്തമാനക്കടലാസിന്റെ പിന്നിൽ ഒളിച്ചു കൊണ്ട് അയാൾ ശാന്തതയുള്ള ഒരു സ്വരത്തിൽ പറഞ്ഞു; മദിരാശിയിൽ ഇന്നലെ നല്ല മഴ പെയ്തുവത്രെ

'ഉം'

അയാൾ കടലാസ് മാറ്റിവെച്ച് അവളെ നോക്കി. തൂണും ചാരിനിന്ന്, അങ്ങകലെ കാണുന്ന തെരുവിലേക്കു നോക്കുകയായിരുന്നു അവൾ. ഉച്ചവെയിലിൽ തെളിയുന്ന തടാകങ്ങളെപ്പോലെയായിരുന്നു അവളുടെ കണ്ണുകൾ. അവൾ വീണ്ടും കരയാൻ പുറപ്പെടുകയാണോ എന്ന് അയാൾ സംശയിച്ചു.

'മാധവിക്കുട്ടി ചായ കുടിക്കാറില്ലേ?'

'ഉം.'

അവൾ അഴിയാൻതുടങ്ങിയിരുന്ന തലമുടി ഇടത്തെ കയ്യിന്മേൽ ചുറ്റിത്തിരിച്ചു കെട്ടിയിട്ടു സാവധാനം നടന്ന് അകത്തേക്കു പോയി. അവളുടെ തലയിൽനിന്നു നരച്ച തലനാരിഴ പറന്ന് അയാളുടെ ചാരുകസാലമേൽ ചെന്നുവീണു. അയാൾ അത് എടുത്തുമാറ്റിയില്ല. തലേന്നാൾ അലമാരികൾ തുറന്നു, സാമാനങ്ങൾ ഒതുക്കുമ്പോൾ അവൾ പല കുപ്പികളും എടുത്തു പുറത്തുവെച്ചു. തലമുടി വീണ്ടും കറുപ്പിക്കുവാൻ അവൾ ഉപയോഗിച്ചിരുന്ന ചായം, മുഖത്തു തണുപ്പുകാലത്തു തേച്ചിരുന്ന കുഴമ്പുകൾ, വാസനദ്രവ്യങ്ങൾ....

'ഇതൊക്കെ എന്തിനാണു കളയുന്നത്?' അയാൾ ചോദിച്ചു.

അവൾ തൂവൽച്ചൂൽകൊണ്ടു പൊടി തട്ടുന്നതിനിടയിൽ തലയുയർത്താതെ പറഞ്ഞു: 'ഇനി എനിക്ക് ഇതൊന്നും ആവശ്യമില്ല. ഇതൊന്നും തേയ്ക്കേണ്ട പ്രായമല്ല ഇപ്പോൾ....'

അയാൾ ചിരിക്കാൻ ശ്രമിച്ചു. പക്ഷേ, അവളുടെ കണ്ണുകൾ കണ്ട പ്പോൾ അയാൾക്കു ചിരിക്കാൻ കഴിഞ്ഞില്ല. അവൾ ഇടയ്ക്കെങ്കിലും പൊട്ടിക്കരഞ്ഞിരുന്നുവെങ്കിൽ എത്ര നന്നായിരുന്നു എന്ന് അയാൾ ആലോചിച്ചു. എന്നാൽ തനിക്ക് അവളോടു ചോദിക്കാമായിരുന്നു:

'എന്താണു മാധവിക്കുട്ടി നിനക്കിത്ര വ്യസനം?'

അവൾ മറുപടി പറഞ്ഞില്ലെങ്കിൽത്തന്നെ തനിക്ക് അതു മനസ്സി ലാവും. പക്ഷേ, അവളെ സന്തോഷിപ്പിക്കുവാൻ രണ്ടു വഴികളേ ഉണ്ടായിരുന്നുള്ളു. ഇത്ര ശുഷ്കാന്തിയോടെ പണിയെടുപ്പിച്ച് ഉണ്ടാക്കിയ ഈ വീട് ഉപേക്ഷിച്ചു വീണ്ടും മദിരാശിക്കു മടങ്ങുക. അല്ലെങ്കിൽ, കുട്ടികളെ ഇങ്ങോട്ടു വരുത്തുക. രണ്ടും സാദ്ധ്യമല്ല. രണ്ടു കൊല്ലത്തിനു ശേഷം തനിക്കെങ്ങനെ എല്ലാവരോടും തന്റെ പരാജയം സമ്മതിക്കാം? എനിക്കു തെറ്റു പറ്റിയതാണ്. എനിക്ക് നാട്ടിൽ താമസിക്കാൻ സാധിക്കു ന്നില്ല. അങ്ങനെ പറയാൻ കഴിയുമോ? മൂത്തമകനായ മനോഹർ എന്തു വിചാരിക്കും? തന്റെ ബാങ്കിലെ പഴയ കൂട്ടുകാർ എന്തു വിചാരിക്കും?

'....നിങ്ങൾ ഭാഗ്യവാനാണു മിസ്റ്റർ മേനോൻ. ഈ ദുർഘടം പിടിച്ച കാലത്തു നിങ്ങൾക്കിതൊന്നും അറിയാതെ നാട്ടിൽ സുഖമായി കഴിയാമല്ലോ.'

'രാമചന്ദ്രൻ മടങ്ങിവന്നു നിങ്ങളുടെ പുതിയ വീടിനെപ്പറ്റി വളരെ വർണ്ണിച്ചു....' റെഡ്ഡി എഴുതിയിരുന്നു. വളരെ കൊല്ലങ്ങൾ താൻ ഉപയോഗി ച്ചിരുന്ന ആ മുറിയിൽ, ചക്രങ്ങളുള്ള ആ കറുത്ത കസാലമേൽ ഇപ്പോൾ തനിക്കു പകരം റെഡ്ഡി ഇരിക്കുകയാവും. ഓഹരിക്കാരുടെ മീറ്റിങ്ങുകളിൽ, റെഡ്ഡി എഴുന്നേറ്റു തന്റെ സ്വാഭാവികമായ ആട്ടത്തോടെ സംസാരിക്കു ന്നുണ്ടാവും. കയ്യുകൾ മലർത്തി കാണിക്കുന്നുണ്ടാവും, ചിരിക്കാൻ ശ്രമി ക്കുന്നുണ്ടാവും. റെഡ്ഡിയെ ഡയറക്ടർമാരുടെ സമ്മതത്തോടെ വടക്കെ ഇന്ത്യയിലെ ഒരു ബാങ്കിൽനിന്ന് ഇറക്കുമതി ചെയ്തതാണ്. അയാൾ ഈ ബാങ്കിനെപ്പറ്റി പഠിച്ചുവരുന്നതേയുള്ളു. അതുകൊണ്ട് അയാളുടെ തെറ്റുകൾ പൊറുക്കപ്പെടും. പുരികങ്ങൾ ഉയർത്തി, യുവത്വമുള്ള ആ ചിരി പുറത്തെടുത്ത്, കൈകൾ മലർത്തിക്കൊണ്ട് അയാൾക്കു പറയാം: '....സംഗതികൾ ഇങ്ങനെയാണ്. ഞാനെന്തു ചെയ്യും, പറയൂ.'

ഡയറക്ടർമാർ പുരികമുയർത്തിയില്ല. ദേഷ്യം വരുമ്പോൾ കണ്ണട ഊരി മേശപ്പുറത്തു വെക്കുന്ന സഞ്ജീവറാവുകൂടി ഒരു പക്ഷേ, സ്വയം നിയന്ത്രിച്ചേക്കാം. കാരണം, റെഡ്ഡി പുതിയ ആളാണ്. അമേരിക്കയിൽ രണ്ടു കൊല്ലം പരിശീലനം കഴിഞ്ഞു മടങ്ങിയ ആളാണ്.....

തപാൽശിപായി കത്തുകളും മറ്റും കൊണ്ടുവന്നു മേശപ്പുറത്തു വെച്ചു. നീലവക്കുകളുള്ള ലക്കോട്ട് മനോഹറിന്റെയായിരുന്നു. സാധാ രണയായി, തന്റെ മക്കൾ അമ്മയുടെ മേൽവിലാസത്തിൽ മാത്രമാണ്

കത്തുകൾ അയയ്ക്കാറുള്ളത്. പക്ഷേ, മനോഹർ തന്റെ മേൽവിലാസം എഴുതിയിരിക്കുന്നതു കണ്ടപ്പോൾ അയാൾ അതു തുറന്നു.

ക്ഷേമത്തിനെപ്പറ്റിയും കാലാവസ്ഥയെപ്പറ്റിയും മറ്റുമുള്ള ആദ്യത്തെ മര്യാദവാക്കുകൾക്കു ശേഷം മനോഹർ എഴുതിയിരുന്നു:

'ലില്ലിക്ക് അൽപം വിശ്രമം വേണമെന്ന് എനിക്കു തോന്നുന്നു. അവളുടെ ദേഹം പിന്നെപ്പിന്നെ മെലിയുകയാണ്. മാത്രമല്ല, എപ്പോഴും കരച്ചിൽതന്നെ. ഞാൻ ജോലികഴിഞ്ഞു മടങ്ങി വരുമ്പോൾ അവൾക്കെന്തെങ്കിലും ആവലാതി ഉണ്ടാവും. ഞാൻ എപ്പോഴും അവളുടെ കണ്ണിൽ തെറ്റുകാരനാണ്. അവളെ സ്നേഹിക്കുന്നില്ല. കുട്ടിയെപ്പോലും സ്നേഹിക്കുന്നില്ല, എന്നൊക്കെ പറഞ്ഞു കരഞ്ഞുതുടങ്ങും. എന്റെ ക്ഷമ അവസാനിച്ചു തുടങ്ങി. ഇതൊക്കെ ഞാൻ അച്ഛന് എഴുതുന്നത് എനിക്ക് എന്താണു ചെയ്യേണ്ടത് എന്ന് അറിയാതെയാണ്. ലില്ലിയുടെ ഈ സ്ഥിതി ഇങ്ങനെ നീണ്ടുനിന്നാൽ എനിക്കു ജോലിയെടുക്കാൻകൂടി സാധിക്കാതെ വരും എന്നു തോന്നുന്നു. രാത്രി ഉറക്കമില്ലാതെ കഴിയേണ്ടി വരുമ്പോഴത്തെ സ്ഥിതി ഒന്നാലോചിച്ചു നോക്കൂ. കുറച്ചു ദിവസത്തിന് അവളെ അവളുടെ അമ്മയുടെ അടുത്തേക്ക് അയച്ചാലോ എന്നു ഞാൻ വിചാരിക്കുന്നു. പ്രസവത്തിനുശേഷം അവളുടെ ഞരമ്പുകൾ ആകെ കേടുവന്നിരിക്കുന്നു.

ഓഫീസിൽവെച്ചു ഞാൻ ഒരു രഹസ്യം കേട്ടു.... എണ്ണക്കമ്പനിക്കാർക്കു ദക്ഷിണേന്ത്യയിൽ ഒരു ബ്രാഞ്ച് തുറക്കുവാനുള്ള ഉദ്ദേശമുണ്ടത്രേ. ഗവൺമ്മേണ്ട്....'

അയാൾ കത്തു മടക്കി കുപ്പായത്തിന്റെ കീശയിലിട്ടു. അതിന്റെ ലക്കോട്ടെടുത്തു ചുരുട്ടി മുറ്റത്തേക്കും എറിഞ്ഞു. ബാക്കിയുള്ള മൂന്നു കത്തുകളും മാധവിക്കുട്ടിക്കായിരുന്നു. അയാൾ അവയെടുത്ത് അകത്തേക്കു നടന്നു.

അകത്ത്, മേശയ്ക്കരികെ നിന്നുകൊണ്ട് അവൾ ചായ അരിപ്പയിൽ കൂടി കപ്പിലേക്ക് ഒഴിക്കുകയായിരുന്നു. ആ മുറിയിലെ മങ്ങിയ വെളിച്ചത്തിൽ അവളുടെ കാതുകളിലെ വൈരക്കമ്മലുകൾ വെള്ളത്തുള്ളികളായിരുന്നു. അയാൾ അവളുടെ ഉരുണ്ട കൈത്തണ്ടകളും നരച്ചു തുടങ്ങിയ മുടിച്ചുരുളുകളും തല കുനിച്ചുള്ള ആ നിൽപ്പും കുറച്ചു നേരം നോക്കിക്കൊണ്ടു നിന്നു. അവൾ തലയുയർത്തി: 'കത്തുകൾ ഉണ്ടോ?'

അവൾ ചായക്കോപ്പ അയാൾക്കു നീക്കിവെച്ചു. എന്നിട്ടു പുതച്ച മുണ്ടിന്റെ അറ്റംകൊണ്ടു വിരലുകൾ തുടച്ച്, കത്തുകൾ എടുത്തു. അതിൽ ഒന്നു ലില്ലിയുടേതായിരുന്നതുകൊണ്ട്, അയാൾ എഴുത്തുകൾ വായിക്കുമ്പോഴത്തെ അവളുടെ മുഖഭാവം ശ്രദ്ധിച്ചുകൊണ്ടിരുന്നു. അവൾ പുരികങ്ങൾ ഉയർത്തി, വീണ്ടും യാതൊരു ഭാവഭേദവും കൂടാതെ വായന തുടർന്നു.

'ആരുടെയാണ്, ലില്ലിയുടെയാണോ?'

'ഉം'

'എന്താണു വിശേഷങ്ങൾ? കുട്ടിയുടെ വർത്തമാനമെഴുതിയിട്ടില്ലേ?'

'ഉം, പല്ലുവരാനുള്ള ഭാവമുണ്ടത്രേ. ശാഠ്യവും നല്ലപോലെ തുടങ്ങിയിരിക്കുന്നു. എന്താണു കൊടുക്കേണ്ടതെന്നും മറ്റും വലിയ ശങ്കകളാണ് ലില്ലിക്ക്. ഗോതമ്പു കൊടുക്കാൻ ചിലർ പറയുന്നു. ഗ്ലാക്സോ മാറ്റണോ എന്നൊക്കെ ഒരു കൂട്ടം ചോദ്യങ്ങൾ'

അവൾ ആ കത്തു മടക്കി മേശവിരിയുടെ അടിയിൽ ഒളിപ്പിച്ചു. സാധാരണയായി അവൾ എല്ലാ കത്തുകളും അയാൾക്കു വായിക്കാൻ നീട്ടാറുണ്ടായിരുന്നു. പക്ഷേ, അയാൾ ഒന്നും ചോദിച്ചില്ല. അവൾ മറ്റു കത്തുകൾ പൊളിച്ചതേയില്ല.

'എന്താണു കത്തുകൾ പൊളിക്കാത്തത്?'

'അതു മഹിളാസമാജക്കാരുടെ വർത്തമാനങ്ങളാവും. അതൊന്നും വായിക്കാൻ വലിയ തിരക്കില്ല.'

എന്നിട്ട് അവൾ ചിരിച്ചു. അവളുടെ കണ്ണുകളിലെ വ്യസനഛായ നീങ്ങി. പക്ഷേ, ആ ചിരിയും, ധൃതിപിടിച്ചുള്ള സംസാരവും എല്ലാംതന്നെ അവൾ എന്തോ അയാളിൽനിന്നു മറയ്ക്കാൻ ശ്രമിക്കുന്നുവെന്നു വെളിപ്പെടുത്തി.

അയാൾ ചായ കുടിച്ച് എഴുന്നേറ്റു തന്റെ വായനാമുറിയിലേക്കു പോയി.

അവിടെ വാതിലിനു മുകളിൽ പിച്ചളക്കൂട്ടിൽ അയാളുടെ അമ്മയുടെ ഒരു ഛായാപടം തൂക്കിയിരിക്കുന്നു. പണ്ടൊരിക്കൽ ക്യാമറ യുമായി അലയുന്ന ഒരു ഫോട്ടോഗ്രാഫർ ആ ഗ്രാമത്തിൽ വന്നപ്പോൾ ഒന്നര ഉറുപ്പികയ്ക്ക് എടുത്തുകൊടുത്ത ഒരു പടത്തിന്റെ എൻലാർജ്ജ്മെന്റായിരുന്നു അത്. തോക്കിനു മുമ്പിൽ ചൂളുന്ന ഒരു വന്യമൃഗത്തിന്റെ നോട്ടത്തോടെ ഒരു മദ്ധ്യവയസ്ക ഒരു കസാലയിൽ ഇരിക്കുകയാണ്. തലമുടി നിറുകയിൽ കെട്ടിവെച്ചിരുന്നു. ഞരമ്പുകൾ പൊന്തിനിൽക്കുന്ന വലിയ കൈകൾ പരിഭ്രമത്തോടെ മടിയിൽ വിശ്രമിക്കുന്നു. കാലടികൾ താഴെ പൂഴിമണ്ണിൽ അമർന്നിരിക്കുന്നു. മുണ്ടുകൾ കഞ്ഞിപ്പശകൊണ്ടു വെറുങ്ങലിച്ചിരിന്നു.... അയാൾ വളരെ നേരം ആ ചിത്രം നോക്കികൊണ്ട്, ചാരുകസേരയിൽ കിടന്നു. ഇതിനു മാത്രമാണോ അമ്മ ജീവിച്ചത്? അയാൾ ആലോചിച്ചു. മകന്റെ പരിഷ്കൃതരീതിയിൽ പണിത വീടിന്റെ വായനാമുറിയിൽ ഒരു പിച്ചളക്കൂട്ടിൽ നിശ്ചലയായി വിശ്രമിക്കുവാൻ. എത്ര മറക്കുവാൻ ശ്രമിച്ചാലും വീണ്ടും ഓർമ്മയിലേക്കു വഴുതുന്ന പല നിമിഷങ്ങളും അയാളുടെ മുമ്പിൽ വന്നെത്തി. ആ ജനൽവാതിലുകളിൽ സ്വർണ്ണക്കുത്തുകളുള്ള തിരശ്ശീലകൾ തൂങ്ങിയിരുന്നു. ചുമരുകൾ ഇളം

പച്ചയായിരുന്നു. എന്നിട്ടും അയാളുടെ കണ്ണുകളുടെ മുമ്പിൽ ഉയർന്നത് ഒരു ഓലപ്പുരയായിരുന്നു. അതിന്റെ ജനലുകളിൽ ചെറിയ മരഅഴികൾ ഉണ്ടായിരുന്നു. അതിന്റെ നിലത്തിനു ചാണകത്തിന്റെ മണമുണ്ടായിരുന്നു. തലമുടി നിറുകയിൽ കെട്ടിയ ഒരു സ്ത്രീ പറയുകയാണ്. 'ഇനി നീ വരുമ്പോഴേക്കും ഞാൻ മരിച്ചിട്ടുണ്ടാവും.'

ചുവന്ന ഞരമ്പുള്ള രണ്ടു കണ്ണുകളിൽനിന്നു വെള്ളത്തുള്ളികൾ അടർന്നുവീഴുകയാണ്. വെറ്റിലക്കറ പിടിച്ച ചുണ്ടുകൾ വിറയ്ക്കുകയാണ്....

മരിച്ചിട്ടില്ലെങ്കിൽത്തന്നെ, എന്താണ് ഉണ്ടാവുക? ഈ പുതിയ വീട്ടിൽ, തിരശ്ശീലകളും വെള്ളിപ്പാത്രങ്ങളും തടിച്ച സോഫകളും അമേരിക്കൻ മാസികകളും മറ്റും നിറച്ചുവെച്ചിരിക്കുന്ന ഒരു പശ്ചാത്തലത്തിൽ, യാതൊരു ഇണങ്ങിച്ചേരലും കൂടാതെ ഒരു മൂലയിൽ ഒരു പായ വിരിച്ച് അമ്മ കിടക്കുന്നുണ്ടാവും. അതായിരിക്കുമോ അമ്മ ഉദ്ദേശിച്ച നല്ല കാലം?

'എനിക്കു നല്ലകാലം വരാതിരിക്കില്ല. നീ വലുതായി വളരെ മുതലുണ്ടാക്കി....' എന്തായിരുന്നു ആ വാക്കുകൾ? അയാൾ ഓർമ്മകൾ ചീകി നോക്കി. എല്ലാംതന്നെ മറയുകയാണോ? എല്ലാംതന്നെ അറ്റം കാണാത്ത ആ മൂടലിൽ മായുകയാണോ? പുരകെട്ടിന്റെ ദിവസം നിലത്തു കൊഴിയുന്ന എട്ടുകാലികൾ, അമ്പലക്കുളത്തിന്റെ ചുറ്റും വളർന്നുനിന്ന തെച്ചിപ്പൂക്കൾ, സന്ധ്യനേരത്തു നാമം ചൊല്ലിക്കൊണ്ട് ഒരു ഓലപ്പുരയുടെ തിണ്ണമേൽ ഇരുന്നു പടിക്കലേക്കു നോക്കിക്കൊണ്ടിരിക്കുന്ന ഒരമ്മ യാഥാർത്ഥ്യങ്ങളെ മറച്ചു തെല്ലിട ഒരു കുട്ടിയുടെ ആകാശക്കോട്ടകൾക്കു പശ്ചാത്തലം കൊടുത്ത ഇരുണ്ട രാത്രികൾ, എല്ലാംതന്നെ നേർത്തു ഇല്ലാതാവുകയാണോ?

അയാൾ ജനലിലൂടെ പുറത്തേക്കു നോക്കി. ഇളം മഞ്ഞപ്പൂക്കൾ വളർന്നുനിൽക്കുന്ന ആ സ്ഥലത്തു പണ്ട് ഒരു തൊഴുത്തായിരുന്നു. സ്നേഹിക്കപ്പെട്ട ഒരു പശു മരിച്ചുപോയി, സ്നേഹിക്കപ്പെട്ട ഒരു വീട് തകർന്നുവീണു, സ്നേഹിക്കപ്പെട്ട ഒരമ്മയും മറഞ്ഞുപോയി, എന്നിട്ടും മനുഷ്യൻ ഓരോ വസ്തുക്കൾക്കുവേണ്ടി മോഹിക്കുന്നു. അയാൾ ആലോചിച്ചു. ഫലപുഷ്ടിയുള്ള ഒരു പറമ്പു കണ്ടപ്പോൾ അതു വാങ്ങിച്ചു സ്വന്തമാക്കി. അതെനിക്കു വേണം, അതെനിക്കു വേണം, തനിക്ക് എന്നും ആ വിചാരമേ ഉണ്ടായിട്ടുള്ളു. ഈ പളുങ്കുഗോട്ടി എന്റേതാണ്, ഈ കറുത്ത കരമുണ്ട് എന്റേതാണ്. ഈ സുന്ദരിയായ ഭാര്യ എന്റേതാണ്; ഈ വലിയ ഉദ്യോഗം എന്റേതാണ്; വീട് എന്റേതാണ്.... അങ്ങനെ സ്വത്തുക്കൾ വർദ്ധിച്ചുവരുന്നു. പക്ഷേ, ഏതെങ്കിലും ഒന്ന് എടുത്തു തികഞ്ഞ വിശ്വാസത്തോടെ തനിക്കു പറയാൻ കഴിയുമോ 'ഇതെന്റെ സ്വന്തമാണ് എന്ന്? കാമുകീകാമുകന്മാർ മരിച്ചുപോവുന്നു. അവർ എത്ര തവണ അന്യോന്യം പറഞ്ഞിരിക്കാം 'ഞാൻ നിന്റേതാണ്. തന്റെ സ്വന്തമായാൽ

മാത്രമേ ഒന്നിനെ മനുഷ്യനു സ്നേഹിക്കാൻ കഴിയൂ എന്നായിരിക്കുമോ വാസ്തവം? മനോഹർ തന്റെ മകനല്ലെങ്കിൽ തനിക്ക് അവനെ സ്നേഹിക്കുവാൻ കഴിയുമായിരുന്നുവോ? ഉയരം കുറഞ്ഞു ചുമലുകൾ കനത്ത ഒരു ചെറുപ്പക്കാരൻ. ഇടത്തെ കവിളിന്മേൽ ഒരു കറുത്ത പുള്ളി, തടിച്ച കണ്ണടകളിലൂടെ ലോകത്തെ തെല്ലൊരു അവജ്ഞയോടെ നോക്കുന്ന ചെറിയ കണ്ണുകൾ, അമർത്തിവെക്കുന്ന കാൽവെപ്പുകൾ, ഒരു വലിയ മാത്ര ആത്മവിശ്വാസം. കുടിച്ചുകഴിഞ്ഞ ആ തുറന്ന സ്വരം.... ആ ചെറുപ്പക്കാരൻ തന്റെ മകനല്ലായിരുന്നുവെങ്കിൽ താൻ അയാളെ ഇഷ്ടപ്പെടുമോ? വളരെ മൃദുലസ്വഭാവമുള്ള ഒരു ഭാര്യയിൽ നിന്ന് എന്തോ തെറ്റിദ്ധാരണകളാൽ അകലുന്ന ആ തന്റേടമില്ലാത്ത ചെറുപ്പക്കാരനോടു താൻ പറയുമായിരിക്കും:

മനോഹർ, നിങ്ങൾ ഒരു വിഡ്ഢിയാണ്. നിങ്ങൾ ഉദ്യോഗത്തെ മാത്രം വിചാരിച്ച് നിങ്ങളുടെ ജീവിതം താറുമാറാക്കുകയാണ്. നിങ്ങൾ വീട്ടിലേക്കു വൈകുന്നേരം കൃത്യസമയത്തു മടങ്ങിയിട്ട് എത്ര കാലമായി? നിങ്ങളുടെ ഭാര്യയെ ഒരു സിനിമയ്ക്കു വിളിച്ചിട്ട് എത്ര കാലമായി? സ്നേഹത്തിന്റെ വല്ല ചെറിയ അംശമെങ്കിലും അവൾക്കു കൊടുക്കാതെ അവളെ നിങ്ങളെന്തിനാണ് ഇത്ര വ്യസനിപ്പിക്കുന്നത്.....?

പക്ഷേ, മനോഹർ തന്റെ മകനാണ്. യുക്തിവാദങ്ങളും തത്വചിന്തകളും സ്വന്തം മക്കളുടെ മുമ്പിലേക്കു നീട്ടുവാൻ തനിക്ക് എന്നും കഴിഞ്ഞിട്ടില്ല. വളരെ ചൈതന്യമുള്ള ഒരു ചെറുപ്പക്കാരൻ തന്റെ മകളെ വിവാഹം ചെയ്യാൻ ഒരുങ്ങിയിരുന്നു. പഠിപ്പും പ്രാപ്തിയും ആകർഷണശക്തിയും വളരെ നല്ല ഭാവിയുള്ള ഒരുദ്യോഗവും എല്ലാം ഉള്ള ഒരാൾ. എന്നിട്ടും അതു നടത്താൻ തനിക്കു സാധിച്ചില്ല. മകൾ കരഞ്ഞു. തന്റെ മകളെ പ്രേമിക്കുന്നുവെന്ന ഒരൊറ്റ ഗുണം മാത്രമുള്ള ഒരു സുന്ദര വിഡ്ഢിക്ക് അവളെ വിവാഹം ചെയ്തു കൊടുക്കേണ്ടിവന്നു. മാധവിക്കുട്ടിയും പ്രേമത്തിൽ വിശ്വസിച്ചിട്ടല്ല. എങ്കിലും, മകൾ പറയുന്നതു പോലെ ആത്മഹത്യചെയ്താലോ എന്നു പേടിച്ച് അവളും വഴങ്ങി. തന്റെ ജാമാതാവിനെ വേണ്ടയിടത്തേക്കെല്ലാം അയച്ചു മിനുസപ്പെടുത്തി വളർത്തിക്കൊണ്ടുവരാൻതന്നെ കുറച്ചുകാലം പിടിച്ചു. എന്നിട്ടും മകൾ തന്റെ അടുക്കൽ വന്നു പലപ്പോഴും പറഞ്ഞു:

'അച്ഛാ, ഞാൻ ഇനി മടങ്ങിപ്പോവില്ല. എന്റെ ഇഷ്ടത്തിനു നേരേ വിപരീതമാണ് മോഹന്റെ പ്രവൃത്തികളെല്ലാം. ഞാൻ എത്ര തവണ പറഞ്ഞാലും....'

അപ്പോഴെല്ലാം അവളെ ആശ്വസിപ്പിക്കും. രണ്ടുമൂന്നു മാസങ്ങൾക്കു ശേഷം അവൾ തന്റെ കുട്ടികളെയുംകൊണ്ടു ഭർത്താവിന്റെ അടുത്തേക്കു മടങ്ങും. പിന്നെ വളരെ ദിവസങ്ങൾ താൻ അവളുടെ പരുത്ത സ്വരത്തിലുള്ള ആവലാതികളും തന്റെ പേരക്കുട്ടികളുടെ ചിരികളും കേട്ടുകൊണ്ടേ

യിരിക്കും. പിന്നെപ്പിന്നെ അവളുടെ ആവലാതികൾ നിലച്ചു. മോഹൻ ഉദ്യോഗത്തിൽ ഉയർന്നു. അവരുടെ കാറ് പുത്തനായി. അവരുടെ വീട്ടിൽ മേലുദ്യോഗസ്ഥൻമാർക്കുവേണ്ടിയുള്ള സൽക്കാരങ്ങൾ നടന്നു. അവരുടെ കുട്ടികൾ പട്ടണത്തിലെ മികച്ച ഇംഗ്ലീഷ് സ്കൂളുകളിലേക്കു പോയിത്തുടങ്ങി. ലിപ്സ്റ്റിക് തേച്ച ചുണ്ടുകൾക്കിടയിലൂടെ തന്റെ മകൾ പറഞ്ഞു:

'അച്ഛാ, ഞങ്ങൾക്കിപ്പോൾ നല്ലകാലമാണ്. അവളും ഭർത്താവും അടുത്തടുത്ത് ഇരുന്നുകൊണ്ട് സംതൃപ്തിയോടെ തന്നെ നോക്കി ചിരിച്ചു. ആ ചിരി അവർക്കും തനിക്കുമിടയിൽ ഒരു തിരശ്ശീലയെന്ന പോലെ വന്നുവീണു. അതിനുശേഷം പലപ്പോഴും, രാത്രിയിൽ അടുത്ത കട്ടിലിൽ കിടന്ന് മാധവിക്കുട്ടി ഉറങ്ങുമ്പോൾ, താൻ ആ ചിരിയെപ്പറ്റി ഓർക്കും. ആ ചിരി തന്റെ മകളുടെ വളർച്ചയുടെ ഒന്നാമത്തെ ലക്ഷ്യമായിരുന്നു. അതു പലതിന്റെയും ഒരു മരണമായിരുന്നു. ആ കണ്ണുകളിൽ എല്ലായ്പ്പോഴും വെട്ടിത്തിളങ്ങിയിരുന്ന അതൃപ്തി മറഞ്ഞുപോയി. അവളുടെ സ്വരം കൂടുതൽ മൃദുവായി. എപ്പോഴും വേലക്കാരോടു കലഹിച്ചിരുന്ന അവൾ അവർക്കു പ്രിയപ്പെട്ടവളായി മാറി, അവളുടെ സൗന്ദര്യംകൂടി വർദ്ധിച്ചുവന്നു. എന്നിട്ടും, താൻ തന്നെത്താൻ ചോദിച്ചു:

'അവളെന്തിനാണു മാറിയത്?' ഒരിക്കലെങ്കിലും അവൾ പണ്ടത്തെപ്പറ്റി തന്റെ അടുത്തു വന്ന് ആവലാതിപ്പെട്ടിരുന്നുവെങ്കിൽ, ഒരിക്കലെങ്കിലും കരച്ചിൽ തുളുമ്പുന്ന സ്വരത്തിൽ അവൾ തന്നോട് 'അച്ഛാ, ഞാൻ ഇവിടെനിന്നു പോവില്ല' എന്നു പറഞ്ഞിരുന്നുവെങ്കിൽ, തനിക്ക് അവൾക്കു തന്നോടുള്ള സ്നേഹത്തിൽ വിശ്വസിക്കാമായിരുന്നു. ഒരിക്കൽ താൻ അവളെ ശകാരിച്ചത് അയാൾക്കു പെട്ടെന്ന് ഓർമ്മവന്നു. അവൾ തന്റെ ഒരു പഴയ ഉടുപ്പെടുത്ത് കത്തിരികൊണ്ടു മുറിച്ചു കഷ്ണങ്ങളാക്കുകയായിരുന്നു.

'എന്താണ് ഈ കാട്ടുന്നത്! ഇനി ഞാൻ ഒരൊറ്റ കുപ്പായം തുന്നിച്ചു തരില്ല. വെറുതെ നശിപ്പിക്കുകയോ?'

അവൾ മുഖമുയർത്തി. ഇളംചുവപ്പുനിറത്തിലുള്ള പട്ടുതുണ്ടങ്ങൾ ചുറ്റും ചിതറിക്കിടന്നിരുന്നു.

'അച്ഛാ, ഇത് എനിക്കു പാകമല്ലാതായിരിക്കുന്നു. ഇതു വളരെ ചെറുതായിക്കഴിഞ്ഞു. ഇനി എന്താണ് ഇതുകൊണ്ട് ഉപയോഗം?'

അവൾ എന്നും തന്നെപ്പോലെയായിരുന്നില്ല. പുതിയ ഉടുപ്പുകൾ കിട്ടുമ്പോൾ വളരെക്കാലം താനിഷ്ടപ്പെട്ട പഴയവ കീറിക്കളയുവാൻ അവൾ മടിച്ചില്ല. അവൾ വളർത്തിയിരുന്ന നായ്ക്കുട്ടി അവളുടെ കൈത്തണ്ടമേൽ എന്തോ കാരണവശാൽ ഒരിക്കൽ കടിച്ചപ്പോൾ അവൾ അതിനെ ഉപേക്ഷിച്ചു. കാലം വസ്തുക്കൾക്കു കൊടുക്കുന്ന പ്രാധാന്യത്തിൽ അവൾ വിശ്വസിച്ചില്ല. അയാൾ വിശ്വസിച്ചു. പക്ഷേ, ഇല്ലെന്നു

നടിച്ചു. അവളുടെ ആ ഹൃദയമില്ലായ്മ, ആ വിരലുകളിൽ കാണുന്ന കാഠിന്യം, ഒരു നാട്യമായിരുന്നില്ല.

'അച്ഛാ, ഈ തള്ളയെ പറഞ്ഞയയ്ക്കണം. ഞാനെന്തു പറഞ്ഞാലും കേൾക്കുന്നില്ല. ഇന്ന് എന്നോടു തർക്കുത്തരം പറഞ്ഞു.'

അവളെ വളരെ കൊല്ലങ്ങളായിട്ടു കളിപ്പിച്ച് ഉടുപ്പ് അണീച്ചിരുന്ന ആ വേലക്കാരിത്തള്ളയെ അവൾ ശാഠ്യം പിടിച്ചു പറഞ്ഞയച്ചു. അവൾ അതിനൊന്നു പശ്ചാത്തപിച്ചില്ല. എല്ലാ മാസവും താൻ ആ തള്ളയ്ക്ക് കുറച്ചു പണം അയച്ചുകൊണ്ടിരുന്നു. അവൾ അയയ്ക്കുന്നതാണെന്നു വിചാരിച്ചുകൊണ്ടുതന്നെ ആ വേലക്കാരി മരിച്ചു. അവർക്കു ദീനമായി കിടക്കുമ്പോൾ താനും മാധവിക്കുട്ടിയും കൂടി കാണാൻ ചെന്നിരുന്നു.

'ബേബിക്കുട്ടി എന്നെ എന്നും മറന്നിട്ടില്ല. എല്ലാ മാസവും എനിക്ക് പത്തുറുപ്പികവീതം അയയ്ക്കും....'

മാധവിക്കുട്ടി തന്റെ മുഖത്തേക്കു നോക്കി. തന്റെ മകളുടെ സ്വഭാവം അവൾക്കും അറിയാമായിരുന്നുവല്ലോ.

അങ്ങനെയായിരുന്നു മകൾ. മനോഹറും ഏതാണ്ട് അതേ മട്ടിലായിരുന്നു. പിന്നെ തന്റെ ഇളയ മകൻ. അവൻ മുടി വാസന തൈലങ്ങൾ പുരട്ടി പിന്നോക്കം ചീകിയിട്ടു. വില്ലിസു പോലുള്ള സ്വരത്തിൽ ഹിന്ദിപ്പാട്ടുകൾ പാടി, ക്രിക്കറ്റിനെപ്പറ്റി സംസാരിച്ചു, ഓരോ ക്ലാസ്സിലും ഓരോ തവണയെങ്കിലും തോറ്റുകൊണ്ട് ഒടുവിൽ എഞ്ചിനീയറിംഗ് പാസായി ഒരു അമേരിക്കൻ എണ്ണക്കമ്പനിയിൽ അഭയംപ്രാപിച്ചു. അവൻ എന്നും തന്നോട് അടുത്തിട്ടില്ല. പലപ്പോഴും താൻ ബാങ്കിൽ നിന്നു മടങ്ങുമ്പോൾ അവൻ അമ്മയുടെ അടുത്തിരുന്നുകൊണ്ട് സിനിമാക്കാരെപ്പറ്റി സംസാരിക്കയാവും. തന്നെക്കണ്ടാലുടനെ അവൻ പുഞ്ചിരിയോടെ എഴുന്നേറ്റു നിൽക്കും. നീണ്ട ഇമകളുള്ള അവന്റെ കണ്ണുകളും തുടുത്ത ചുണ്ടുകളും മിനുത്ത കൈത്തലങ്ങളും മറ്റും കാണുമ്പോൾ എപ്പോഴും താൻ വിചാരിക്കാറുണ്ട്, അവൻ ഒരു പെൺകുട്ടിയാവേണ്ടിയിരുന്നു എന്ന്. പൂവുകളുള്ള പട്ടുതുണികളോടുള്ള അവന്റെ ഭ്രമവും....

'നോക്കൂ, അപ്പുമേനോൻ വന്നിട്ടുണ്ട്.'

മാധവിക്കുട്ടിയുടെ സ്വരം കേട്ടപ്പോൾ അയാൾ തലയുയർത്തി. അവളുടെ വിരൽത്തുമ്പിൽ മഷിയുടെ പാടുണ്ടായിരുന്നു.

'എഴുതുകയായിരുന്നുവോ'

'ഉം. പീടികക്കണക്കു നോക്കി ശരിയാക്കാനുണ്ടായിരുന്നു.'

'ഓ'

അയാൾ ഉമ്മറത്തെ വരാന്തയിൽ ചെന്നപ്പോൾ അപ്പുമേനോൻ അങ്ങോട്ടുമിങ്ങോട്ടും ലാത്തിക്കൊണ്ടിരുന്നു.

'നാരായണൻകുട്ടി ഉറങ്ങുകയായിരുന്നുവോ?'

'ഏയ്, ഈ നേരത്ത് ഉറങ്ങുകയോ?'

അപ്പുമേനോൻ പൊട്ടിച്ചിരിച്ചു.

'ഇവിടെയിരുന്നാൽ ഉറക്കം വരാതിരിക്കാനാണു പ്രയാസം. യാതൊരു ഒച്ചയുമില്ല. ഒരു മനുഷ്യസഞ്ചാരവുമില്ലാത്ത മട്ട്.....'

'അതു ശരിയാണ്. അപ്പുമേനോൻ തന്റെ വീടിനെക്കുറിച്ച് ആക്ഷേപിക്കുകയാണോ? അയാൾ ആലോചിച്ചു. ആക്ഷേപങ്ങൾ അല്ലാതെ മറ്റൊന്നും തന്നെ ആ നാട്ടിൽനിന്നു താൻ കേട്ടിട്ടില്ല. ആദ്യം ആ വീടു പണിതു കഴിഞ്ഞപ്പോൾ ആളുകൾ പറഞ്ഞു: 'ഇത്ര വലിയ വീടുകൊണ്ട് എന്താണു ചെയ്യുക? ഇതിൽ താമസിക്കാൻ ചുരുങ്ങിയത് ഒരു ഡസൻ ആളുകളും വളരെ കുട്ടികളും വേണം....'

'ഈ പുതിയ മട്ടിലുള്ള പണിയൊക്കെ നമ്മുടെ തുലാവർഷത്തിലും ഇടവപ്പാതിയിലുമൊക്കെ നിൽക്കുമോ ആവോ. ഓടിട്ടാൽ തന്നെയാണു ബലം....'

'സിനിമാക്കൊട്ടകപോലെയുണ്ട്. വളഞ്ഞകോണിപ്പടിയും....'

അങ്ങനെ കുറ്റങ്ങൾ പലതുമുണ്ടായിരുന്നു. എന്നിട്ടും അതു മുഴുമിച്ചു. ചെറുപ്പകാലത്തുണ്ടായിരുന്ന തന്റെ ഒരു സ്വപ്നത്തെ യാഥാർത്ഥ്യത്തിലേക്കു പകർത്തുകയായിരുന്നു അത്. സ്വപ്നങ്ങൾക്കും കാലംകൊണ്ടു മാറ്റങ്ങൾ വരും. അവയുടെ സ്വർണ്ണനിറം വൈകുന്നേരത്തിന്റെ നിറം മങ്ങലിൽ വെറും മഞ്ഞയായിത്തീരും എന്നു താൻ അറിഞ്ഞിരുന്നില്ല. ഈ നാട്ടിൽ, തന്റെ പഴയ ഓലപ്പുര നിൽക്കുന്ന സ്ഥലത്തുതന്നെ താൻ വിശേഷപ്പെട്ട ഒരു വീട് ഉണ്ടാക്കും. താൻ മുട്ടുമറയാത്ത ഒരു തോർത്തുമുണ്ടു ചുറ്റി കയ്യിൽ സ്ലേറ്റുമായി സ്കൂളിലേക്കു നടന്നിരുന്ന ആ ഇടവഴിയിൽ കൂടി താൻ ഒരിക്കൽ ഈ നാട്ടിൽ വെച്ചു പണക്കാരനായി നടക്കും.... അങ്ങനെ ആ കുട്ടി, രാത്രിയിൽ ഉറക്കം തീണ്ടാത്ത കണ്ണുകൾ ഇരുട്ടിലേക്കു മിഴിച്ചുകൊണ്ട്, മലർന്നുകിടന്ന് സ്വപ്നം നെയ്തു. അതെല്ലാം യാഥാർത്ഥ്യങ്ങളായി. പക്ഷേ, എന്തുകൊണ്ട് ആ സ്വപ്നങ്ങളിലൊന്നും ഓടിക്കളിക്കുന്ന കുട്ടികൾ പെട്ടില്ല? ഇന്നു വളരെ വലിയ ഒരു വീട്ടിൽ താൻ പുസ്തക അലമാരികൾക്കിടയിൽ ഇരുന്നു സിഗരറ്റ് വലിക്കുന്നു; തന്റെ ഭാര്യ ഒരു സ്വപ്നാടനക്കാരിയെപ്പോലെ യാതൊരു ഒച്ചയും കേൾപ്പിക്കാത്ത കാൽവെപ്പുകളോടെ ഒഴിഞ്ഞ മുറികളിൽകൂടി അങ്ങോട്ടുമിങ്ങോട്ടും നടക്കുന്നു. ഇടയ്ക്കു വളരെ ദിവസങ്ങൾ കൂടുമ്പോൾ മക്കൾ എഴുതിയ കത്തുകൾ അവിടേക്കു വരുന്നു. ആ കത്തുകൾ ചില നിമിഷങ്ങൾക്കു മാത്രമാണെങ്കിലും, കാണാൻ മോഹിക്കുന്ന ചില ചെറിയ ചിത്രങ്ങൾ തന്റെ കൺമുന്നിൽ കൊണ്ടുവന്നു നിരത്തുന്നു. ഉദ്യോഗക്കയറ്റം അടിക്കടി കിട്ടിക്കൊണ്ടിരിക്കുന്ന ഒരു മകൻ, പല്ലില്ലാത്ത പുഞ്ചിരിയോടെ മലർന്നുകിടന്നു കാലുകളിളക്കുന്ന ഒരു ചെറിയ കുട്ടി, ഓടിക്കളിക്കുന്ന പിഞ്ചുകാലുകൾ....

‘ഏയ്, എനിക്ക് ഇനി ഒട്ടും കഴിച്ചുകൂടാ. ഞാൻ വരുമ്പോൾത്തന്നെ രണ്ടു കോപ്പ ചായ കഴിച്ചു കഴിഞ്ഞിരുന്നു. എന്നാലും മാധവിക്കുട്ടി നിർബന്ധിച്ചപ്പോൾ....’

അപ്പുമേനോൻ ഒഴിഞ്ഞചായക്കോപ്പ മുമ്പിലേക്കു നീക്കിവെച്ചു.

‘നാരായണൻകുട്ടി എന്താ ഒന്നും പറയാത്തത്?’

ഏയ്, ഒന്നുമില്ല. നേരം അഞ്ചരയായിട്ടും എന്തൊരു ചൂടാണു വെയിലിന്?

അയാൾ അതിഥികളുടെ മുമ്പിൽ പുറത്തെടുക്കാറുള്ള ആ ഉന്മേഷമുള്ള സ്വരവും പുഞ്ചിരിയും ഒരുക്കിവെച്ചു. മനശ്ശല്യങ്ങൾ ഒരൊറ്റ നിമിഷം കൊണ്ടു തിരശ്ശീലയിട്ടു മറയ്ക്കുവാൻ അയാൾക്കു പ്രയാസമുണ്ടായിരുന്നില്ല. അവ ആളുകളുടെ മുമ്പിൽ വെച്ച്, പ്രത്യേകിച്ചും തന്റെ നാട്ടുകാരുടെ മുമ്പിൽ വെച്ച് തന്റെ പരാജയം വെളിപ്പെടുത്തുകയാവും എന്ന് അയാൾക്കറിയാമായിരുന്നു. താൻ പല വിചാരങ്ങളുമായി ഉറക്കമില്ലാത്ത അർദ്ധരാത്രിയിൽ മലർന്നുകിടന്നേക്കാം, തന്റെ ഭാര്യ കരയുന്ന മുഖഭാവത്തോടെ മൗനമായി വളരെ മണിക്കൂറുകൾ തെരുവിലേക്കു നോക്കിക്കൊണ്ടു നിശ്ചലയായി ഇരുന്നേക്കാം, തന്റെ മക്കൾ കത്തെഴുതുവാൻ രണ്ടോ മൂന്നോ ആഴ്ചകൾ തീരെ മറന്നേക്കാം. എന്നാലും താൻ അതെല്ലാം തന്നെ രഹസ്യങ്ങളാക്കി. കാരണം, തന്റെ വ്യസനം പുറത്തു കാട്ടുവാൻ അയാൾക്കു ധൈര്യമുണ്ടായിരുന്നില്ല.

‘ഞാൻ ഇപ്പോൾ മാധവിക്കുട്ടിയോട് ഒരു കാര്യം പറയുകയായിരുന്നു. നാരായണൻകുട്ടിയെ എന്റെ മകനെപ്പോലെയോ അനിയനെപ്പോലെയോ ആണ് ഞാൻ എന്നും കണക്കാക്കിയിട്ടുള്ളത്. അതുകൊണ്ട് ഞാൻ വളച്ചുകെട്ടി പറയാതെകാര്യം തുറന്നങ്ങു പറയാം....’

‘പറയൂ.’ അയാൾ ഭാര്യയുടെ മുഖത്തേക്കു നോക്കി. അവൾ യാതൊരു വക സൂചനയും തരാതെ തലതാഴ്ത്തിയിരുന്നു വർത്തമാനക്കടലാസിൽ എന്തോ നോക്കുകയായിരുന്നു. ആ ഇരിപ്പ് ഒരുപക്ഷേ, ഒരു പ്രതിഷേധമായിരിക്കണം എന്ന് അയാൾക്കു തോന്നി.

അപ്പുമേനോൻ തുടർന്നു: ‘എനിക്കു നാരായണൻകുട്ടിയോടു പറയാൻ അധികാരമുണ്ട്. അതുകൊണ്ടു ഞാൻ പറയുകയാണ്. എന്റെ മകളുടെ കുട്ടി രാധ ബി.എ.യ്ക്കു പഠിക്കുകയാണ്. സബ്കളക്ടർ അവളെ എന്തും സാധിപ്പിച്ചുകൊണ്ടാണ് വളർത്തിയത്. മദിരാശിക്കു പഠിക്കാൻ അയച്ചു. രാധയുടെ ഒരൊറ്റ വാശികൊണ്ടാണ് അങ്ങനെ അതു സമ്മതിച്ചത്. മറ്റു കുട്ടികളൊക്കെ തൃശൂരിൽത്തന്നെയാണു പഠിക്കുന്നത്....’

അപ്പുമേനോൻ തന്റെ ഇടുങ്ങിയ കണ്ണുകൾകൊണ്ട് അവരെ രണ്ടാളേയും സൂക്ഷിച്ചുനോക്കി. ഭാര്യ തലതാഴ്ത്തിയിരിക്കുകയാണ്. ഭർത്താവ് എങ്ങോ നോക്കി സിഗരറ്റുവലിക്കുകയാണ്. എന്നിട്ട് ധൈര്യത്തോടെ തുടർന്നു:

'....ഞാൻ നാരായണൻകുട്ടിയെ എന്നും ഒരന്യനായി കരുതിയിട്ടില്ല. നാരായണൻകുട്ടിയോട് ഞാൻ ഈ കാര്യം നടത്തണമെന്ന് ഒരിക്കലും പറയില്ല. പക്ഷേ, വേണുവിനും നിങ്ങൾക്കു രണ്ടുപേർക്കും സമ്മതമാവുകയാണെങ്കിൽ എനിക്കും, വീട്ടിൽ ബാക്കി എല്ലാവർക്കും ഇത്രകണ്ട് സന്തോഷമാവുക എന്നു പറയാൻവയ്യ.'

'വേണുവിന് ഇരുപത്തിനാലേ ആയിട്ടുള്ളു, അപ്പുവേട്ടാ. പിന്നെ അവന് ഇപ്പോൾ ഒരു ഭാര്യയെ പുലർത്താനുള്ള ത്രാണിയായിട്ടില്ല. ഇപ്പോൾ അവൻ ഒരു അപ്രെന്റീസ് മാത്രമാണ്. ശമ്പളം കിട്ടിത്തുടങ്ങിയിട്ടില്ല....'

'ഇപ്പോൾ വേണമെന്നില്ല. ഞാൻ പറഞ്ഞുകൊണ്ടുവന്നത് നാരായണൻ കുട്ടി തെറ്റിദ്ധരിക്കരുതേ. അല്ലാ, വേണുവിനു കല്യാണത്തിന്റെ പ്രായം അടുക്കുമ്പോൾ പല ആലോചനകളും വരും സംശയമില്ല. പക്ഷേ, അതിന്റെ കൂടെ ഇതും ഒരു ഹർജിയായി കണക്കാക്കിയാൽ മതി....'

'തീർച്ചയായിട്ടും. പക്ഷേ, ഈ കാലത്തൊക്കെ ആൺകുട്ടികൾ അച്ഛനും അമ്മയും നിശ്ചയിച്ചുകൊടുക്കുന്ന കുട്ടികളെയൊന്നും പോരാ, അവനവൻ തന്നെ തിരഞ്ഞെടുക്കണം എന്നൊക്കെ പറയുന്ന കാലമാണല്ലോ.'

'അതെ, ശരിയാണ്. ഇനി വേണുവിനു വേണമെങ്കിൽ രാധയെ കാണാമല്ലോ. കാണുകയോ സംസാരിക്കുകയോ എന്താണു വേണ്ടതെങ്കിൽ ആവാം. വേണു പുറമെ ഒരാളല്ലല്ലോ. ഞങ്ങളുടെ വീട്ടിലേക്കു എപ്പോൾ വരാനും വേണുവിന് അധികാരമുണ്ട്.'

മാധവിക്കുട്ടി തലയുയർത്തി. അവൾ എന്തോ ഓർമിച്ചപോലെ പറഞ്ഞു: 'ഞാൻ ഒരു കാര്യം മറന്നു. ഡോക്ടരുടെ വീട്ടിലേക്കു ചെല്ലാമെന്ന് ഏറ്റിരുന്നു. ഡോക്ടരുടെ അച്ഛനുകുറച്ചു കലശലാണത്രെ....'

'എങ്ങനെയാണ് അറിഞ്ഞത്? ആള് വന്നിരുന്നുവോ?'

'ഉം'

അപ്പുമേനോൻ സാവധാനത്തിൽ എഴുന്നേറ്റുനിന്നു.

'എന്നാൽ ഞാൻ ഇറങ്ങട്ടെ. നിങ്ങൾ രണ്ടാളും ഡോക്ടറുടെ വീട്ടിലേക്കു പോവുകയാണല്ലോ. നാളെ രാവിലെ വരാം....'

'അപ്പുവേട്ടൻ വരാതിരിക്കരുത്. രാവിലത്തെ ചായ ഇവിടെയാവട്ടെ.' അപ്പുമേനോൻ ഇറങ്ങി. പഞ്ഞിപോലെ വെളുത്ത കനം കുറഞ്ഞ അദ്ദേഹത്തിന്റെ മുടിയിൽ വെയിൽ വീണു ചിതറിക്കൊണ്ടിരുന്നു. അൽപ്പം മുമ്പോട്ടു കുനിഞ്ഞ ആ രൂപം പാടം കടന്നു തെരുവിലെത്തിയപ്പോൾ അയാൾ ഭാര്യയുടെ നേർക്കു തിരിഞ്ഞു.

'നിനക്കെന്താണ് ഇതിൽ വിരോധം?'

'വിരോധമോ?'

'ഉം'

അവൾ തലത്താഴ്ത്തിനിന്ന്, കൈവിരലുകൾ തിരുമ്പി.

'ഈ നാട്ടിൽനിന്നു വേണമോ എന്ന് എനിക്ക് ഒരു സംശയം. എന്നാൽ വേണുവിനു ബുദ്ധിമുട്ടാവില്ലേ? സ്വന്തം വീട്ടുകാരും ഭാര്യ വീട്ടുകാരും ബന്ധുക്കളും എല്ലാം കൂടിയാവുമ്പോൾ, അവന് ഈ നാട്ടിലേക്കു വരാൻ തന്നെ പേടിയായാലോ?'

അവൾ ചിരിച്ചു. കൗതുകമുള്ള ആ ചിരി കണ്ടപ്പോഴും അയാൾ അവളെ വിശ്വസിച്ചില്ല.

'അതൊന്നുമല്ല. നിനക്കു വേറെ എന്തൊക്കെയോ കാരണങ്ങളുണ്ട്.'

'ഏയ്, ഒന്നുമില്ല. പക്ഷേ, ഇപ്പോൾത്തന്നെ ഒന്നും നിശ്ചയിക്കണ്ട. അവന് അത്ര പ്രായമായിട്ടില്ലല്ലോ.'

അവൾ തൂണും ചാരിനിന്ന് തെരുവിലേക്കു നോക്കി. പലചരക്കു കച്ചവടക്കാരന്റെ കാളവണ്ടി പതുക്കെ കുലുങ്ങിക്കുലുങ്ങി പൊയ്ക്കൊണ്ടിരുന്നു.

'മാധവിക്കുട്ടി, മനോഹറും ലില്ലിയും തമ്മിൽ എന്തോ തെറ്റിദ്ധാരണകൾ....'

'ഉം, എനിക്കറിയാം.'

അയാൾ എഴുന്നേറ്റ് അവളുടെ അടുത്തു വന്നുനിന്നു: 'നമ്മളെന്താണു ചെയ്യേണ്ടത്? സാരമില്ലെന്നു നടിക്കുകയോ?'

'അതുകൊണ്ടാവില്ല.'

അതുകൊണ്ടാവില്ലേ? പണ്ട് എത്ര തവണ താനും ഭാര്യയും തമ്മിൽ ചില്ലറക്കാര്യങ്ങൾക്കുവേണ്ടി തെറ്റിദ്ധാരണകൾ വളർന്നിട്ടുണ്ട്! ചിലപ്പോൾ കാരണങ്ങളുണ്ടാവും, ചിലപ്പോൾ പെട്ടെന്ന് യാതൊരു കാരണവുമില്ലാതെ ഒരു ക്രോധരംഗം സൃഷ്ടിക്കപ്പെടും.

'എനിക്കു വീട്ടിലേക്കു പോണം.'

'ശരി, ഇന്നുതന്നെ അയയ്ക്കാം.'

ഒടുവിൽ അവൾ കരയും. താൻ ക്ഷമായാചനം ചെയ്യും. പരുക്കുകൾ തട്ടിയിട്ടും ആ ദാമ്പത്യജീവിതം വളർന്നുവന്നു. കൊല്ലങ്ങൾ കടന്നുള്ള ഈ പോക്ക് വളർച്ചയാണെങ്കിൽ തനിക്ക് അവളെ പരിഷ്കരിക്കണമെന്നുണ്ടായിരുന്നു. ആ മോഹത്തിന് അവൾ കീഴടങ്ങി. അവൾ കുട്ടികളോട് സാധാരണയായി ഇംഗ്ലീഷിൽ സംസാരിച്ചുതുടങ്ങി. ഏത് സൽക്കാരത്തിലും വളരെ ഭംഗിയോടെ പെരുമാറിത്തുടങ്ങി, തന്റെ സൗന്ദര്യം നിലനിർത്തു ന്നതിൽ വളരെ ശ്രദ്ധ പതിപ്പിച്ചു, എല്ലാവിധത്തിലും അയാളുടെ ആദർശ പത്നിയായിത്തീർന്നു. പക്ഷേ, അവൾ ഉള്ളിൽ

മാറിയോ? പലപ്പോഴും അയാൾ അവളുടെ ആ സൗന്ദര്യമുള്ള മുഖം നോക്കിക്കൊണ്ടു വിചാരിച്ചു. അവൾ പഴയ മാധവിക്കുട്ടിയല്ലാതായോ? തന്റെ അമ്മയുടെ കാൽക്കൽ നമസ്ക്കരിച്ചു യാത്ര ചോദിച്ച ആ നാട്ടിൻപുറക്കാരി വധു എവിടെപ്പോയി ഒളിച്ചു? ഒരിക്കലെങ്കിലും ആ കണ്ണുകളിലെ പകച്ച നോട്ടം തനിക്ക് ഇന്നു കാണാൻ കഴിഞ്ഞിരുന്നു വെങ്കിൽ, പക്ഷേ, അതു സാദ്ധ്യമല്ലല്ലോ. ഓരോ ദിവസവും അവസാനി ക്കുന്നതു പലതിന്റേയും മരണത്തോടെയാണ്. സഫലീകരിക്കുമ്പോൾ ആശകൾ മരിക്കുന്നു. അസൂയ, സ്നേഹം, ദ്വേഷ്യം എല്ലാറ്റിനുംതന്നെ മരണം സംഭവിക്കുന്നു. പണമുണ്ടാവാൻ മാത്രം മോഹിച്ച താൻ ഇന്നു പണത്തിനു പ്രാധാന്യം കൊടുക്കുന്നില്ല. ഓരോ നിമിഷത്തിലും എല്ലാ വരുടേയും ഉള്ളിൽ പല ഭാഗങ്ങളും മരിക്കുന്നു. ഭൂതകാലത്തിൽ നിന്നും അവശേഷിച്ച ഒരുകൂട്ടം ചെറിയ വികാരങ്ങളെ തന്നെപ്പോലെ ചിലർ പേറിക്കൊണ്ടു നടക്കുന്നു. അവ മൃതദേഹങ്ങളാണെന്നു മനസ്സിലാക്കാൻ സാധിക്കാതെ....

'നോക്കൂ, ഞാൻ കുറച്ചു ദിവസത്തിന് മദിരാശിയിലേക്കു പോവാൻ വിചാരിക്കുകയാണ്.'

'ഉം'

'ഇതെല്ലാം ഒന്നു ശരിയാക്കിക്കളയാം. ലില്ലിക്കു ഞാൻ അങ്ങോട്ടു വരണമെന്നു വളരെ മോഹം. മനോഹറിനോട് ഞാൻ പറഞ്ഞു മനസ്സി ലാക്കാം....'

'അതു നല്ല കാര്യമാണ്. ഞാൻകൂടി വരണോ?'

'വേണമെന്നില്ല. മടങ്ങാറാവുമ്പോൾ രണ്ടു ദിവസത്തിനു വന്നാൽ മതി. എന്നാൽ നമുക്കു വഴിക്ക് കോയമ്പത്തൂരിൽ പോയി വേണു വിനെയും കാണാം.'

'ഉം'

അവൾ താക്കോൽക്കൂട്ടം എടുത്തു മുണ്ടിന്റെ തലയ്ക്കൽ കെട്ടി അകത്തേക്കു പോയി. അവളും പോയാൽ ഈ വീട്ടിൽ തനിച്ചു ജീവി ക്കേണ്ടി വരുമല്ലോ എന്ന് ഓർത്തപ്പോൾ അയാളുടെ കൈത്തലങ്ങൾ വിയർത്തു. എന്നിട്ടും, തന്റെ ഉള്ളിൽ എലിയെപ്പോലെ കരണ്ടുതിന്നു കൊണ്ടു ജീവിക്കുന്ന ആ ഏകാന്തതയെ അവളുടെ മുമ്പിൽ പുറത്തെ ടുത്തു കാണിക്കുവാൻ അയാൾക്കു ധൈര്യം വന്നില്ല.

പാടത്തിന്റെ അപ്പുറത്തുള്ള തെരുവിൽക്കൂടി അപ്പോഴും ഒരു കാളവണ്ടി കുലുങ്ങിക്കുലുങ്ങി പൊയ്ക്കൊണ്ടിരുന്നു.

■

കോലാട്

അവളുടെ നാൽപ്പത്തിമൂന്നാമത്തെ വയസ്സിൽ തമാശക്കാരനായ മൂത്തമകൻ പറഞ്ഞു.

'അമ്മേ, നിങ്ങളെ കണ്ടാൽ ഒരു കോലാടിനെയാണ് ഓർമ്മ വരിക.'

അവൾ അവന്റെ ചിരിയിൽ പങ്കുകൊണ്ടു. പക്ഷേ, അന്ന് അവരെല്ലാവരും വീട്ടിൽനിന്നു പുറത്തുപോയപ്പോൾ അവൾ കണ്ണാടിയെടുത്തു വിഷണ്ണതയോടെ തന്റെ മുഖം പരിശോധിച്ചു. തന്റെ ഒട്ടിയ കവിളുകളെ വീണ്ടും പുഷ്ടിപ്പെടുത്തുവാൻ വല്ല മാർഗ്ഗവുമുണ്ടായിരുന്നെങ്കിൽ തന്റെ ജീവിതവും അതോടൊപ്പം പുഷ്ടിപ്പെടുമെന്ന് അവൾക്കു തോന്നി. യൗവ്വനവും ദേഹപുഷ്ടിയുമുണ്ടായിരുന്ന കാലത്ത് അവൾ നിലത്തു പായ വിരിച്ചു കിടന്നുറങ്ങിയിരുന്നില്ല.... പക്ഷേ, ഓരോന്ന് ഓർത്തു കണ്ണാടി നോക്കിക്കൊണ്ട് ഇരിക്കാൻ അവൾക്കു മനസ്സുവന്നില്ല. അടുക്കളയിൽ പാലു തിളയ്ക്കാൻ തുടങ്ങുകയായിരുന്നു.

രാവിലെ മുതൽ അർദ്ധരാത്രിവരെ അവിശ്രമം ജോലിയെടുത്ത് അവൾ തന്റെ കുടുംബത്തെ വളർത്തിക്കൊണ്ടുവന്നു. മെലിഞ്ഞു വെളുത്ത് അവിടെയിവിടെയായി ചില ഒടിവുകൾ പറ്റിയെന്നു തോന്നിക്കുന്ന ഒരു ശരീരമായിരുന്നു അവളുടേത്. പക്ഷേ, അവൾ ഒരിക്കലും ക്ഷീണിച്ചു വീഴുകയോ ആവലാതിപ്പെടുകയോ ഉണ്ടായില്ല. അതുകൊണ്ട് അവൾ വെള്ളം നിറച്ച പാട്ടകൾ എടുത്തു പൊക്കി കുളിമുറിയിൽനിന്ന് അടുക്കളയിലേക്കും അടുക്കളയിൽനിന്നു കുളിമുറിയിലേക്കും മറ്റും നടക്കുമ്പോൾ അവളുടെ ഭർത്താവും മുതിർന്ന മക്കളും അവളെ സഹായിക്കുവാൻ മുതിർന്നില്ല. അവൾ പഠിപ്പും പരിഷ്ക്കാരവുമില്ലാത്തവളായിരുന്നു. വീട് അടിച്ചു തുടച്ചു വൃത്തിയാക്കുവാനും ഭക്ഷണം പാകംചെയ്യുവാനും തുണികൾ അലക്കി ഇസ്തിരിയിടുവാനും അവൾക്കുള്ള പാടവത്തെപ്പറ്റി അവർ ഇടയ്ക്കു പുകഴ്ത്തിപ്പറഞ്ഞു. പ്രശംസ കേൾക്കുമ്പോഴൊക്കെ തേഞ്ഞ പല്ലുകൾ വെളിപ്പെടുത്തി അവൾ പുഞ്ചിരിതൂകി. ഇളയ മകൻ സ്കൂളിൽനിന്നു മടങ്ങുമ്പോൾ ഒരിക്കൽ ഒരു നെല്ലിക്ക അവൾക്കായി കൊണ്ടുവന്നു. അന്ന് അടുക്കളയുടെ

ഇരുട്ടിൽ നിന്നുകൊണ്ട് അവൾ സന്തോഷാശ്രുക്കൾ പൊഴിച്ചു. കാലക്രമേണ അവന്റെ കണ്ണിലും അവൾ ഒരു പേക്കോലമായി. സ്കൂളിലെ ഡ്രാമയ്ക്കു താനുംകൂടെ വരുമെന്ന് അവൾ പറഞ്ഞപ്പോൾ അവൻ പറഞ്ഞു:

'അമ്മ വരണ്ട. എനിക്കു കുറവാണ്.'

'അതിനെന്താ, ഞാൻ സിൽക്കിന്റെ സാരി ഉടുക്കാലൊ. എന്റെ കല്യാണ സ്സാരി.' അവൾ പറഞ്ഞു.

'എന്നാലും വരണ്ട.'

മെലിഞ്ഞ കാലുകൾ, രണ്ടു മുറികളുള്ള ആ കൊച്ചു വീട്ടിൽ വിശ്രമമില്ലാതെ ചലിച്ചുകൊണ്ടിരുന്നു. ഒടുവിൽ ആ യന്ത്രവും കേടുവന്നു. അവൾക്കു പനി തുടങ്ങി, വയറ്റിൽ വേദനയും. ഇഞ്ചിനീരും കുരുമുളകുരസവും ഒന്നും അവളെ സഹായിച്ചില്ല. പത്താംദിവസം ഡോക്ടർ അവളുടെ ഭർത്താവിനോടു പറഞ്ഞു:

'ഇവരെ ഉടനെ ആശുപത്രിയിലേക്കു കൊണ്ടുപോവണം. ഇതു മഞ്ഞക്കാമലയുടെ ഒരു സീരിയസ് കേസ്സാണ്.'

പാഠപുസ്തകങ്ങൾക്കു മുമ്പിൽ ഇരുന്നിരുന്ന കുട്ടികൾ അതു കേട്ടു നടുങ്ങി. ഒരു പരിചാരകൻ അവളെ ചക്രക്കട്ടിലിൽ കിടത്തി ഉന്തിക്കൊണ്ട് ആശുപത്രിമുറിയിൽ പ്രവേശിപ്പിച്ചപ്പോൾ കണ്ണുകൾ മിഴിച്ചുകൊണ്ട് അവൾ പറഞ്ഞു:

'അയ്യോ! പരിപ്പ് കരിയ്ണ്ട് തോന്ന്ണൂ.'

അവളുടെ ഭർത്താവിൻെറ കണ്ണുകൾ നനഞ്ഞു.

■

തരിശുനിലം

എട്ടു കൊല്ലങ്ങൾക്കു ശേഷം അവർ വീണ്ടും തമ്മിൽ കാണുകയായിരുന്നു. സ്നേഹിക്കുന്നവരുടെ നാട്യത്തിലല്ല. പക്ഷേ, ഒരിക്കൽ സ്നേഹിച്ചിരുന്നവരുടെ നാട്യത്തിൽ. അതുകൊണ്ട്, കുറച്ചു നിമിഷങ്ങളോളം യാതൊന്നും പറയാതെ അന്യോന്യം നോക്കിനിൽക്കുവാൻ ആഗ്രഹമുണ്ടായിരുന്നുവെങ്കിലും അവർ അതിനു ധൈര്യപ്പെടാതെ ആ മൗനത്തെ ചില്ലറ വാക്കുകൾ കൊണ്ട് തകർത്തു.

'ഞാൻ വരാൻ വൈകിയോ?'

'ഇല്ല, ഞാൻ ഇപ്പോൾ എത്തിയിട്ടേയുള്ളു.' അവൾ പറഞ്ഞു. അര മണിക്കൂറോ അതിലധികമോ താൻ ആ മൈതാനത്തിൽ അങ്ങോട്ടു മിങ്ങോട്ടും നടന്നു ചെലവഴിച്ചത് അവൾ അയാളെ അറിയിക്കാൻ ഇഷ്ടപ്പെട്ടില്ല. ഇത്ര കൊല്ലങ്ങൾക്കു ശേഷവും താൻ അയാളെ ജീവിതത്തിനേക്കാൾ അധികം സ്നേഹിക്കുന്നുവെന്നു മനസ്സിലായാൽ അയാൾ തന്നെ വെറുത്താലോ? അവർക്കു തമ്മിലുണ്ടായിരുന്ന സ്നേഹത്തെ വെറും ഒരു കുട്ടിക്കളി എന്നല്ലേ അയാൾ വിളിച്ചത്. ആ കത്ത്....

'നമുക്ക് എവിടെയെങ്കിലും കുറച്ച് ഇരിക്കാം.' അയാൾ പറഞ്ഞു. അവൾ തന്റെ വിറയ്ക്കുന്ന കൈവിരലുകളെ സാരിത്തലപ്പുകൊണ്ടു മറയ്ക്കുവാൻ ശ്രമിച്ചുകൊണ്ടിരുന്നു.

'ഞാൻ നനവില്ലാത്ത ഒരു സ്ഥലം കണ്ടുപിടിക്കാം.' അവൾ ചിരിച്ചു. കരച്ചിലിന്റെ ഛായയുണ്ടായിരുന്നു അവളുടെ ചിരിക്ക്. അത് അയാൾ കണ്ടുവെങ്കിലും, അയാളുടെ മുഖഭാവം മാറിയില്ല. ഞാൻ നന്നായി അഭിനയിക്കുന്നുണ്ട്. അവൾ തന്നത്താൻ പറഞ്ഞു. എന്റെ ഹൃദയത്തിന്റെ മൂടുപടങ്ങൾക്കുള്ളിലൂടെ അയാൾക്കു ഒന്നും കാണാൻ കഴിയില്ല. അതുകൊണ്ട് വീണ്ടും ഒരു കുടുക്കിൽപ്പെടുത്തുവാൻ അവൾ തന്നെ ക്ഷണിച്ചുവരുത്തിയതാണെന്ന് അയാൾക്ക് ഇനി പറയാൻ കഴിയില്ല. ഒരു കാലത്തു തീരെ അവസാനിക്കാത്തതായി തോന്നിയിരുന്ന അവരുടെ പ്രേമബന്ധത്തിൽനിന്നും അയാൾ സ്വതന്ത്രനായി. എന്തു

കൊണ്ടു തനിക്കും വിജയിച്ചുകൂടാ? 'എന്റെ ജീവിതം മാത്രമല്ല, നിന്റേതു കൂടി നശിപ്പിക്കുവാനാണ് നീ ശ്രമിക്കുന്നത്. അന്ന് ഉണ്ടായതെല്ലാം മറക്കണം. ഇനിയും തമ്മിൽ കാണണമെന്നു നീ ശഠിക്കുന്നത് തെറ്റാണ്. ഇത്രകാലം ധൈര്യത്തോടെ അനുഷ്ഠിച്ചുവന്ന ഒരു വ്രതം പെട്ടെന്ന് അവസാനിപ്പിക്കണോ?' അയാൾ എഴുതിയിരുന്നു. അവൾ അതിനു മറുപടിയായി എഴുതി: 'ഒരു കാമുകനാക്കാനൊന്നുമല്ല ഞാൻ നിങ്ങളെ ക്ഷണിച്ചു വരുത്തുന്നത്. വെറുതെ ഒന്നു കാണുവാൻ മാത്രം....'

'ഞാൻ വന്നുവല്ലോ. ഇനി എന്താണു വേണ്ടത്?' അയാൾ ഒരു ഉറുമാലെടുത്ത് തന്റെ മുഖം തുടച്ചു. അയാളുടെ ഇടത്തെ കൈയുടെ ഒരു വിരലിൽ കിടന്നിരുന്ന ഉരുളൻ വിവാഹമോതിരം അവളുടെ കണ്ണിൽ പെട്ടു. അവൾ കണ്ണുകൾ താഴ്ത്തി, ചിരിക്കുവാൻ ശ്രമിച്ചുകൊണ്ടു പറഞ്ഞു: 'ഒട്ടും പേടിക്കണ്ട. ഞാൻ കരയാനും ആവലാതിപ്പെടാനും ഭാവമില്ല. അതെല്ലാം ഞാൻ എട്ടുകൊല്ലങ്ങൾക്കു മുമ്പ് നിങ്ങളുടെ കത്തു വായിച്ചപ്പോൾ കഴിച്ചു. ഇപ്പോൾ അതാലോചിച്ച് എനിക്കു ചിരിയാണു വരുന്നത്.'

അയാൾ അതു കേട്ടപ്പോൾ ചിരിച്ചില്ല. തന്റെ കൈയിലുള്ള ഉറുമാലെടുത്ത് അടുത്തു കണ്ട ഒരു കരിങ്കൽതിണ്ണമേൽ വിരിച്ചുകൊണ്ട് അയാൾ അവളോട് ഇരിക്കുവാൻ പറഞ്ഞു. ആ കല്ലിന്മേൽ ഒരാളുടെ പേരും ചില തീയതികളും കൊത്തിയിട്ടുണ്ടായിരുന്നു. അത് ഒരു ശ്മശാനക്കല്ലാണെന്ന് അറിഞ്ഞിട്ടും അവൾ അതിന്മേൽ ഇരുന്നു; അയാൾ അടുത്തുള്ള മറ്റൊന്നിന്മേലും. അവരുടെ മുമ്പിൽ, ഒരു കരിങ്കൽ മതിലിന്നപ്പുറത്തായി, കടൽത്തിരകൾ ഇളകുന്നുണ്ടായിരുന്നു. കറുത്ത പാറക്കഷ്ണങ്ങൾക്കിടയിലൂടെ ഇടക്കിടയ്ക്ക് നുരയും പതയുമായി ഓടിക്കയറുന്ന ചെറിയ തിരകളെ നോക്കിക്കൊണ്ട് അവർ വളരെ നേരം നിശ്ചലരായി ഇരുന്നു. ഒടുവിൽ അയാൾ തന്റെ അൽപം പരുത്ത സ്വരത്തിൽ ചോദിച്ചു.

'ഒന്നും പറയാനില്ലേ?'

'ഒന്നു ചോദിക്കണമെന്നുണ്ട്'

'ഉം'

'എന്നെ വെറുത്തുതുടങ്ങിയോ?'

'എന്തിന്'

'ഒരിക്കൽ സ്നേഹിച്ചിരുന്നതുകൊണ്ട്.'

അയാൾ അൽപം ക്രൂരതയോടെ പൊട്ടിച്ചിരിച്ചു. എന്നിട്ട് തന്റെ കോട്ടിന്റെ കീശയിൽ നിന്ന് ഒരു സിഗററ്റ് എടുത്തു കൊളുത്തിക്കൊണ്ടു പറഞ്ഞു: 'നിനക്കു ഭ്രാന്താണ്. നീ പറയുന്നതിന്റെ അർത്ഥം ആർക്കും മനസ്സിലാവില്ല.'

'നിങ്ങൾക്കും മനസ്സിലാവില്ലേ?' അവളുടെ ആത്മാഭിമാനം വീണ്ടും അയാളുടെ മുമ്പിൽ മുട്ടുകുത്തുകയായിരുന്നു. അതെ, അവൾ ചിരിച്ചു: തനിക്കു ഭ്രാന്താണ്. താൻ ചെയ്യുന്നതിലും പറയുന്നതിലും എല്ലാം കൃത്രിമത്വമുണ്ട്. ....അങ്ങനെ ആ പഴയ ആക്ഷേപങ്ങൾ മുഴുവൻ അയാൾ ആവർത്തിച്ചേക്കാം. പക്ഷേ, ഒരപരിചിതയായി കണക്കാക്കുന്ന അയാൾക്ക് ഇനി അവളോടു കോപിക്കുവാൻ കഴിയില്ലായിരിക്കും. അവളെ ഒന്നു ദേഷ്യപ്പെട്ടാൽ, അവളെ നിന്ദിക്കുവാൻവേണ്ടി അയാൾ പണ്ടത്തെപ്പോലെ കാരണങ്ങൾ തിരഞ്ഞുണ്ടാക്കിയാൽ, അവൾ സന്തോഷിക്കുമായിരുന്നു. കാരണം പണ്ടത്തെ ആ ദിവസങ്ങളുടെ ഒരു ഏകദേശരൂപമെങ്കിലും ഈ ദിവസത്തിനു വരുത്തുവാൻ അങ്ങനെ അവൾക്കു കഴിയും. അയാളുടെ സ്നേഹം അങ്ങനെയായിരുന്നു; എല്ലായ്പ്പോഴും കുറ്റപ്പെടുത്തിക്കൊണ്ട്, നിന്ദിച്ചുകൊണ്ട്. അവനവനെത്തന്നെ വെറുത്തുശീലിച്ച അയാൾ അവളെ വെറുക്കുവാൻ കാരണങ്ങൾ തേടിക്കൊണ്ടിരുന്നു. തന്നെ സ്നേഹിച്ചു തുടങ്ങിയതും അവളുടെ ഒരു കുറ്റമായി അയാൾ കണക്കാക്കി. പക്ഷേ, ആ തർക്കങ്ങൾക്കവസാനമായി, ദയനീയമായി കരഞ്ഞുകൊണ്ടിരിക്കുന്ന അവളുടെ കാൽക്കൽ വീണ് അയാൾ ആ കാൽവിരലുകളെ ചുംബിക്കും....

'പറഞ്ഞോളൂ, ഞാൻ ഭ്രാന്തത്തിയാണെന്ന്. അതുകൊണ്ടാണ് ഞാൻ തലമുടി പിന്നോക്കം ചീകുന്നത്, ഇംഗ്ലീഷിൽ സംസാരിക്കുന്നത്, നിങ്ങളെ....'

അയാൾ സിഗററ്റ് വലിച്ചെറിഞ്ഞ്, ചിരിച്ചു.

'എനിക്ക് നിന്നോട് അനുകമ്പ മാത്രമേ തോന്നുന്നുള്ളു. ഒരു സാധാരണ സ്ത്രീയായി ജനിക്കുവാൻ കൂടി കഴിഞ്ഞില്ലല്ലോ നിനക്ക്.'

അതിന് അവൾ മറുപടി പറഞ്ഞില്ല. അയാൾ വലിച്ചെറിഞ്ഞ സിഗററ്റിന്റെ അറ്റത്തുനിന്നു പുക ഉയരുന്നതും നോക്കിക്കൊണ്ട് അവൾ ആലോചിച്ചു: ശരിയാണ്. ആരെയും തോൽപ്പിക്കുന്ന തന്റെ നാട്യങ്ങളിൽക്കൂടിയും കാണുവാൻ, തന്റെ വളർച്ചയെത്താത്ത ആത്മാവിന്റെ നഗ്നതയിലേക്കു കണ്ണോടിക്കുവാൻ, അയാൾക്ക് എന്നും കഴിഞ്ഞിരുന്നു. ഇംഗ്ലീഷ് രീതികളും ആ ഭാഷയിലുള്ള കഴിവും അവൾ തന്റെ രാജ്യത്തിനോട് സ്നേഹമില്ലാത്തതു കൊണ്ടു വളർത്തിപ്പോന്നതല്ല എന്നു മറ്റാർക്കാണു മനസ്സിലായത്. അവൾക്കു പരിചയമുള്ള സ്ത്രീകളിൽ നിന്ന് അൽപം അകന്നുനിൽക്കുന്നത് അവളുടെ ഡംഭു കാരണമല്ല, പക്ഷേ അവർ തന്റെ വ്യത്യസ്തത മനസ്സിലാക്കി തന്നെ വെറുത്തുതുടങ്ങുമെന്നു ഭയന്നിട്ടാണെന്ന് അയാൾക്കല്ലാതെ ആർക്കാണ് അറിയുക? മറ്റുള്ളവരിൽ നിന്നും അകറ്റി അവളെ ഏകയാക്കി നിർത്തിയിരുന്ന ആ സൗന്ദര്യവും ധനസ്ഥിതിയും മനഃസ്ഥിതിയും എല്ലാംതന്നെ അവളുടെ സ്വന്തം കണ്ണുകളിൽ വെറും ശാപങ്ങളായിരുന്നു. സ്നേഹം മൃദുവാക്കുന്ന ചില

വാക്കുകൾക്കു വേണ്ടിയുള്ള അവളുടെ ദാഹം, എന്നും തനിച്ചാണെന്നുള്ള ആ വിചാരം.... ഇതൊന്നും അവൾ മറ്റാരെയും അറിയിച്ചില്ല. വളർന്നു കഴിഞ്ഞാൽ, ശരീരത്തിലെ ചില സ്വകാര്യഭാഗങ്ങളെ എല്ലാവരിൽ നിന്നും മറച്ചുവെക്കുന്നതുപോലെ അവൾ തന്റെ മനസ്സിനേയും മൂടിവെച്ചു. ജോലിത്തിരക്കും മനശ്ശല്യങ്ങളുമായി ദിവസങ്ങൾ കഴിച്ചു കൂട്ടിയിരുന്ന അവളുടെ രക്ഷിതാക്കന്മാർ അവളെ മനസ്സിലാക്കുവാൻ ശ്രമിച്ചില്ല. അവൾ എല്ലായ്പോഴും ഭംഗിയുള്ള പല്ലുകൾ കാട്ടി പുഞ്ചിരിതൂകും. അവൾക്കു മാസത്തിലൊരിക്കൽ ഒരു തലവേദന വരാറുണ്ട്, അവൾക്ക് പാലുകുടിക്കുവാൻ ഇഷ്ടമില്ല, അവൾ തലയിൽ നാളികേരം വെന്ത വെളിച്ചെണ്ണയാണ് തേക്കുക.... അങ്ങനെ ചില വിവരങ്ങൾ അവർക്കുണ്ടായിരുന്നു. പക്ഷേ, അവൾ തന്റെ വീതി കുറഞ്ഞ കിടക്കമേൽ കിടന്ന്, തനിക്കു വരാൻപോവുന്ന കല്യാണത്തിനെപ്പറ്റി എന്താണ് ആലോചിച്ചിരുന്നതെന്ന് അവർ ഒരിക്കലും അന്വേഷിച്ചില്ല. വിവാഹിതയായതിനുശേഷം രാത്രിയിൽ മാത്രം ഭംഗിവാക്കുപയോഗിച്ചുകൊണ്ട് തന്നോടടുക്കുന്ന ഭർത്താവിനെപ്പറ്റി അവളുടെ അഭിപ്രായമെന്തായിരുന്നു? സ്നേഹത്തിന്റെ പരിശുദ്ധി അവൾ അയാളിൽനിന്ന് മനസ്സിലാക്കിയോ? ഉവ്വെന്ന് എല്ലാവരും വിചാരിച്ചിരിക്കണം.

പക്ഷേ, ആരും അവളോടു ചോദിച്ചില്ല, അവൾക്കു സന്തോഷമുണ്ടോ എന്ന് ആരും അന്വേഷിച്ചില്ല. അകത്തു നട്ടുവളർത്തിയ ഒരു ചെടിപോലെ അവളുടെ ഉള്ളിൽ വളർന്നുനിന്ന ഏകാന്തത പൂവിട്ടു, കായ്ച്ചു. രാത്രികളിൽ അന്യോന്യം മനസ്സിലാക്കുവാൻ മാത്രം കഴിവില്ലാത്തതുകൊണ്ട് ജീവിതത്തിൽ പരാജയപ്പെടുന്ന മനുഷ്യജീവികൾ വീടുകളിലും തെരുവുകളിലും മറ്റും കിടന്നുറങ്ങുമ്പോൾ, അല്ലെങ്കിൽ ദയനീയമായ ചില്ലറ സുഖങ്ങൾക്കു വേണ്ടി അന്യോന്യം ഉപയോഗപ്പെടുത്തുമ്പോൾ അവൾ തന്റെ കിടക്കയിൽ കിടന്ന് സ്വയം പരിശോധിക്കും. പക്ഷഭേദമില്ലാത്തതും അൽപം ക്രൂരത കലർന്നതുമായ അവളുടെ മനസ്സ് ആ ശരീരത്തിൽനിന്ന് ഉറ്റുനോക്കും നനവില്ലാത്ത, പശിമയില്ലത്ത, തീരെ ഫലപുഷ്ടിയില്ലാത്ത ഒരു തരിശുനിലം പോലെ നഗ്നമായി കിടക്കുകയായിരിക്കും അവളുടെ ഹൃദയം: 'നിനക്കു യാതൊരു മാറ്റവും വന്നിട്ടില്ല. നീ കുറച്ചെങ്കിലും വളർന്നിരിക്കുമെന്ന് ഞാൻ വിചാരിച്ചു.'

അയാൾ പറഞ്ഞു. അവൾ അയാളുടെ കണ്ണുകളിൽനിന്നു രക്ഷപ്പെടാൻ വേണ്ടി തല താഴ്ത്തി. അവരുടെ മുമ്പിൽ മഴവെള്ളം വീണ് വീർത്ത കടൽ കാമവിവശയായ ഒരു സ്ത്രീയെപ്പോലെ നിശ്വസിക്കുകയും കിടന്ന് ഉരുളുകയും പതുക്കെ തേങ്ങുകയും ചെയ്തുകൊണ്ടിരുന്നു. ആകാശം ചെറിയ ദ്വാരങ്ങളുള്ള ഒരു പഴയ ശീലക്കുടയായി അവൾക്കു തോന്നി. മഴത്തുള്ളികൾ വീഴാൻ തുടങ്ങുകയായിരുന്നു.

'നീ കുടയെടുത്തിട്ടില്ല, ഉവ്വോ?' അയാൾ ചോദിച്ചു. അവൾ തലയാട്ടി.

'നീ ഇപ്പോഴും ഇങ്ങനെയാണോ? കുട എടുക്കില്ല, പണമെടുക്കില്ല, ഉറുമാലെടുക്കില്ല.... നീ എങ്ങനെയാണു കഴിഞ്ഞുകൂടാൻപോവുന്നത് എന്ന് എനിക്കറിയില്ല.'

അയാൾ അവളുടെ അടുത്തേക്കു മാറിയിരുന്നുകൊണ്ടു തന്റെ ശീലക്കുട നിവർത്തിത്തുറന്നു.

മതിലിന്റെ അടുത്തു കെട്ടിയിരുന്ന ചരടുകളിൽ ഉണക്കാൻ തൂക്കിയിരുന്ന മത്സ്യങ്ങളെ എടുത്തു നീക്കുവാൻ ചില മുക്കുവത്തികൾ അവരുടെ കുടിലുകൾ വിട്ട് ഓടിവന്നു. തുറന്നിട്ട ഓലവാതിലുകളിലൂടെ അവരുടെ അടുപ്പുകളിലെ തീ ചുവന്ന പൂക്കളെപ്പോലെ ജ്വലിക്കുന്നത് അവൾ കണ്ടു.

'നോക്കൂ.' അവൾ പറഞ്ഞു: 'ചുവന്ന പൂക്കൾപോലെയിരിക്കുന്നു.'

'അല്ലെങ്കിൽ ചുവന്ന പൂമ്പാറ്റകൾ ചിറകിളക്കുകയാവാം.' അയാൾ പറഞ്ഞു. അവർക്കു പ്രിയപ്പെട്ട ആ പഴയ കളി വീണ്ടും തുടങ്ങിയോ? ചന്ദ്രൻ ആകാശത്തിന്റെ പൊട്ടാത്ത കണ്ണാണോ? അതോ, ഉപവാസം തുടങ്ങാൻ പോവുന്ന ഒരു തടിച്ചിപ്പെണ്ണാണോ? സ്മരണകൾ അവളെ വേദനിപ്പിച്ചു.

'നിങ്ങൾ എന്തിനാണ് വിവാഹം ചെയ്തത്? നമുക്ക് അങ്ങനെ തമ്മിൽ സ്നേഹിച്ചു കഴിയാമായിരുന്നില്ലേ?'

അയാൾ ഒന്നും പറഞ്ഞില്ല. അതുകൊണ്ടു വീണ്ടും ധൈര്യത്തോടെ അവൾ ചോദിച്ചു: 'എന്തുമാതിരിക്കാരിയാണ് അവൾ.... നിങ്ങളുടെ ഭാര്യ?'

അയാൾ തന്റെ കൈവിരലിന്മേൽ കിടന്നിരുന്ന ഉരുളൻ മോതിരം പതുക്കെ തിരിച്ചുകൊണ്ടു തല താഴ്ത്തിയിരുന്നു.

'നിങ്ങൾ വളരെ മാറിയിരിക്കുന്നു.' അവൾ പറഞ്ഞു: 'തടിച്ചിരിക്കുന്നു, തലമുടിയിൽ പണ്ടു തേച്ചിരുന്ന ക്രീം തേക്കുന്നില്ല. കൈയിന്മേൽ മോതിരമിട്ടിരിക്കുന്നു.... നിങ്ങൾ പണ്ട് ഞാൻ അറിഞ്ഞിരുന്ന ആൾ അല്ലാതായിരിക്കുന്നു.'

'ഉം'

അയാളുടെ മുഖത്തിന്റെ രേഖകൾ ആ ഇരുട്ടിൽ അവ്യക്തങ്ങളായിക്കഴിഞ്ഞിരുന്നു. കടലിന്റെ അടുത്ത് പാറക്കഷ്ണങ്ങളുടെ അറ്റങ്ങളിൽ മാത്രം നിലാവ് വെള്ളിരേഖകൾ വരച്ചു. വെള്ളം, ക്ഷീണിച്ച ഒരു മനുഷ്യന്റെ മട്ടിൽ കിതയ്ക്കുകയും കരയുകയും ചെയ്യുന്നുണ്ടെന്നവൾക്കു തോന്നി. അവളുടെ മനസ്സ്, ഭൂതകാലത്തിന്റെ ചട്ടക്കൂടുകളിൽ ഒതുങ്ങിക്കഴിയുന്ന ചില ദിവസങ്ങളിലേക്ക് ഓടിക്കൊണ്ടിരുന്നു. 'നിന്നെ ഞാൻ സ്നേഹിക്കുന്നില്ല, എന്നോ? എന്റെ കണ്ണുകളിൽ നോക്കി, അങ്ങനെ ചോദിക്കുവാൻ ധൈര്യപ്പെടുമോ?' അയാളുടെ വാക്കുകൾ, അവളോടു മാത്രം ഉപയോഗിക്കുന്ന ആ പ്രത്യേക ചിരി, അവരെ

രണ്ടുപേരേയും ഒരു ഗർഭത്തിലെന്നോണം, ലോകത്തിൽനിന്നെല്ലാം ഒളിപ്പിച്ചു വിശ്രമിപ്പിച്ച ആ സന്ധ്യകൾ...... അവയെല്ലാം മരിച്ചവയാണോ? അയാൾ മറ്റൊരാളുടെയായിക്കഴിഞ്ഞു. അവൾ തന്നത്താൻ പറഞ്ഞു നോക്കി, വിശ്വസിക്കാൻ പ്രയാസമുണ്ടായിരിക്കും. പക്ഷേ, ആ വാസ്തവ ത്തിൽ വിശ്വസിക്കാതിരുന്നാൽ തനിക്ക് ഇതിലും അധികം ദുഃഖിക്കേണ്ടി വരും.

'നിങ്ങൾ ഭാഗ്യവാനാണ്.'

'ഉം?'

'അതെല്ലാം മറക്കാൻ കഴിഞ്ഞുവല്ലോ?'

അയാൾ തല തിരിച്ച് അവളെ നോക്കി.

'എനിക്കുമാത്രം ഇതൊന്നും മറക്കാൻ കഴിയാത്തതെന്താണ്?'

അയാൾ എന്തു പറയാനാണ്? അവളുടെ നിസ്സഹായതയേക്കാൾ ഭയാനകമായ തന്റെ നിസ്സഹായതയെ മറച്ചുവെച്ചു അവളെ സമാധാനി പ്പിക്കുവാൻ അയാൾക്കു കഴിയുമോ? ആ ദിവസങ്ങൾ താൻ മറന്നി ട്ടില്ലെന്നു പറയാൻ അയാൾക്കു കഴിയുമോ? ആ സ്നേഹത്തെ മറന്നുകഴിഞ്ഞാൽ പിന്നെ തനിക്ക് ഒരു നേട്ടമായി കരുതുവാൻ ഈ ജീവിതത്തിൽ ഒന്നുമില്ലെന്നു പറയുകയോ? അയാൾക്കു വേണമെങ്കിൽ എല്ലാംതന്നെ അവളോടു തുറന്നുപറയാം. താൻ അവളോടുള്ള സ്നേഹംകൊണ്ടു മാത്രമാണ് അവളുടെ ജീവിതത്തിൽ നിന്ന് ഓടിപ്പോയത്. താൻ വിവാഹംചെയ്ത സ്ത്രീയുടെ മുഖത്തു നോക്കു മ്പോഴും, അവളെ ചുംബിക്കുമ്പോഴും, എല്ലാം താൻ പണ്ടു സ്നേഹിച്ച ആ മുഖം മാത്രമേ കാണുകയുള്ളു, തന്റെ മതവും ആദർശവും എല്ലാം അവൾ മാത്രമാണ്.... അതെല്ലാം തുറന്നു പറയുകയോ?

'എനിക്ക് അത്ര ചെറുപ്പമല്ല, എന്നെ ആവക ചോദ്യങ്ങൾ ചോദിച്ചു വിഷമിപ്പിക്കരുത്.' അയാൾ പറഞ്ഞു: എനിക്കു സാമാന്യത്തിലധികം പണമില്ല, ബുദ്ധിയില്ല... ഞാൻ ഒരു സാധാരണ മനുഷ്യനാണ്. സ്നേഹി ക്കുവാൻകൂടി എനിക്കു ധൈര്യമില്ലാതെയായിരിക്കുന്നു.

അവളുടെ കണ്ണുകൾ നിറഞ്ഞൊഴുകുന്നുണ്ടായിരുന്നു. എങ്കിലും ഇടറാത്ത സ്വരത്തിൽ അവൾ പറഞ്ഞു. 'ശരിയാണ്, ഞാൻ നിങ്ങളെ ബുദ്ധിമുട്ടിക്കുകയാണ്. വീണ്ടും ഒരു കുടുക്കിൽപ്പെടുത്താൻ ശ്രമിക്കുക യായിരുന്നു ഞാൻ. എനിക്കു മാപ്പു തരണം.'

തന്റെ സ്നേഹം അഴികളുള്ള ഒരു കൂടായിട്ടേ അയാൾ എന്നും കണക്കാക്കിയിട്ടുള്ളു. അവൾ ആലോചിച്ചു. അവരുടെ രണ്ടുപേരുടേയും ജീവിതത്തിലെ ഏറ്റവും മനോഹരങ്ങളായ ദിവസങ്ങളിൽക്കൂടിയും അയാൾ അവളുടെ മടിയിൽ തലചായ്ച്ചു വെച്ചുകൊണ്ടു പറഞ്ഞി രുന്നു.

'നീ എന്നെ സ്നേഹിക്കേണ്ടിയിരുന്നില്ല. എന്റെ കാലിന്മേൽ ഒരു ചങ്ങലയുള്ളപോലെ എനിക്കു തോന്നുന്നു.'

അവൾ അന്നൊക്കെ അതു കേട്ടു ചിരിച്ചിരുന്നു. കുറച്ചുദിവസങ്ങൾ കൂടി കഴിയുമ്പോഴേക്കും കൂടു തകർത്തു ആകാശത്തിലേക്ക് ഉയരുന്ന കിളിപോലെ അയാൾ തന്റെ സ്നേഹത്തിൽ നിന്നും സ്വതന്ത്രനായിപ്പോവുമെന്ന് അവൾ വിചാരിച്ചില്ല. തന്റെ ലാളനകൾ അയാളെ ശ്വാസം മുട്ടിക്കുന്നുവെന്ന് അവൾക്കെങ്ങനെ മനസ്സിലാവാൻ? അവളുടെ ഹൃദയം അതിന്റേതായ നീരാളിക്കയ്യുകൾ വളർത്തി അയാളെ അതിൽ ബന്ധനസ്ഥനാക്കി നിർത്തി. എന്നിട്ടും താൻ ഒരു വളർത്തുമൃഗമാണെന്നു തോന്നിത്തുടങ്ങിയ അയാൾ അവളെ ഉപേക്ഷിച്ചുപോയി.

'ഞാൻ നിങ്ങളെ ചതിക്കുവാൻ ശ്രമിക്കുകയായിരുന്നു.' അവൾ പറഞ്ഞു: 'നിങ്ങളെ വീണ്ടും കുടുക്കിൽപ്പെടുത്താൻ.'

'എന്തു കുടുക്കിൽപ്പെടുത്താൻ?'

'എനിക്ക് ഒരു കുട്ടിയുണ്ടാവാൻ മോഹമുണ്ടായിരുന്നു. എന്റേതും നിങ്ങളുടേതുമായ ഒരു കുട്ടി.... എനിക്കു മാപ്പു തരണം.'

അയാൾ തന്റെ ഇടത്തെ കൈകൊണ്ട് തന്റെ നെറ്റി തുടച്ച് കടലിലേക്കു നോക്കി. വളകൾ ഊരിയെറിയുന്ന ചില പാമ്പുകളെപ്പോലെ നുരയും പതയും നിറഞ്ഞ വെള്ളിത്തിരകൾ പാറകളോടു മുട്ടി ഉരസിക്കൊണ്ട് വീണ്ടും മടങ്ങിപ്പോയി. മഴ അവസാനിച്ചുകഴിഞ്ഞിരുന്നു. അയാൾ കുട മടക്കി, കുടഞ്ഞു എന്നിട്ട് എഴുന്നേറ്റുനിന്ന് അവളോട് ഒരു ഉദാസീനസ്വരത്തിൽ പറഞ്ഞു.

'നേരം വളരെ വൈകി. നിന്റെ ഭർത്താവ് എന്തു വിചാരിക്കും?' അയാൾ അവളുടെ കൈപിടിച്ചുകൊണ്ട് ചിരിച്ചു. അത് എന്നന്നേക്കുമുള്ള ഒരു യാത്രചോദിക്കലാണെന്ന് അവൾക്കു തോന്നി. ഒരു അവസാനിപ്പിക്കൽ! അവർ തമ്മിൽ ഉണ്ടായിരുന്ന സ്നേഹത്തിന്റെയും വിശ്വാസത്തിന്റെയും എല്ലാറ്റിന്റെയും ഒരവസാനിപ്പിക്കൽ. ചിരികളുടേയും വാക്കുകളുടേയും ചുംബനങ്ങളുടേയും സ്മരണകൾ അപ്പോഴും അവളെ ചുറ്റിക്കൊണ്ടിരുന്നു. പക്ഷേ, അവയോരോന്നും പകുതി മരിച്ചു കഴിഞ്ഞ ശരീരങ്ങളാണെന്നു അവൾക്കു തോന്നി. അവൾ എഴുന്നേറ്റുനിന്നു തന്റെ നനഞ്ഞ സാരി കണങ്കാലുകളിൽനിന്നു വേർപെടുത്തി പിഴിഞ്ഞു. എന്നിട്ടു തന്റെ കൈ നീട്ടിക്കൊണ്ട് അയാളോടു പറഞ്ഞു: 'എനിക്കു രണ്ടണ തരൂ. ബസ് ടിക്കറ്റു വാങ്ങുവാനാണ്.'

അയാൾ ചിരിച്ചു. അയാൾ കൊടുത്ത നാണ്യവും കൊണ്ട് അവൾ ആ ഇരുട്ടിൽ മറയുന്നതു നോക്കിക്കൊണ്ട് അയാൾ ശബ്ദമുണ്ടാക്കാതെ കരഞ്ഞു. ദർശനം തന്നതിനു ശേഷം അപ്രത്യക്ഷയാവുന്ന ഒരു ദൈവത്തെ പ്പോലെ അവൾ മറയുകയാണ്. തന്റെ ഏകവും ഏകാന്തവും

വിദൂരവുമായ മേഖലയിലേക്ക് ദുഃഖത്തിന്റെ മണമുള്ള അവളുടെ കരിങ്കൽക്ഷേത്രത്തിലേക്ക്. അവളെ വിളിച്ചുവരുത്തി പണ്ടത്തെപ്പോലെ ആ കാൽവിരലുകളെ ചുംബിച്ചും കൊണ്ട് ഒന്നു കരയുവാനെങ്കിലും....

കരിങ്കല്ലുകളും ചെറിയ മണൽത്തിണ്ണകളും നിറഞ്ഞ ആ ശ്മശാനത്തിലൂടെ നടന്ന്, മൈതാനവും കടന്ന്, ചെറിയ മഞ്ഞവിളക്കുകൾ കത്തുന്ന ഒരു അങ്ങാടിക്കടുത്തുള്ള ബസ്സ്റ്റോപ്പിലെത്തിയപ്പോൾ അവൾ ദാഹിക്കുന്ന കണ്ണുകളോടെ പിന്നോക്കം തിരിഞ്ഞു നോക്കി. പക്ഷേ, അകം പൊള്ളയായ ഒരു കൂരിരുട്ടു മാത്രമേ അവൾക്കു കാണാൻ കഴിഞ്ഞുള്ളു.

പിന്നീട്, ആ മുറിയിൽ വളർന്നു നിന്നിരുന്ന കാട്ടുമരം, വീണ്ടും വളർന്നു തട്ടിനോളം ഉയർന്നു. അതിന്റെ ചില്ലകൾ ചുമരുകളിന്മേൽ തട്ടിയുരഞ്ഞു വിള്ളലുകളുണ്ടാക്കി. രാത്രിയുടെ വിഷം കലർന്ന വായുവിൽ ഒരു നീരാളിയെപ്പോലെ തന്റെ അനേകം കൈകൾ ഇളക്കിക്കൊണ്ടു വീണ്ടും വീണ്ടും വളരുവാൻ ശ്രമിക്കുന്ന ആ മരത്തിന്റെ ശ്വാസോച്ഛ്വാസം ശ്രദ്ധിച്ചു കൊണ്ട് അവൾ കിടന്നു. തന്റെ സ്വന്തം ഹൃദയത്തിന്റെ ഏകാന്തതയിൽ നിന്നു രക്ഷപ്പെടാൻ മോഹിച്ചിരുന്ന അവൾക്കു മരണവും ഒരനുഗ്രഹമായിരുന്നു.

■

സൂര്യൻ

എന്റെ ഓമനേ, ഇതു നിന്റെ കഥയാണ്, എന്റെയും. ഞാനിതെഴുതുവാൻ പലപ്പോഴും ഒരുങ്ങി. പലപ്പോഴും വേണ്ടെന്നു വയ്ക്കുകയും ചെയ്തു. എനിക്കു വേണ്ടത്ര ധൈര്യം ഉണ്ടായിരുന്നില്ല. ഇന്നും ഇതിന്റെ ഓരോ വാക്കും എന്റെ സ്മരണയിൽ, വേദനയും ഭാരവും പേറിക്കൊണ്ട് കൂലി കളെപ്പോലെയാണ് എഴുന്നേൽക്കുന്നത്. എന്റെ കണ്ണുകൾ നനയു മ്പോൾ ഞാൻ അത്ഭുതപ്പെടുകയാണ്. എത്ര കൊല്ലങ്ങൾക്കുശേഷം ഇന്നും ഞാൻ നിന്നിൽനിന്നു സ്വതന്ത്രയായിട്ടില്ലെന്നോ!

എന്നാണു നമ്മുടെ ബന്ധം തുടങ്ങിയത്? സ്നേഹബന്ധം എന്ന് ഞാൻ അതിനെ വിളിക്കുന്നില്ല. കാരണം, നിനക്ക് എന്നോടു സ്നേഹമില്ലാത്തതു കൊണ്ട് മാത്രമാണ് അന്നു രാത്രിയിൽ എന്റെ ഭർത്താവ് നിന്നെ ഏൽപ്പിച്ചു തന്ന താക്കോലെടുത്തു ഞങ്ങളുടെ വീട്ടുവാതിൽ തുറന്നു നീ അകത്തേക്കു വന്നത്. നീ മദ്യപിച്ച ഒരു മൃഗമായിരുന്നു അപ്പോൾ. എന്റെ ശരീരത്തിൽ നിന്റെ കൈത്തലം വന്നു വീണപ്പോൾ ഞാൻ ഉണർന്നു.

'ആരാണത്?' ഞാൻ ഭയം മറക്കാൻ ശ്രമിച്ചുകൊണ്ടു ചോദിച്ചു.

'ഞാനാണ്, പേടിക്കണ്ട' നിന്റെ സ്വരം കനത്തിരുന്നു. ഞാൻ പുതപ്പിൽ ചൂളിക്കൊണ്ടു വീണ്ടും ചോദിച്ചു:

'ആരാണ്?'

'ഞാൻ, ഉണ്ണികൃഷ്ണൻ'

എന്നിട്ടും ഞാൻ നിന്റെ ദുരുദ്ദേശ്യത്തെ വിശ്വസിക്കുവാൻ മടിച്ചു. കാരണം, നീ എന്റെ ഭർത്താവിന്റെ ഏറ്റവും പ്രിയപ്പെട്ട സുഹൃത്താ യിരുന്നു. ഒരു ജ്യേഷ്ഠത്തിയോടു പെരുമാറുമ്പോൾ ഉപയോഗിക്കുന്ന ആദരവോടും ദയയോടുംകൂടി മാത്രമേ നീ എന്നെ സമീപിക്കാറു ണ്ടായിരുന്നുള്ളു.

'എന്തുപറ്റി?' ഞാൻ ചോദിച്ചു: 'ഈ നേരത്ത് എന്തിനാണ് ഇവിടേക്കു വന്നിരിക്കുന്നത്?'

നീ പിന്നീടു കുറെ നിമിഷങ്ങൾ യാതൊന്നും പറഞ്ഞില്ല. നിന്റെ കൈയുകൾ ഒരു കാമുകന്റെ കൈയുകളായിത്തീർന്നു നിന്റെ ദാഹം എന്നെ ഭയപ്പെടുത്തി. ഞാൻ ആ സമയത്തെല്ലാം എന്നോടുതന്നെ ചോദിച്ചുകൊണ്ടിരുന്നു ഞാനെന്താണു ചെയ്യേണ്ടത്? ഉറക്കെ നില വിളിച്ച്, അയൽപക്കത്തു താമസിക്കുന്നവരെ ഉണർത്തുകയോ? അതോ, കഥകളിൽ ആദർശവനിതകൾ ചെയ്യാറുള്ളതുപോലെ എന്നെ ചുംബി ക്കുന്ന മനുഷ്യനെ കഴുത്തിറുക്കി കൊല്ലുകയോ? എന്റെ ശരീരത്തിന്റെ മാനം കാക്കുവാൻ വേണ്ടി ചെയ്യുന്ന ഒരു കൊലപാതകം.... പക്ഷേ, ഒരിക്കൽ ചാമ്പലായിത്തീരുകയോ അല്ലെങ്കിൽ പുഴുക്കളുടെ ഭക്ഷണ മായിത്തീരുകയോ ചെയ്യാൻ പോവുന്ന ഈ ശരീരത്തിന്റെ മാനം അത്രത്തോളം വിലപിടിച്ചതാണോ? ഞാൻ എന്തു ചെയ്യേണമെന്ന് അറിയാതെ കരഞ്ഞു. എന്റെ കരച്ചിൽ കണ്ടിട്ടോ എന്തോ, നീ എന്റെ കാൽക്കൽ പശ്ചാത്താപത്തോടെ വന്നു വീണു. എന്റെ കാൽവിരലു കളിൽ വീണ കണ്ണുനീർത്തുള്ളികൾ എന്നെ കൂടുതൽ കരയിപ്പിച്ചു. അപമാനത്തിന്റെ കരച്ചിലായിരുന്നില്ല അത്. എത്രയോ വലുതായ, എന്നും അപരിചിതമായ, ഈ ലോകത്തിൽ, കാമത്തിന്റെയും കോപ ത്തിന്റെയും വ്യസനത്തിന്റെയും മറ്റും അടിമകളായിത്തീരേണ്ടി വരുന്ന നിന്നെയും എന്നെയും മറ്റുള്ള എല്ലാവരെയും ഓർത്ത് ഞാൻ കരഞ്ഞ തായിരുന്നു. നമ്മുടെ നിസ്സാരത ഓർത്ത്, നീ അതു കണ്ടിട്ട്, ഗദ്ഗദ ത്തോടെ പറഞ്ഞു.

'എനിക്കു മാപ്പുതരണം. നീ എന്റെ കാലടികളിൽ മുഖം അമർത്തി കിടന്നു. ജനലിലൂടെ, ആകാശത്തിന്റെ ഇരുട്ടുമങ്ങി ചാരനിറമായി ത്തീരുന്നതു ഞാൻ നോക്കിക്കണ്ടു. എനിക്ക് എന്ത് പറയണമെന്നോ എന്തു ചെയ്യേണമെന്നോ നിശ്ചയമുണ്ടായിരുന്നില്ല. മുറിയിൽ തങ്ങി നിന്നിരുന്ന മദ്യത്തിന്റെയും വിയർപ്പിന്റെയും മണം എന്നിൽ വെറുപ്പല്ല ഉണർത്തിയത്, സഹതാപമായിരുന്നു. എനിക്ക് എന്റെ ഹൃദയത്തെ വിശ്വസിക്കുവാൻ കഴിഞ്ഞില്ല. ഞാൻ എന്നോടു മൃഗീയമായി പെരുമാറിയ ആ മനുഷ്യനോടു കോപത്തോടെ സംസാരിക്കാഞ്ഞത് എന്തു കൊണ്ടാണ്? അവൻ ഒരു കാട്ടുമൃഗമാണ്, ഞാൻ എന്നോടു തന്നെ പറഞ്ഞുനോക്കി: അവൻ വിശ്വാസ വഞ്ചകനാണ്, നിന്നെ അപമാനി ച്ചവനാണ്. എന്നിട്ടും രാവിലെയാവാറായപ്പോൾ, ധ്രുവനക്ഷത്രം എന്റെ ജനലിന് അഭിമുഖമായി സ്ഥാനം പിടിച്ചപ്പോൾ ഞാൻ എഴുന്നേറ്റ് ഉറങ്ങിക്കിടന്നിരുന്ന നിന്നെ ചുംബിച്ചു. നീ അപ്പോൾ എന്തോ സ്വപ്നം കാണുകയായിരുന്നു. നിന്നെ ചുംബിക്കുന്നവൾ ഞാനാണെന്നു നീ മനസ്സിലാക്കിയില്ല. നീ എന്റെ കൈകൾക്കിടയിൽ വിശ്രമം തേടി, വീണ്ടും ഉറങ്ങിക്കൊണ്ടിരുന്നു. ഞാൻ എന്തൊക്കെയോ ആലോചിച്ചു. എന്നെ സ്നേഹിക്കുന്ന ഭർത്താവിനെപ്പറ്റി, വിവാഹബന്ധത്തിന്റെ പവിത്രത യെപ്പറ്റി, എന്റെ അച്ഛനമ്മമാരെപ്പറ്റി.... ഞാൻ നിന്റെ അപരാധം

ഏറ്റെടുക്കുകയായിരുന്നു. നിന്റെ കളങ്കം എന്റേതാക്കുകയായിരുന്നു. അതുകൊണ്ട് പിന്നീടൊരിക്കലും നിനക്ക് ഒരപരാധബോധം നിമിത്തം കരയേണ്ടിവന്നില്ല. പക്ഷേ, നീ നന്ദി പറയുവാൻ തുനിഞ്ഞില്ല. പലപ്പോഴും നീ എന്റെ മനോവേദനയെ മറന്നു പറഞ്ഞുകൊണ്ടിരുന്നു.

'അമൃതാ, നീ ഇങ്ങനെ ഒരു സ്ത്രീയാണെന്നു പണ്ടൊന്നും ഞാൻ വിചാരിച്ചിരുന്നില്ല.... എന്നിട്ട് നീ ചിരിച്ചു. നിനക്കു ബുദ്ധിയില്ലേ, വിവേക മില്ലേ? എന്റെയുള്ളിൽ ചോദ്യങ്ങൾ ഉയർന്നുകൊണ്ടിരുന്നു. നിനക്കു ഞാൻ ഒരു ചീത്ത സ്ത്രീയാണെന്ന് എങ്ങനെയാണു തോന്നിയത്? ഞാൻ നിന്നെയല്ലാതെ മറ്റൊരു പുരുഷനെ തൊട്ടിട്ടേയില്ലല്ലേ.... പക്ഷേ, ഞാൻ ഒന്നും ചോദിച്ചില്ല. ഒന്നും പറഞ്ഞില്ല. നീ എന്നെ തെറ്റിദ്ധരിച്ചു. പക്ഷേ, നിന്നെ വ്യസനിപ്പിക്കുവാൻ എനിക്കു കരുത്തുണ്ടായിരുന്നില്ല. അതുകൊണ്ടു നിന്റെ കണ്ണിൽ എന്നും ഞാൻ 'ഇങ്ങനത്തെ ഒരു സ്ത്രീ'യായി.

അന്നൊക്കെ നീ എന്റെ മാത്രമായിരുന്നു. അല്ലെന്നു നീ പറഞ്ഞി രിക്കാം. നീ ഒരിക്കൽ സ്നേഹിച്ച മാലാഖയെപ്പോലെ പരിശുദ്ധയായ ഒരു പെൺ കുട്ടിയെപ്പറ്റി നീ പറഞ്ഞു. പക്ഷേ, അതു പറയുമ്പോഴും നീ പുൽത്തകിടിയിൽ എന്റെ മടിയിൽ തലചായ്ച്ചു കിടക്കുകയായിരുന്നു. അടുത്ത്, തടിച്ച എരുമകൾ പുല്ലു മണത്തുകൊണ്ട് അലഞ്ഞിരുന്നു. കുറച്ചു വാരകൾക്കപ്പുറത്ത്, കറുത്ത പാറക്കല്ലുകൾക്കുമേൽ വന്നടിച്ചു കൊണ്ട് അറബിക്കടൽ ഒരു സീൽക്കാരത്തോടെ മടങ്ങിക്കൊണ്ടിരുന്നു, വീണ്ടും വീണ്ടും വരാനായി മാത്രം. ഞാൻ നിന്റെ കണ്ണുകളിൽ പെട്ടെന്നു വന്നണഞ്ഞ നനവു കണ്ടു: പക്ഷേ, അതു കണ്ടുവെന്നു നടിച്ചില്ല. കാരണം, പണ്ടു സ്നേഹിച്ചിരുന്ന ആ പെൺകുട്ടിയും, നിന്റെ അമ്മയും ചുവന്ന കല്ലുകൾകൊണ്ടുണ്ടാക്കിയ നിന്റെ നാലുകെട്ടും മറ്റും ഞാൻ തൊടാൻ പാടില്ലാത്ത ഒരു സ്വകാര്യലോകത്തിലാണെന്ന് എനിക്കറി യാമായിരുന്നു. അവയുടെ ഓർമ്മകളിൽ മുഴുകി നിശ്ചലനായി നീ ഇരിക്കുമ്പോൾ എന്റെ കരസ്പർശം കൂടി നിനക്കു രുചിക്കുകയില്ലെന്ന് എനിക്കു മനസ്സിലായിക്കഴിഞ്ഞിരുന്നു. ഞാൻ നിന്റെ ആരായിരുന്നു? നിന്റെ മൃഗീയാഭിലാഷങ്ങളെ നിറവേറ്റുവാൻ എപ്പോഴും തയ്യാറായ ഒരു സ്ത്രീ അത്രതന്നെ. നീ ഒരിക്കൽ എന്നോടു പറഞ്ഞു:

'അവൾക്ക് ഒരെഴുത്തയച്ചാലോ? എന്നെപ്പറ്റി അവൾക്കുള്ള അഭി പ്രായം അറിയാമല്ലോ.'

ആർക്ക്? എന്തിനുവേണ്ടി? എന്നൊന്നും ചോദിച്ചില്ല. ഞാൻ എന്റെ മുഖം തിരിച്ചുകൊണ്ടു പറഞ്ഞു.

'ശരിയാണ്. എഴുത്തെഴുതിയാൽ അവളുടെ മനസ്സ് അറിയാമല്ലോ.'

എനിക്കു കരയുവാൻ തോന്നി. നിന്റെ കാൽക്കൽ വീണ്, നിന്റെ സ്നേഹത്തിനുവേണ്ടി യാചിക്കുവാൻ എനിക്കു തോന്നി. പക്ഷേ,

അതൊന്നും ഉണ്ടായില്ല. ഞാൻ കാരണമില്ലാതെയും പൊട്ടിച്ചിരിച്ചു. നീ പറഞ്ഞ അസഭ്യങ്ങളായ തമാശകൾ എനിക്കു വളരെ രസിച്ചു എന്നു ഞാൻ അഭിനയിച്ചു. ഞാൻ നടിക്കുന്ന ഭാഗം അതായിരുന്നുവല്ലോ. 'ഇങ്ങനെയുള്ള ഒരു സ്ത്രീ!'

എന്റെ വീട്ടിൽ വെച്ചും എനിക്ക് അഭിനയിക്കേണ്ടിവന്നു.

'നീ എവിടെയായിരുന്നു? എന്റെ ഭർത്താവ് ചോദിച്ചു. അന്നു ഞാൻ നിന്നോടു യാത്ര പറഞ്ഞു വീട്ടിൽ മടങ്ങിയെത്തിയപ്പോൾ ഒരു കാരാഗൃഹം ഉണ്ടാക്കി. എനിക്കുതന്നെ അതിൽനിന്നു രക്ഷപ്പെടുവാൻ കഴിയാതെയായി....

എന്റെ ഭർത്താവു പട്ടണത്തിലുണ്ടായിരുന്ന രാത്രികളിൽ ഞാൻ നിന്റെ കൈകളെ ഓർത്തുകൊണ്ട് ഉറങ്ങാനോ വിശ്രമിക്കാനോ വയ്യാതെ കഷ്ടപ്പെട്ടു കൊണ്ടിരുന്നു. എന്റെ ഭർത്താവ് തന്റെ മെലിഞ്ഞ കരങ്ങൾ കൊണ്ട് എന്നെ ആശ്ലേഷിച്ചപ്പോഴൊക്കെയും ഞാൻ വേദനകൊണ്ടും കുറ്റബോധംകൊണ്ടും പുളഞ്ഞു. എന്റെ ശരീരത്തിൽ നിന്ന് ഞാനാകുന്ന വസ്തു എത്രയോ ദൂരെ മാറിനിൽക്കുകയാണെന്നും ആ മെലിഞ്ഞ കറുത്ത കരങ്ങൾ താലോലിക്കുന്ന സ്ത്രീരൂപവുമായി എനിക്കു യാതൊരു ബന്ധവുമില്ലെന്നും ഇടയ്ക്ക് എനിക്കു തോന്നിക്കൊണ്ടിരുന്നു. പക്ഷേ, മറ്റവസരങ്ങളിൽ നീ എന്റെ ഒന്നിച്ചുണ്ടായിരുന്നപ്പോൾ, ഞാൻ പരിപൂർണ്ണത ലഭിച്ചവളായിത്തീർന്നു. കണ്ണുകൾ നിന്റെ ഇളംതുടുപ്പുള്ള ചുണ്ടുകളെ നോക്കിക്കണ്ടു, കാതുകൾ നിന്റെ വാക്കുകളെ സ്വീകരിച്ചു, കരങ്ങൾ നിന്നെ ലാളിച്ചു; എന്റെ ഹൃദയവും നിനക്കുവേണ്ടി മിടിച്ചു, ഞാൻ ആകെ നീയായിത്തീർന്നു. നിന്റെ പൊട്ടിച്ചിരിയും നിന്റെ കാപട്യവും, നിന്റെ ക്രൂരസ്വഭാവങ്ങളും, എല്ലാം എല്ലാം, എന്റേതായി. എനിക്കു നിന്നെപ്പറ്റി ഓർക്കുമ്പോൾ സ്നേഹം എന്ന വാക്കു മാത്രമേ തോന്നുന്നുള്ളു. അതിനു മറ്റു പേരുകളുണ്ടെന്ന് നീ പറഞ്ഞു. 'നിന്നെ തൃപ്തിപ്പെടുത്തുവാൻ നിന്റെ പാവം ഭർത്താവിനു കഴിവില്ല. നീ അതു പറഞ്ഞ് ഇടക്കിടയ്ക്ക് ചിരിക്കാറുണ്ടായിരുന്നു. ആ വാക്കുകളുടെ വൈരൂപ്യമോ, രണ്ടുവശത്തും സ്നേഹമില്ലാത്ത ഒരു ബന്ധത്തിന്റെ വൈരൂപ്യമോ, ഒന്നുംതന്നെ എന്നെ കുലുക്കിയില്ല. എനിക്കു നിന്നെ ക്കാണാതെ ജീവിക്കുവാൻ കഴിവില്ലായിരുന്നു....

നീ ഒടുവിൽ വിവാഹിതനായി. മാലാഖയെപ്പോലെ പരിശുദ്ധയായ ആ പെൺകുട്ടിതന്നെ നിന്റെ ഭാര്യയായി. നീ ഒരിക്കലും എന്റെ വിട്ടി ലേക്കു കൊണ്ടുവന്നില്ല. വ്രണപ്പെട്ട ഹൃദയവും പേറിക്കൊണ്ടു ഞാൻ നിന്റെ വീട്ടിന്റെ മുമ്പിൽകൂടി എത്രതവണ കാറോടിച്ചു പോയിട്ടുണ്ട്. ജനവാതിൽക്കലോ മറ്റോ നിന്റെ സൗന്ദര്യം തികഞ്ഞ ആ മുഖം പ്രത്യക്ഷപ്പെട്ടാൽ! ഞാൻ നിന്നെ കാണുവാൻ ആഗ്രഹിച്ചു. ഒരിക്കൽകൂടി കാണുവാൻ. ഒരിക്കൽ കൂടി നിന്നെ ചുംബിക്കുവാൻ. പക്ഷേ, നീ

വിവാഹത്തിനുശേഷം എന്നെ മറക്കുകയാണ് ചെയ്തത്. എന്റെ കത്തുകൾക്ക് മറുപടി ഉണ്ടായില്ല. ഫോണിൽ എന്റെ സ്വരം കേട്ടാൽ ഉടനെ നീ അതു താഴെ വെച്ചു. എന്നെ എത്രതവണ നീ വേദനിപ്പിച്ചു. എന്നിട്ടും ഞാൻ നീ വരുമെന്ന് ആശിച്ചുകൊണ്ടേയിരുന്നു....

ഒരു ദിവസം നിന്റെ ഒരു കത്ത് എനിക്കു വന്നു. രണ്ടു വാചകങ്ങൾ മാത്രം 'ദയവുചെയ്ത് എന്നെ കത്തുകളയച്ചും ഫോൺ ചെയ്തും മറ്റും ഉപദ്രവിക്കരുത്. എനിക്കു നിങ്ങളായി യാതൊരു ബന്ധവും ഇനിമേലിൽ ഉണ്ടാവുകയില്ല.'

ഞാൻ നിലത്തുവീണു തേങ്ങിക്കരഞ്ഞു. നീയും ഞാനുംകൂടി വിശ്രമിച്ചിരുന്ന മരത്തണലുകളിൽവെച്ചും കടൽക്കരയിൽവെച്ചും മറ്റും ഞാൻ നിന്നെ ഓർത്തു കരഞ്ഞു. എന്റെ ഭർത്താവു ചോദിച്ചു: 'നിനക്ക് എന്തു പറ്റി?'

എനിക്ക് എന്തുപറ്റി? എനിക്ക് എല്ലാം നഷ്ടപ്പെട്ടിരിക്കുന്നു എന്നു പറയുവാൻ ഞാൻ ധൈര്യപ്പെട്ടില്ല. ഒരിക്കലും അനുഭവപ്പെടാത്ത ആനന്ദം നീ എനിക്കു തന്നു. അതു മറഞ്ഞുപോയി. ഒരിക്കലും കാണാത്ത സൗന്ദര്യം ഈ ലോകത്തിലുണ്ടെന്നു നീ കാണിച്ചുതന്നു. അതുംപോയി. എന്റെ കൈകളിൽ വെറും ശൂന്യതയായി. ഞാൻ രാത്രികളിൽ കറുത്ത ശൂന്യതയെ ആശ്ലേഷിച്ചുകൊണ്ടു മന്ത്രിച്ചു: എന്റെ ഉണ്ണീ! എന്റെ ഉണ്ണീ....

എനിക്കു നിന്നെ മറക്കുവാൻ കഴിഞ്ഞിരുന്നുവെങ്കിൽ ഞാൻ ഭാഗ്യവതിയാവുമായിരുന്നു. അതൊന്നും ഉണ്ടായില്ല. ഞാൻ വൈകുന്നേരം കാറോടിച്ചു കൊണ്ടു പോവുമ്പോൾ കോളേജുകളുടെ മുമ്പിൽ വെച്ചും പാർക്കുകളുടെ അടുത്തുവെച്ചും മറ്റും വണ്ടിയുടെ വേഗത ചുരുക്കി. നിന്റെ മുഖത്തിന്റെ ഛായയുള്ള വല്ല ചെറുപ്പക്കാരെയും കാണുവാൻ ഞാൻ ആഗ്രഹിച്ചു. നിന്റെ കണ്ണുകൾപോലെ കറുത്ത കണ്ണുള്ളവർ, അല്ലെങ്കിൽ നിന്റെ ചുണ്ടുകളുടെ ഇളം തുടുപ്പുള്ള ചുണ്ടുകളും നിന്റെ ചുരുണ്ട തലമുടിയുമുള്ളവർ, അങ്ങനെ പലരും ഉണ്ടായിരുന്നു ആ ജനക്കൂട്ടങ്ങളിൽ. ഞാൻ അഭിമാനം മറന്ന് അവരുമായി അടുത്തു. സ്നേഹിക്കുവാൻ മാത്രമേ മനുഷ്യർ മടികാണിക്കാറുള്ളു എന്ന് എനിക്കു മനസ്സിലായി. ഞാൻ എന്റെ കാമുകന്മാരിലോരോരുത്തരെയും 'ഉണ്ണി' എന്നു വിളിച്ചു. അവർക്കതൊരു തമാശയായി തോന്നി.

എനിക്കു നല്ലൊരു പേരില്ലാതെയായി. സ്നേഹിക്കുന്ന ഒരൊറ്റ സ്നേഹിതയുമില്ലാതായി. ഞാൻ ഒറ്റപ്പെട്ടു. പലരും ആശ്ലേഷിച്ച എന്റെ ശരീരത്തിന്റെ സൗന്ദര്യം മാത്രം നശിച്ചില്ല. അതു ഒരു ശാപംപോലെ നിലനിൽക്കുകയായിരുന്നു. സ്ത്രീകൾ എന്നെ സംശയത്തോടെയും

വെറുപ്പോടുകൂടിയും നോക്കി. എന്റെ ഭർത്താവും എന്നിൽനിന്ന് അകന്ന കന്നു പോയി. ഒന്നിച്ചു ജീവിച്ചിട്ടും, യാതൊരു വാക്കും കൈമാറാതെ ഞങ്ങൾ മാസങ്ങൾ കഴിച്ചുകൂട്ടി.

മദ്യം ശീലിച്ചുവന്ന ഒരാൾ മദ്യം കിട്ടാതെയാവുമ്പോൾ വൃത്തികെട്ട പാനീയങ്ങൾ കുടിക്കുന്നതുപോലെയായിരുന്നു എന്റെ സ്നേഹബന്ധങ്ങൾ ഓരോന്നും. ഒരിക്കൽ എന്നെക്കാൾ എട്ടുവയസ്സ് പ്രായം കുറഞ്ഞ ഒരു ചെറുപ്പക്കാരൻ നിന്നെപ്പറ്റി എന്നോടു പറഞ്ഞു.

'എന്റെ ഓഫീസിലെ മിസ്റ്റർ ഉണ്ണികൃഷ്ണൻ അമേരിക്കയിലേക്കു പോവുകയാണ്. അവിടെ പുതിയ ഉദ്യോഗം കിട്ടിയിരിക്കുന്നു.

അയാൾ രാവിലെ എഴുന്നേറ്റ് എന്റെ മുറിയിൽ നിന്നുകൊണ്ടു വസ്ത്രധാരണം ചെയ്യുകയായിരുന്നു. ഞാൻ നിന്റെ പേര് കേട്ടയുടനെ അയാളെ അടുത്തേക്കു വിളിച്ചു. എനിക്ക് എല്ലാം അറിയണമെന്നുണ്ടായിരുന്നു. നീ പിന്നീട് കുറെക്കാലം കഴിഞ്ഞതിനുശേഷമേ ഇന്ത്യയ്ക്കു മടങ്ങുകയുള്ളു എന്നു ഞാൻ അയാളിൽ നിന്ന് അറിഞ്ഞു. അതുകൊണ്ടാണു ഞാൻ നിനക്കു യാചന നിറഞ്ഞ ആ എഴുത്ത് അയച്ചത്. ഒരിക്കൽക്കൂടി കാണുവാൻ അനുവദിക്കുവാൻ ഞാൻ അപേക്ഷിച്ചു. അഞ്ചു മിനിട്ടുകൾക്കു വേണ്ടി ഞാൻ യാചിച്ചു. വെറും അഞ്ചു മിനിട്ടുകൾ. നീ എഴുതി:

'ഞാൻ വെള്ളിയാഴ്ച കുടുംബത്തോടൊപ്പം അമേരിക്കയിലേക്കു വിമാനം കയറുകയാണ്. വിമാനത്താവളത്തിലേക്കു വന്നാൽ കാണാം. ആ കത്തു ഞാൻ ചുംബിച്ചു. അതു സ്വർഗ്ഗത്തിൽനിന്ന് വന്നു വീണ ഒരനുഗ്രഹമായി ഞാൻ കണക്കാക്കി.

വെള്ളിയാഴ്ച ഞാൻ എനിക്കേറ്റവും ചേരുന്ന നീലപ്പട്ടുസാരിയും നീലക്കുപ്പായവും ധരിച്ചു. എന്റെ തലമുടി ചീകിച്ചീകി തിളക്കം വരുത്തി; എന്റെ ചുണ്ടുകളിൽ ഇളം ചുവപ്പ് ചായം തേച്ചു. എന്റെ ഹൃദയത്തിൽ ഇരുന്നുകൊണ്ട് ഒരു കിളി ആനന്ദത്തിന്റെ പാട്ടുകൾ പാടിക്കൊണ്ടിരുന്നു എന്ന് എനിക്കു തോന്നി. ഞാൻ കാറ് വളരെ വേഗത്തിലാണ് ഓടിച്ചത്. പക്ഷേ, നിരത്തുകളിൽ വാഹനങ്ങളുടെ തിരക്കുണ്ടായിരുന്നു. പതിവില്ലാത്ത വിധം തിരക്കുണ്ടായിരുന്നു. ഞാൻ എന്നിട്ടും അരമണിക്കൂർ കൊണ്ട് വിമാനത്താവളത്തിലെത്തി. അവിടെ ഇരുമ്പഴിയിൽ പിടിച്ചു കൊണ്ടു നിൽക്കുന്ന ജനങ്ങൾ എന്നെ അനുകമ്പയോടെ നോക്കി. ഞാൻ വല്ലാതെ കിതയ്ക്കുന്നു ണ്ടായിരുന്നു.

'ഇപ്പോൾ നിലത്തുനിന്നു പൊന്തിയിട്ടേയുള്ളു.' അവരിലൊരാൾ പറഞ്ഞു.

നിന്റെ വിമാനം. ഞാൻ കണ്ണുകൾ ഉയർത്തി ആകാശത്തേക്കു നോക്കി. സൂര്യൻ ആകാശത്തെ ഒരു തീച്ചൂളയാക്കി മാറ്റിയിരുന്നു. എന്റെ

കണ്ണുകൾ താനെ അടഞ്ഞു. കുറച്ചുനേരംകൂടി അവിടെ നിന്നാൽ ഞാൻ കരഞ്ഞുപോവുമെന്ന് എനിക്കു തോന്നി. വേഗത്തിൽ മുഖം തിരിച്ചു നടന്നു പോരുന്നതിനിടയിൽ ഞാൻ ഒരിക്കൽക്കൂടി ആകാശത്തിലേക്കു നോക്കി. വെള്ളനിറത്തിലുള്ള ആകാശത്തിന്റെ ഒരു കോണിൽ ഒരു വെള്ളിയസ്ത്രം പോലെ വേഗതയോടെ പാഞ്ഞുപോവുന്ന ആ വിമാനത്തെ ഞാൻ കണ്ടു. കുറച്ചു കഴിഞ്ഞപ്പോൾ എന്റെ കണ്ണിൽ ഒരു തേങ്ങൽ ഉയർന്നു.....

എന്റെ ഓമനേ, ഇനി ഒരിക്കലും ഞാൻ നിന്നെ കാണുകയില്ല. അതു കൊണ്ട് മാത്രമാണ് ഞാനീ കഥ എഴുതുന്നത്. ഈ കഥയ്ക്കു ജീവനുള്ള കാലത്തോളം നീ എനിക്ക് പൂർണമായും നഷ്ടപ്പെടുകയില്ല എന്നെനിക്കു തോന്നുന്നു. പക്ഷേ, ഭാവിയിൽ എന്തെല്ലാമാണ് ഉണ്ടാവുക എന്ന് ആർക്കറിയാം?

■

ചതുരംഗം

ഞാൻ സ്നേഹിക്കുന്ന ആളുടെ മുഖത്തു വാർദ്ധക്യത്തിന്റെ ചുളിവുകൾ വീണുകഴിഞ്ഞിരിക്കുന്നു. വെറുതെ നിൽക്കുമ്പോൾ മാത്രമല്ല, നടക്കുമ്പോഴും ആ കനത്ത കൈകൾ അദ്ദേഹത്തിനു ഒരു കൂത്തുപാവയുടെ നിർജ്ജീവത കൊടുക്കുന്നു. ഈ പ്രത്യേകതകൾ ഓർത്തുകൊണ്ട് ഞാൻ ഒരു ഇടത്തരം സിനിമാതീയേറ്ററിൽ പിന്നിലെ വരിയിൽ ഒറ്റയ്ക്ക് ഇരിക്കുകയാണ്. സ്ക്രീനിൽ, പരന്ന മുഖമുള്ള ഒരു സിനിമാനടൻ വാക്കുകൾകൊണ്ടും പുഞ്ചിരികൾ കൊണ്ടും നടിയെ വശീകരിക്കുവാൻ ശ്രമിക്കുന്നു. പക്ഷേ, എനിക്ക് അതിൽ ശ്രദ്ധവെക്കുവാൻ കഴിയുന്നില്ല. വളർച്ചയെത്തിക്കഴിഞ്ഞ എന്തോ ഒന്ന് എന്റെ ദുർബലമായ മറ്റേ വശത്തോട് ചോദിച്ചുകൊണ്ടിരിക്കുന്നു: ദുഃഖം മാത്രം സമ്മാനിക്കുന്ന ഈ മനുഷ്യനെ നീ എന്തുകൊണ്ട് സ്നേഹിക്കുന്നു?

എന്റെ വ്യസനം എനിക്കു സഹിക്കാൻ കഴിയാത്തതായിത്തീരുന്നു. എന്റെ ശരീരത്തെയും അതു ബാധിക്കുകയാണ്. ഞാൻ തലചായ്ച്ചു കിടന്നു കണ്ണുകളടയ്ക്കുന്നു. എന്റെ തലമുടി പരുത്ത ചുമരിൽക്കിടന്ന് ഇഴയുന്നു. സ്ക്രീനിൽനിന്നു വരുന്ന പ്രകാശം എന്റെ കൺപോളകളെ ചൂടുപിടിപ്പിക്കുന്നു. എന്റെ അസ്വാസ്ഥ്യം വർദ്ധിക്കുന്നതേയുള്ളു. അദ്ദേഹം എന്റെ ഉള്ളിൽ കടന്നുകൂടിയതുപോലെ എനിക്ക് തോന്നുന്നു. ആ നിറം, ആ സ്വരം, ആ ശരീരത്തിന്റെ മണം.... എല്ലാം എന്റെ ചോരയിൽ കലർന്നു കഴിഞ്ഞിരിക്കുന്നു.

ഒരു നിഴൽ പെട്ടെന്ന് എന്റെ മുമ്പിൽക്കൂടി നീങ്ങി, അടുത്ത കസാലയിൽ സ്ഥാനം പിടിക്കുന്നു. അത് ഒരു ചൈനക്കാരനാണ്. ശ്വസിക്കുന്ന മറ്റൊരു ജീവിയുടെ ഈ സാമീപ്യം താൽക്കാലികമായ ഒരു സമാധാനം എനിക്കുതരുന്നു.

സിനിമാനടന്റെ പേര് പ്രെസ്‌ലി എന്നാണ്. അയാൾ തന്റെ അരക്കെട്ടു ശക്തിയോടെ ഉലച്ചുകൊണ്ടാണ് പാട്ടുകൾ പാടുന്നത്. കാമോദ്ദീപകവും സുന്ദരവുമായ ഈ ചലനം ഇന്നു എന്നിൽ നേർത്ത ഒരു നീരസംമാത്രം ഉണർത്തുന്നു. സ്ക്രീനിന്റെ അടുത്തുള്ള വരികളിൽ ഇരിക്കുന്ന

പെൺകുട്ടികൾ ഉറക്കെ കൂക്കിവിളിക്കുന്നുണ്ട്. അവരുടെ സന്തോഷത്തിന്റെ കാരണം എനിക്കു മനസ്സിലാവുന്നില്ല. മറ്റൊരു ഗ്രഹത്തിൽ ചെന്നെത്തി, അറിയാത്ത ഭാഷയിലുള്ള സംസാരവും വസ്തുക്കളുടെയും ഇടത്തരം പകിട്ടിന്നിടയിൽ വെച്ചാണ് അദ്ദേഹത്തെ കണ്ടതെങ്കിൽ ഞാനത്ര ആകർഷിക്കപ്പെടുമായിരുന്നില്ല. ഞാൻ അദ്ദേഹത്തിന്റെ ചിരിയെപ്പറ്റി ഇതേവരെ പറഞ്ഞില്ലല്ലോ. അദ്ദേഹത്തിന്റെ പല്ലുകൾക്ക് ഇളം മഞ്ഞ നിറമാണ്. അവയിൽ ഒന്ന്, അൽപ്പം വരിതെറ്റി, മുമ്പോട്ട് നീങ്ങിനിൽക്കുന്നു. പക്ഷേ, ഈ വൈരൂപ്യവും എന്നിൽ കാരണം പറയാനാവാത്ത ഒരു ബഹുമാനം മാത്രം ഉണർത്തുന്നു.

ചൈനക്കാരൻ ഇപ്പോൾ യാതൊരു സങ്കോചവും കൂടാതെ എന്നെ നോക്കുകയാണ്. ഞാൻ കരയുകയായിരുന്നുവെന്നു പെട്ടെന്ന് എനിക്കു മനസ്സിലാവുന്നു. ഞാൻ കണ്ണടയൂരി, എന്റെ മുഖം കൈകളിൽ മറയ്ക്കുന്നു. ഞാൻ അദ്ദേഹത്തിന്റെ പേര് ശബ്ദമുയർത്താതെ ഉച്ചരിക്കുന്നു. സൗമ്യ മൂർത്തി, സൗമ്യമൂർത്തി... സൗമ്യമൂർത്തി... ഒരു പ്രാർത്ഥന പോലെ വെറുതെ ആവർത്തിച്ചതുകൊണ്ടു മാത്രം സഫലീഭവിക്കുന്ന ഒരു പ്രാർത്ഥനപോലെ അതെന്തൊരു പേരാണ്! സൗന്ദര്യംനിറഞ്ഞ പേര്. പക്ഷേ, സൗന്ദര്യമില്ലാത്തതെന്താണ് ഉള്ളത് അദ്ദേഹത്തിന്റേതായി? എന്റെ ഹൃദയം ഒഴികെ! എന്റെ ഹൃദയം മാത്രം ഇപ്പോൾ വാർദ്ധക്യം ബാധിച്ചതും ചൈതന്യം കെട്ടതുമായിത്തീർന്നപോലെ എനിക്കു തോന്നുന്നു. പക്ഷേ, എനിക്കു അദ്ദേഹത്തോടു തോന്നുന്ന ഈ സ്നേഹം എന്റെ ഉള്ളിൽ സ്ഥിതി ചെയ്യുന്ന ഒരു ചെറിയ അവയവത്തിന്റെ മാത്രം പ്രവർത്തനമാണെന്ന് എനിക്കു തോന്നുന്നില്ല. അതു ശരീരത്തിന്റെ എല്ലാ ഘടകങ്ങളുടെയും പ്രവർത്തനമാണ്. അദ്ദേഹത്തിന്റെ മുഖത്ത് സഞ്ചരിക്കുവാൻ, എന്റെ കണ്ണുകൾ പലപ്പോഴും ചെയ്തിട്ടുള്ളതു പോലെ ആ വിടവുകളിലും ചുളിവുകളിലും ഒരന്വേഷണത്തോടെ സഞ്ചരിക്കുവാൻ, സ്വന്തമായ ഒരു ബുദ്ധിയോടെ വെമ്പുന്ന എന്റെ തണുത്ത കൈവിരലുകളുടെയും സ്വന്തം സ്വസ്ഥതയ്ക്കു തങ്ങളേക്കാൾ പഴക്കം ചെന്ന ആ കൈകകാലുകളുടെ ആശ്ലേഷം ആവശ്യപ്പെടുന്ന എന്റെ പാവപ്പെട്ട കൈകാലുകളുടെയും... മറ്റെല്ലാറ്റിന്റെയും ഒന്നിച്ചുള്ള പ്രവർത്തിക്കലാണ് ഈ സ്നേഹം...

സിനിമയുടെ ശബ്ദം വർദ്ധിച്ചു വരികയാണ്. കറുത്ത വേഷം ധരിച്ച ഒരു ബാൻഡുസംഘം കോപംകലർന്ന ഒരു ഗാനം ഉയർത്തുന്നു. അവരുടെ മുമ്പിൽ, വെള്ളക്കുപ്പായവുമിട്ടു നിൽക്കുന്ന പാട്ടുകാരൻ, ഭ്രാന്തുപിടിച്ചവന്റെ ചേഷ്ടകൾ പ്രദർശിപ്പിക്കുന്നു. കാണികൾ ഇളകുന്നില്ല. അവരെ ആ സുന്ദരനായ നടൻ വശീകരിച്ചു കഴിഞ്ഞിരിക്കുന്നു.

ഞാൻ ഒരു ചുളിഞ്ഞ കൈലേസെടുത്തു മുഖം തുടച്ച് എഴുന്നേറ്റു നിൽക്കുന്നു. ഇനിയും അരമണിക്കൂറോളം ഈ പടം നിലനിൽക്കും. പക്ഷേ എനിക്ക് എന്റെ ഏകാന്തത സഹിക്കുവാൻ കഴിയുന്നില്ല.

'പോവുകയാണോ?' അടുത്തുള്ള ചൈനക്കാരൻ ചോദിക്കുന്നു. ഞാൻ ചിരിക്കുന്നു. ആചാരങ്ങളും നടപടിനിയമങ്ങളും ഗിയർമാറാതെ ജീവിതത്തിൽ സഞ്ചരിക്കുന്ന സൗമ്യരായ ചിലർക്കു മാത്രമേ ഉപകരിക്കുന്നുള്ളു. എന്നെപ്പോലെയുള്ളവർ അവയിലൊന്നും യാതൊരർത്ഥവും കാണുന്നില്ല. 'ഞാൻ ഒരാളെ മറക്കുവാൻ വേണ്ടി ഇവിടെ വന്നതാണ്. പക്ഷേ, സാധിച്ചില്ല.....'

ഞാൻ പറഞ്ഞു. പുറത്തേക്കു കടന്നു, ഉമ്മറത്തെത്തിയപ്പോൾ തെരുവു രാവിലത്തെ സൂര്യന്റെ വെള്ളിവെളിച്ചത്തിൽ തരിച്ചു കിടക്കുന്നതു ഞാൻ കണ്ടു. ഇപ്പോൾ തണുപ്പുകാലമാണ്. എങ്കിലും ഈ ദിവസത്തിനു കഠിനമായ ചൂടുണ്ട്. ഞാൻ തെരുവു കടന്ന്, മറ്റേവശത്തു നിർത്തിയിരിക്കുന്ന കാറിന്റെ നേർക്കു നടക്കുമ്പോൾ ഒരിക്കൽ തിരിഞ്ഞു നോക്കി, സിനിമ തീയറ്ററിന്റെ ഉമ്മറത്ത് ആ ചൈനക്കാരൻ വെയിൽ മങ്ങിപ്പിച്ച കണ്ണുകളുമായി നിൽക്കുകയാണ്, ഒരു കുരുടന്റെ പകച്ച നോട്ടത്തോടെ.

ഞാൻ കാറു വേഗം സ്റ്റാർട്ടുചെയ്യുന്നു. എന്റെ മനസ്സിന്റെ ക്ഷോഭം കാറിനും അനുഭവപ്പെട്ടിട്ടെന്നപോലെ അത് ഒന്നുരണ്ടുതവണ ഞെട്ടുന്നു. ഞാൻ ഇടത്തേ കാൽ ക്ലച്ചിൽ വീണ്ടും ശക്തിയോടെ അമർത്തുന്നു. യാതൊരർത്ഥവുമില്ലാത്ത ഈ ധൃതിയെപ്പറ്റി ആലോചിക്കുമ്പോൾ എനിക്കു ചിരിവരുന്നു.

സ്റ്റാൻഡ് റോഡിൽകൂടി ഞാൻ പതുക്കെ കാറോടിക്കുന്നു. വെള്ളത്തിൽ പൊങ്ങിക്കിടക്കുന്ന കപ്പലുകളെയും തോണികളെയും ഞാൻ കാണുന്നു. കപ്പലുകൾക്ക് തിളങ്ങുന്ന, വിലകുറഞ്ഞ, എണ്ണച്ചായമാണ് കൊടുത്തിരിക്കുന്നത്. അവ കളിപ്പാട്ടങ്ങളെപ്പോലെയിരിക്കുന്നു. നദിയുടെ നിറം ചളിയുടെ നിറമാണ്.

ഞാൻ കാറു നിർത്തി പുറത്തുകടന്ന്, ഒരു മരത്തിന്റെ ചുവട്ടിൽ കിടക്കുന്ന ഇരുമ്പു ബഞ്ചിൽ പോയി ഇരിക്കുന്നു. പക്ഷേ, ഈ സമയത്തെല്ലാം ഞാൻ എന്നോടുതന്നെ പറയുന്നു - ഈ വിധത്തിലൊന്നും അദ്ദേഹത്തെ മറക്കുവാൻ കഴിയുകയില്ല! കാരണം, ഈ ബഞ്ചിൻമേൽ ഇരുന്നുകൊണ്ടു ഞാൻ പലപ്പോഴും അദ്ദേഹത്തോടു സംസാരിച്ചിട്ടുണ്ട്. ഒരിക്കൽ ഇവിടെ വെച്ച് അദ്ദേഹം മതത്തെപ്പറ്റി സംസാരിച്ചു. ഞാൻ അന്നത്തെ സൂര്യനെ ഓർക്കുന്നു. അദ്ദേഹത്തിന്റെ കണ്ണുകൾക്കിടയിലുള്ള ചുളിവുകളെ ഓർക്കുന്നു.... എന്റെ മടിയിൽ വീണ ഒരിലയുടെ ആകൃതിയെപ്പറ്റിയും ഓർക്കുന്നു. ഈ ഓർക്കൽ, എന്റെ മുഖത്ത് ഒരു കൈത്തലത്തിന്റെ പ്രഹരം തട്ടുന്നതുപോലെയുള്ള വേദന എനിക്കു തരുന്നു. അദ്ദേഹം ഒരു കഥ പറഞ്ഞു തന്നിരുന്നു. ഒരാൾ ഒരു പേമുഖം വാങ്ങി വീട്ടിൽ വെച്ചിരുന്നതിനെപ്പറ്റി. ആ പേമുഖം അയാൾ വായിക്കുമ്പോഴും ഭക്ഷണത്തിനിരിക്കുമ്പോഴും കിടക്കുമ്പോഴും, എല്ലായ്പ്പോഴും

കണ്ണിൽപ്പെടുന്നു. അതിന്റെ വൈരൂപ്യം സഹിക്കവയ്യാതെ അയാൾ അത് അടിച്ചുതകർക്കുന്നു. പക്ഷേ, പിന്നീട് അത് അയാളുടെ മനസ്സിൽ ഒരിക്കലും നീങ്ങാതെയായിത്തീരുന്നു. നിന്റെ പുറത്ത് ഉള്ളതു നിന്റെ അകത്തുമുണ്ടാവും – സൗമ്യമൂർത്തി കഥ അവസാനിപ്പിച്ചു കൊണ്ട് എന്നോടു പറഞ്ഞു. ആ നിമിഷത്തിൽ ഞാൻ മരണത്തിന് ആശിച്ചു. ശരീരമാകുന്ന ഈ കൂടുവിട്ട്, സ്വതന്ത്രയായി ഞാൻ അദ്ദേഹത്തിന്റെ യുള്ളിൽ നിലനിൽക്കും. പിന്നെ കുറെ കൊല്ലങ്ങൾക്കുശേഷം അദ്ദേ ഹവും വെറുമൊരാത്മാവായിത്തീരുമ്പോൾ ഞങ്ങൾ രണ്ടുപേരുംകൂടി ഈ പഴയമരത്തിലേക്ക് പറന്നുവന്ന്, നരച്ചീറുകളെപ്പോലെ ഇതിന്റെ ഭൗതീകതയിൽ തൂങ്ങിക്കിടക്കും... ഈ വിധത്തിൽ ഞാൻ വിചാരിച്ചു കൊണ്ടിരുന്നപ്പോൾ സൗമ്യമൂർത്തി മുഖം തിരിച്ച് എന്നെ നോക്കി ചിരിച്ചു. അത് ഒരു സ്വകാര്യസമ്മാനമെന്നപോലെ സ്വകാര്യമായിത്തന്നെ ഒരു പുഞ്ചിരിയായിരുന്നു. ഒരടിദൂരെ ഇരുന്നിരുന്ന എന്റെ ഭർത്താവ് അതു കണ്ടതേയില്ല.

ഞാൻ ഇപ്പോൾ ആ ചിരിയെപ്പറ്റി ഓർത്തു കണ്ണുനീർ ഒതുക്കുവാൻ വൃഥാ ശ്രമിക്കുന്നു. വെയിലത്തു കഴിഞ്ഞ ആ ദിവസങ്ങളിൽ കെട്ടി പ്പടുത്തുണ്ടാക്കിയ ആ ബന്ധത്തിന് എന്തുപ്പറ്റി? എനിക്ക് അറിഞ്ഞുകൂടാ. ഒരു ദിവസം എന്റെ ഭർത്താവു ചോദിച്ചു: 'അദ്ദേഹം നിന്റെ ഗുരുവാണോ?' ആ സ്വരത്തിൽ അഭിമാനവും സന്തോഷവും മാത്രമെ ഉണ്ടായിരുന്നുള്ളു. കാരണം എന്റെ ഭർത്താവാണല്ലോ ആദ്യം അദ്ദേഹത്തെ പരിചയ പ്പെട്ടതും സ്നേഹിച്ചതും.

ആ ദിവസങ്ങളിൽ ഞാൻ എത്ര സന്തോഷിച്ചു. വിശ്വസിക്കുവാൻ വയ്യാത്ത ആനന്ദം. ഞങ്ങളുടെ ബന്ധത്തെ അപഗ്രഥിയ്ക്കുവാനോ അതിന് ഒരു പേരിടുവാനോ ഞാൻ ഒരുങ്ങിയില്ല. ഒരു വിധത്തിൽ എന്റെ സ്നേഹം ലളിതവും കാട്ടാളജാതിക്കാരുടെ ഭക്തിയെന്നപോലെ ബാലിശവുമായിരുന്നു. അദ്ദേഹത്തെ എന്തുകൊണ്ടു സ്നേഹിക്കുന്നു എന്നു എന്നോടു തന്നെ ചോദിക്കുവാൻ മുതിർന്നില്ല. അപരിഷ്കൃതനായ മനുഷ്യന്, മനശ്ശാസ്ത്രപരമായ കാരണംപറയലുകളോ അന്വേഷണ ങ്ങളോ ആവശ്യമില്ല. നിറപ്പകിട്ടുള്ള ദൈവം അവൻ ഉണ്ടാക്കിവെച്ച അമ്പലത്തിൽ സ്ഥിതിചെയ്യുന്നു. പിന്നെ മറ്റെന്താണു വേണ്ടത്? വാസ്തവത്തിൽ, ആ ദൈവത്തിന്റെ ക്ഷേത്രം കല്ലും മണ്ണും കൊണ്ടുണ്ടാ ക്കിയതു മാത്രമായിരുന്നില്ല. പക്ഷേ, ഹൃദയത്തിൽ ശൂന്യതയുടെ വേദന അനുഭവിപ്പിച്ചിരുന്ന വിടവായിരുന്നു ശരിയായ അമ്പലം... ഞാൻ അന്നെല്ലാം തനിച്ച് എന്റെ വീട്ടിലെ ഇരുണ്ട മുറികളിൽ നടക്കുമ്പോൾ സന്തോഷം സഹിയ്ക്കവയ്യാതെ പാട്ടുകൾ പാടി. നിലത്ത് ഓരോ കാൽവെയ്പ്പും ഓരോ നൃത്തമായിരുന്നു. ഞാൻ കണ്ണാടിയിൽ നോക്കി പുഞ്ചിരിതൂകി. അദ്ദേഹം എന്റെ പിന്നിൽ നിൽക്കുന്നുണ്ടെന്ന് അപ്പോ ഴൊക്കെ എനിക്കു തോന്നി. കുട്ടിക്കാലം വിട്ടതിനുശേഷം ജീവിതത്തിൽ

ആദ്യമായി ഞാൻ എന്റെ ഏകാന്തതയെ മറന്നു. ഇനി ഒരിക്കലും എന്റെ ഏകാന്തതയെ ഒരു മറുവെന്നപോലെ മുഖത്തു പേറിക്കൊണ്ടു ചിരിക്കുന്ന മനുഷ്യരുടെയിടയിൽക്കൂടി മിടിയ്ക്കുന്ന ഹൃദയത്തോടെ എനിക്കു നടക്കേണ്ടി വരില്ലല്ലോ എന്നു ഞാൻ സന്തോഷിച്ചു.....

കുറച്ചു വാരകൾ അലഞ്ഞുനടക്കുന്ന ഒരു കാത്തിയവാറി കുടുംബം അവരുടെ ഉച്ചഭക്ഷണം പാകം ചെയ്യുകയാണ്. ഒരു ചെറുപ്പക്കാരി അങ്ങോട്ടു മിങ്ങോട്ടും നടക്കുകയും ഇടയ്ക്കു കുനിഞ്ഞു നിന്ന് ഒരു കരണ്ടിയോ കിണ്ണമോ എടുക്കുകയും ചെയ്യുന്നു. അവളുടെ കാൽ ചിലങ്കകളുടെ കിലുക്കം എനിക്ക് ഒരാശ്വാസം തരുന്നതുപോലെ തോന്നി. വൃദ്ധന്മാർ ഒരു വൃത്തത്തിൽ ഇരുന്ന്, ചിരട്ടഹുക്കകൾ വലിക്കുന്നു. അഴികളിൽ ചാഞ്ഞു നിന്നുകൊണ്ട് ഒരു ചുവന്ന തലേക്കെട്ടുകാരൻ എന്നെത്തന്നെ ഉറ്റുനോക്കുന്നുണ്ട്. അയാൾക്കു വളരെ ചെറുപ്പമാണ്. മറ്റുള്ളവരെപോലെ അയാളും വൃത്തിഹീനനാണ്. പക്ഷേ, സ്വന്തം ശരീരത്തിന്റെ പ്രാധാന്യം മനസ്സിലാക്കിക്കഴിഞ്ഞാൽ, ചിലർക്കു യൗവന ദശയിൽ വന്നെത്തുന്ന ആ പ്രത്യേകമായ അഭിമാനം അയാളിൽ ഞാൻ കാണുന്നു. 'നിനക്കു പണമുണ്ടായിരിക്കാം,' അയാളുടെ കറുത്ത കണ്ണു കൾ എന്നോടു പറയുന്നു. 'നിനക്കു സൗന്ദര്യമുണ്ടായിരിക്കാം നീ സുഗന്ധദ്രവ്യങ്ങൾ പൂശിയിരിക്കാം, പക്ഷേ, എനിക്കറിയാം നീ ആരാ ണെന്ന്, നിനക്ക് എന്താണു വേണ്ടതെന്നും...'

എനിക്കൊരു വല്ലായ്മ അനുഭവപ്പെടുന്നു. ഞാൻ എഴുന്നേറ്റ് ആ സംഘത്തിന്റെ അടുത്തേക്കു ചെല്ലുന്നു. മൂന്നുവയസ്സായ, കറുത്ത പല്ലു കളുള്ള ഒരു കുട്ടി എന്റെ അടുത്തേക്ക് ഓടിവന്ന്, എന്റെ കാൽമുട്ടുകളിൽ പിടിക്കുന്നു. ഞാൻ അവളെ എടുത്ത്, അവളുടെ കവിളത്ത് ഉമ്മ വെക്കുന്നു. അവളുടെ സ്വാദ് പുതിയ മണ്ണിന്റെ സ്വാദാണ്. സ്ത്രീകൾ ഇപ്പോൾ എന്നെ നോക്കി ചിരിക്കുന്നു. പക്ഷേ, ആ ചിരിയിൽ യാതൊരു സന്തോഷവും ഞാൻ കാണുന്നില്ല. പിന്നെ എന്തു ചെയ്യണമെന്ന് എനിക്കറിയുന്നില്ല. അതുകൊണ്ട് ഞാൻ വേഗത്തിൽ കാറിൽ കയറി യിരുന്ന് ആ സ്ഥലം വിടുന്നു.

എന്റെ ഈ പോക്കിനു ലക്ഷ്യമില്ല. ഞാൻ ഓരോ റോഡുകൾ അവസാനിക്കുമ്പോഴും മറ്റൊന്നിലേക്കു തിരിയുന്നു, അത്രമാത്രം എന്റെ കണ്ണുകൾ നിറഞ്ഞൊഴുകുകയാണ്. പോലീസുകാരൻ ഒരു പ്രേതത്തെ പ്പോലെ മൂടൽപൂണ്ടവനായി എനിക്കു തോന്നുന്നു. 'വീട്ടിലേക്കു പോവൂ.' ഞാൻ എന്നോടുതന്നെ ഉപദേശിക്കുന്നു. ഇതൊരു ഞായറാഴ്ചയാ ണല്ലൊ. വെയിൽ തട്ടാത്ത ആ മുറികളിലേക്കു മടങ്ങൂ; നിന്നെ എപ്പോഴും ഉറയിൽ വിശ്രമിക്കുന്ന ഒരു വാളുപോലെയാക്കിത്തീർക്കുന്ന ആ മുറികളിലേക്കു പോവൂ. അവിടെ നിനക്കു നീയാവാനുള്ള ക്രൂരത ഒരിക്കലും ഉണ്ടാവില്ല. കമ്പം സ്നേഹത്തേക്കാൾ കരുണയുള്ളതാണ്.

എനിക്കു സൗമ്യമൂർത്തിയോടു സ്നേഹമല്ല കമ്പമാണു തോന്നിയിരുന്നതെങ്കിൽ ഞാൻ ആ ശപിക്കപ്പെട്ട ദിവസം അദ്ദേഹത്തെ ആശ്ലേഷിക്കുവാൻ ധൈര്യപ്പെടുമായിരുന്നുവൊ? ഇല്ലെന്നു തോന്നുന്നു. അദ്ദേഹം ആശ്ചര്യം പ്രദർശിപ്പിച്ചില്ല. പക്ഷേ, കലങ്ങിയ ഒരു സ്വരത്തിൽ പറഞ്ഞു: 'നിന്റെ അച്ഛനാവാൻതക്ക പ്രായമുള്ളവനാണ് ഞാൻ. അചലാ! അതു നിനക്കറിയാമല്ലൊ.'

ആ നിമിഷത്തിൽ എന്റെ ആത്മാവ് അസംഖ്യം ഭാഗങ്ങളായി മുറിഞ്ഞു വേർപിരിഞ്ഞു. ഓരോന്നും എന്നോട് ഓരോ അഭിപ്രായം പറഞ്ഞുകൊണ്ടിരുന്നു. മുത്തശ്ശിയുടെ കൈയിൽ നിന്നു സ്നേഹത്തിന്റെ ആദ്യപാഠം പഠിച്ച പെൺകുട്ടിമാത്രം പറഞ്ഞു: 'നീ ഈ നല്ല മനുഷ്യനെ ബുദ്ധിമുട്ടിക്കുകയാണ്. അദ്ദേഹത്തെ വെറുതെ വിടുകയാണ് നല്ലത്.' അതു സത്യമാണെന്ന് എനിക്കു തോന്നി. എനിക്ക് ആ നിമിഷത്തിൽ അദ്ദേഹത്തെ കീഴടക്കാമായിരുന്നു. അനവധി സ്വരങ്ങളിൽ നിന്നു രക്ഷപ്പെടുത്തിയെടുക്കാൻ കഴിഞ്ഞ സത്യത്തിന്റെ ഏക കണിക!

സൗമ്യമൂർത്തി എന്നെ ഒരു സോഫയിൽ ഇരുത്തി, എന്റെ അടുത്ത് ഇരുന്നു. അദ്ദേഹത്തിന്റെ ശരീരം വിറയ്ക്കുന്നതുപോലെ എനിക്കു തോന്നി. എനിക്ക് ആ നിമിഷത്തിൽ അദ്ദേഹത്തെ കീഴടക്കാമായിരുന്നു. ശാരീരികമായ ഒരു കീഴടക്കൽ. പക്ഷേ, ആ വിജയം എനിക്കു അദ്ദേഹത്തിന്റെ ലജ്ജയെയും അപരാധബോധത്തെയും കാണുമ്പോഴുണ്ടാകുന്ന ഹീനമായ ഒരുതരം സന്തുഷ്ടി മാത്രമേ തരികയുണ്ടാവുള്ളു. സ്നേഹത്തിൽപ്പെട്ട ഒരു സ്ത്രീക്കു തന്നെ കാമുകൻ അദ്ദേഹത്തിന്റെ ശരീരത്തിന്റെ ഒരു ഭാഗം കൊണ്ടുമാത്രം സ്മരിച്ചാൽ തൃപ്തിയാവില്ല. അവൾക്ക് അദ്ദേഹത്തിന്റെ ഒരു അർബുദമെന്നപോലെ വളരണം, അകത്ത് വേദനയും ബോധവും നിറയ്ക്കുവാൻ... അതാണ് സ്നേഹത്തിന്റെ പ്രത്യേകമായ ക്രൂരത.

അദ്ദേഹം എന്റെ സ്നേഹത്തിന്റെ മുമ്പിൽ പരുങ്ങി. അതു സ്വീകരിക്കുവാൻ ഒരുങ്ങിയില്ല. ശരീരത്തെ പരിത്യജിച്ചാൽ, ശരീരത്തിന്റെ മരണമുള്ള അഭിമാനത്തെ മാത്രമേ ആ പരിത്യാഗം തകർക്കുകയുള്ളു. പക്ഷേ, ഇത്തരത്തിലുള്ള പരിത്യാഗം ആത്മാവിന്റെ അഭിമാനത്തെ നശിപ്പിക്കുന്നു; എന്നെന്നേക്കുമായി. പക്ഷേ, ഞാൻ സ്വയം സമാധാനിപ്പിക്കുവാനും അങ്ങനെ സമയം പാഴാക്കുവാനും ഒരുങ്ങിയില്ല. ഈ കളിയിൽ അറിയാതെ തന്നെ ഞാൻ അവസാനത്തേതായ ഒരു കരുനീക്കൽ നടത്തിക്കഴിഞ്ഞു, മടക്കിയെടുക്കാൻ വയ്യാത്ത ഒരു പ്രവൃത്തി. ഇനി എന്തു ചെയ്യാം?

'മറക്കൂ. മറക്കൂ' ഞാൻ പറഞ്ഞുകൊണ്ടിരുന്നു, എന്നോടായിട്ട്. പക്ഷേ, അദ്ദേഹം പറഞ്ഞു: 'മറക്കാൻ കഴിയില്ല നിനക്ക്. എനിക്കും മറക്കാൻ സാധിക്കില്ല.'

ആ വാക്കുകൾ മരണമൊഴിയെന്നപോലെ എന്നെ മരവിപ്പിക്കുന്നതായി എനിക്കു തോന്നി. ഞാൻ അദ്ദേഹത്തിന്റെ മുഖത്തു ചുംബിക്കുവാൻ തുടങ്ങി. ഈ ചില്ലറ വിജയങ്ങളെങ്കിലും എനിക്കു ലഭിക്കട്ടെ, ഞാൻ ആലോചിച്ചു. അദ്ദേഹം തല എന്റെ നെഞ്ചത്തുചായ്ച്ച്, കണ്ണടച്ചു. എത്രനേരം അദ്ദേഹം അങ്ങനെ കിടന്നു? എനിക്ക് ഇപ്പോൾ ഓർമ തോന്നുന്നില്ല. പക്ഷേ, ആ കിടപ്പിൽ നിന്നും എന്റെ ആശ്ലേഷണത്തിൽ നിന്നും എഴുന്നേൽക്കുവാൻ അദ്ദേഹം ധൃതിപ്പെട്ടില്ലെന്ന് എനിക്കറിയാം.

അഥ കേന പ്രയുക്തോയം
പാപഞ്ചരതി പൂരുഷഃ
അനിച്ഛന്നപി വാർഷ്ണേയ
ബലാദിവ നിയോജിതഃ

എന്തിനാൽ പ്രേരിതനായിട്ടാണ്, ഭഗവദ്ഗീത ചോദിക്കുന്നു, പാപം ചെയ്യാൻ ഇച്ഛിക്കുന്നില്ലെങ്കിൽക്കൂടി ഈ പുരുഷൻ, ബലമായി നിയോഗിക്കപ്പെട്ടവനെപ്പോലെ പാപത്തെ ചെയ്യുന്നത്? എന്റെ ഹൃദയത്തിൽ അനുകമ്പയും ഉണർന്നു - താൽക്കാലികമായെങ്കിലും ഞാൻ അദ്ദേഹത്തിന്റെ സമാധാനം കെടുത്തിയല്ലോ. ഞാൻ എന്റെ വിരലുകൾ ആ മുഖത്തും, ആ തലമുടിയിലും ഓടിച്ചുകൊണ്ടിരുന്നു. ഇതിനുമുമ്പു സ്നേഹിച്ച പുരുഷൻമാരെപ്പറ്റി ഞാൻ അപ്പോൾ ഓർത്തു നോക്കി. ഓടുന്ന വണ്ടിയിൽ നിന്നു കാണുന്ന ചില മുഖങ്ങളെപ്പോലെ വിദൂരങ്ങളായിക്കഴിഞ്ഞിരുന്നു, അവരുടെ മുഖങ്ങൾ. പ്രധാന നടൻമാരുടെ അഭാവത്തിൽ പകരം നോക്കുന്നവരുടെയൊപ്പം കഴിച്ച റിഹേഴ്സലുകൾപോലെയായിരുന്നു ആ സ്നേഹബന്ധങ്ങൾ ഓരോന്നും. ഈ ഭാഗം അദ്ദേഹത്തിനു മാത്രം വേണ്ടി ഒരുക്കിവെച്ചതായിരുന്നു. പക്ഷേ, അദ്ദേഹം തിരിഞ്ഞുനടക്കുവാൻ ഭാവിക്കയാണ്. എന്റെ ചുണ്ടുകൾ കീഴടങ്ങി ശാന്തരായി അദ്ദേഹത്തിന്റെ ചുണ്ടുകൾ വിശ്രമിച്ചപ്പോഴും ഞാൻ ആ തിരിഞ്ഞോട്ടത്തിന്റെ കാലൊച്ച കേട്ടു.

'ഇനി കാണലുണ്ടാവില്ല, അല്ലേ?' ഞാൻ ചോദിച്ചു. എന്നിട്ട്, യഥാർത്ഥമായ ഒരുത്തരം കേൾക്കുവാൻ എനിക്കു ധൈര്യമുണ്ടാവാത്തതുകൊണ്ട് ഞാൻ അദ്ദേഹത്തിന്റെ കഴുത്തിൽ കൈകളെറിഞ്ഞു.

'സത്യം ചെയ്യൂ, കാണുമെന്നു സത്യം ചെയ്യൂ.'

അപ്പോൾ മറ്റൊരു സത്യത്തെപ്പറ്റി ഞാൻ ഓർത്തുപോയി പണ്ട് എന്റെ മുത്തശ്ശിയെക്കൊണ്ടു മരിക്കില്ല എന്നു ഞാൻ സത്യം ചെയ്യിച്ചിരുന്നു. എന്നിട്ടും മുത്തശ്ശിക്കു വാക്കുപാലിക്കാൻ കഴിഞ്ഞില്ല. ഈ വാക്കും അങ്ങനെ പാഴായിപ്പോവുമോ?

'സത്യംചെയ്യുന്നു. നമുക്ക് ഇനിയും കാണാം.' അദ്ദേഹം പറഞ്ഞു.

അതിനുശേഷം ഞാൻ അദ്ദേഹത്തെ കണ്ടിട്ടില്ല. അതു ഞങ്ങളുടെ അവസാനത്തെ കൂടിക്കാഴ്ചയായിരുന്നു.

അന്നു രാത്രി എന്റെ ഭർത്താവ് കട്ടിലിൽ കിടന്നുകൊണ്ട് പെട്ടെന്നു കരഞ്ഞുതുടങ്ങി. അദ്ദേഹം തന്റെ മുഖത്തെ മാംസപേശികൾ ഇളക്കാതെ, മൗനമായി കണ്ണുനീർ വീഴ്ത്തിക്കൊണ്ടിരുന്നു. ആ കരച്ചിലിന്റെ പ്രത്യേകമായ അന്തസ്സ് എന്നെ ആകർഷിച്ചു. ഞാൻ ആ കട്ടിലിൽ ഇരുന്നു.

'എന്തിനാണ് നീ അതു ചെയ്തത്?' അദ്ദേഹം ചോദിച്ചു.

'ഏത്?'

'എന്നോടു നിനക്കു തീരെ സ്നേഹമില്ലേ അചലാ?'

അന്നു വൈകുന്നേരം അദ്ദേഹം സൗമ്യമൂർത്തിയെ കാണുവാൻ പോയിരുന്നു. അതുകൊണ്ട് എനിക്ക് ആ നിമിഷത്തിൽ സകലതും മനസ്സിലായി. വെറും ചടങ്ങായിക്കഴിഞ്ഞ ആ എല്ലാറ്റിൽനിന്നും ഒഴിഞ്ഞുമാറുവാൻ മോഹിക്കുന്നവർക്കും സാധാരണ കാണുന്ന ആ ക്രൂരതയോടെ സൗമ്യമൂർത്തി എന്റെ ഭർത്താവിനോട് അന്നു നടന്നതിനെപ്പറ്റി പറഞ്ഞിരിക്കണം. ഒഴിവുകഴിവുകൾ പറയാൻ എനിക്കു മനസ്സുവന്നില്ല. ഞാൻ പറഞ്ഞു: 'ഇനി ഞാൻ അദ്ദേഹത്തെ കാണുന്നില്ല, സത്യം.'

ആ വാക്കു പാലിക്കുവാൻ ഞാൻ തീർച്ചയാക്കി. പകുതി സത്യങ്ങളെക്കൊണ്ട് എന്റെ കുറ്റഭാരത്തെ ചുമക്കുവാനും അതിലൊരു ഭാഗം സൗമ്യമൂർത്തിക്കു നീക്കിവെയ്ക്കുവാനും എനിക്കു തോന്നിയില്ല. അദ്ദേഹത്തിനു സമുദായത്തിൽ ഒരു പദവിയുണ്ട്; ഭാര്യയുണ്ട്, കുട്ടികളുണ്ട്. മാത്രമല്ല, അദേഹത്തിനു ചെറുപ്പവുമല്ല. അപരാധബോധം അദ്ദേഹത്തിന്റെ ചുമലുകൾക്കു താങ്ങാൻ വയ്യാത്ത ഒരു ഭാരമായിരിക്കും. പക്ഷേ, എനിക്കോ? എന്റെ പദവി, മറ്റൊരാളെ തന്നെക്കാളധികം സ്നേഹിക്കുവാൻ ആദ്യമായി പഠിച്ച ഒരു മനുഷ്യന്റെ പാവപ്പെട്ട പദവി മാത്രമാണ്. എനിക്കു ചെറുപ്പമാണ്. ഈ പാപഭാരം ഒരു കൊടിക്കൂറപ്പോലെ ഞാനെടുക്കാം. ധൈര്യത്തോടെ, അഭിമാനത്തോടെ.

ഞാൻ കാറു നിർത്തി ഇറങ്ങി എന്റെ വീട്ടിലെ കോണിപ്പടികൾ കയറുന്നു. വാതിൽ എനിക്കുവേണ്ടി തുറന്നിട്ടിരിക്കുന്നു. വരാന്തയിൽ ഊതനക്ഷത്രങ്ങൾ പോലെയുള്ള ചില പൂക്കൾ വെച്ച ഒരു പാത്രത്തിനടുത്ത് എന്റെ ഭർത്താവ് യാതൊന്നും ചെയ്യാതെ വെറുതെ ഇരിക്കുന്നു. കൂട്ടിൽപ്പെട്ടുപോയ ഒരു ജന്തുവിന്റെ ശൂന്യഭാവം മാത്രം ആ മുഖത്തു ഞാൻ കാണുന്നു. അദ്ദേഹത്തോടു ദയകാണിക്കുവാൻ കൂടി ഞാൻ ധൈര്യപ്പെടുന്നില്ല.

കുളിമുറിയിൽ അലമാരിയിൽനിന്ന് ഒരുകുപ്പി ഡോറിഡൻ (ഉറക്കമരുന്ന്) എടുത്തു ഞാൻ എന്റെ കിടക്കയിൽ വന്ന് ഇരിക്കുന്നു. ഒരു ശത്രുവിനെയെന്ന പോലെ ശങ്കയോടെ ഞാൻ ആ ഗുളികകളെ നോക്കി

ക്കൊണ്ടിരിക്കുന്നു. എന്റെ വാക്കു പാലിക്കുവാൻ ഈ ഒരൊറ്റ വഴി മാത്രമേയുള്ളു എന്നുണ്ടോ?

യം യം വാപി സ്മരൻ ഭാവം
ത്യജത്യന്തേ കളേബരം
തം തമേവൈതി കൗന്തേയ
സദാ തത്ഭാവഭാവിതഃ

ഹിന്ദുക്കളുടെ ഈശ്വരൻ അർജ്ജുനനോടു പറയുന്നു: അവസാന കാലത്തിൽ ഒരാൾ ഏതു രൂപത്തെ സ്മരിച്ചുകൊണ്ട് ദേഹത്തെ ഉപേക്ഷിക്കുന്നുവോ, അവൻ സദാ ആ രൂപസ്മരണയോടു കൂടിയവനായി ആ രൂപത്തെത്തന്നെ പ്രാപിക്കുന്നു. ഈ സ്നേഹരംഗത്തിനുശേഷം ഇത്രയടുത്തുവെച്ചു ഞാൻ മരിച്ചാൽ, ഞാനദ്ദേഹത്തിൽ ഒരു പാപമെന്നപോലെ ജീവിക്കും. അത്തരം ഒരു നിലനിൽക്കൽ എനിക്കാവശ്യമില്ല. എനിക്ക് അദ്ദേഹത്തിന്റെയുള്ളിൽ സൗന്ദര്യത്തോടെ ജീവിക്കണം, ഒരു മന്ദഹാസം പോലെ; അല്ലെങ്കിൽ ഒരു വെയിൽനാളംപോലെ......

ഞാൻ കുപ്പി അലമാരിയിൽതന്നെ വെച്ച് കണ്ണാടിയുടെ മുമ്പിൽ ചെന്നു നിൽക്കുന്നു. 'അചലാ, പാവപ്പെട്ട വിഡ്ഢി!' ഞാൻ എന്നോടുതന്നെ പറയുന്നു: 'ഇനിമുതൽ നിന്റെ കണ്ണുകളിൽ നിന്റെ സ്വന്തം മുഖം മാത്രമേയുണ്ടാവുകയുള്ളു. നിന്റെ കാതുകളിൽ നിന്റെ സ്വന്തം സ്വരവും... ഈ ഏകാന്തതയോടാവട്ടെ നിന്റെ ഇനിയത്തെ അനുരാഗം.'

ഈ വിചാരം എന്നെ എന്തുകൊണ്ടോ വളരെ രസിപ്പിക്കുന്നു. എന്റെ ഭർത്താവ് എന്റെ പൊട്ടിച്ചിരിയുടെ കാരണമന്വേഷിച്ചുകൊണ്ട് വാതിൽക്കലേക്കു വരുന്നു.

പക്ഷേ, ഞാൻ അതിന്റെ കാരണം അദ്ദേഹത്തോടു പറയുകയില്ല.

■

ഇടനാഴികളിലെ കണ്ണാടികൾ

ഡയറക്ടർബോർഡിന്റെ മീറ്റിങ്ങ് കഴിഞ്ഞ് പുറത്തുവന്നപ്പോൾ ബേങ്കിന്റെ ജനറൽ മേനേജർ ശ്രീ. സൗമ്യമൂർത്തിയുടെ മുഖം നിയന്ത്രിച്ചു നിർത്തിയ കോപംകൊണ്ട് തുടുത്തിരുന്നു. കാരണം, അന്നും അദ്ദേഹം സ്റ്റേറ്റ്മെന്റ് വായിച്ചുകഴിഞ്ഞപ്പോൾ പുതുതായി വന്ന ഡയറക്ടർ, (പഴയ ഡയറക്ടറുടെ മകൻ) ശ്രീ. റോയ് ചൗധുരി പല എതിർപ്പുകളും ഉയർത്തി.

'കൊടുക്കില്ല എന്നെഴുതണം. അതിൽ രണ്ടഭിപ്രായമില്ലതന്നെ' റോയ്ചൗധുരി പറഞ്ഞു.

'മിസ്റ്റർ റോയ്ചൗധുരി, ഈ ഫാക്ടറിക്കാർക്ക് പണം കൊടുക്കു ന്നത് ഇതാദ്യമായിട്ടൊന്നുമല്ലല്ലോ. പ്രേമചന്ദ്രൻ നമ്മുടെ അസിസ്റ്റന്റ് മാനേജർ, കഴിഞ്ഞമാസം അവിടെപ്പോയി, ആരോഗ്യസ്ഥിതിയൊക്കെ മണത്തറിയുകയും ചെയ്തു. പിന്നെ എങ്ങനെയാണ് ഈ കടം കൊടുക്കാതിരിക്കുക? ഒരു കാരണം.'

'കാരണം!' റോയ്ചൗധുരി തന്റെ വെറ്റിലക്കറ പിടിച്ച പല്ലുകൾ വെളിപ്പെടുത്തിക്കൊണ്ട് ഉറക്കെ പറഞ്ഞു:

'കാരണമൊന്നും കൊടുക്കണ്ട. കടം തരില്ലയെന്നു മാത്രം അറിയിച്ചാൽ മതി.'

ഏറ്റവും ധനസ്ഥിതിയും പ്രാബല്യവുമുള്ള ഡയറക്ടറെന്ന നിലയ്ക്ക് റോയ്ചൗധുരിയ്ക്ക് മറ്റുള്ളവരിൽനിന്ന് എപ്പോഴും ആദരവു കിട്ടിയിരിന്നു. അദ്ദേഹത്തിന്റെ അഭിപ്രായത്തിനോടു യോജിക്കാതിരിക്കുവാൻ ആർക്കും മനസ്സുണ്ടായില്ല. സൗമ്യമൂർത്തി വിളർത്ത മുഖത്തോടെ ചുറ്റും നോക്കി. മേശയുടെ കീഴ്ഭാഗത്തുനിന്ന് ഒരാൾ അടുത്തിരിക്കുന്ന ആളോട് എന്തോ മന്ത്രിച്ചു. അത്രതന്നെ. എന്നിട്ടും ധൈര്യത്തോടെ സൗമ്യമൂർത്തി വീണ്ടും ചോദിച്ചു:

'കാരണം വേണ്ടേ കടംതരില്ല എന്ന് എഴുതുവാൻ?'

'അതിന്റെ ഉടമസ്ഥൻ ഗോവർദ്ധൻദാസിനെ എനിക്കു നല്ല പോലെ അറിയാം. അതുതന്നെ കാരണം.' റോയ്ചൗധുരി തന്റെ ചുമലുകൾ മൂടി

ക്കിടന്നിരുന്ന രോമസ്സാൽവയുടെ അറ്റമെടുത്ത് തന്റെ താടിമേൽ തെറിച്ചു വീണിരുന്ന ചുവന്ന തുപ്പൽ തുടച്ചു.

'ഗോവർദ്ധൻദാസ് ഒരു ചെറ്റപ്പെറുക്കിയാണ്.' അദ്ദേഹം മേശയ്ക്കു ചുറ്റും ഇരുന്നിരുന്ന മറ്റു ഡയറക്ടർമാരെ നോക്കി, ചിരിച്ചുകൊണ്ട് പറഞ്ഞു. ആ കനത്ത ചിരിയുടെ പ്രത്യാഘാതമെന്നപോലെ, മറ്റു പലരിൽനിന്നും ഒരു നേർത്ത ചിരി ഉയർന്നു. സൗമ്യമൂർത്തിയുടെ മുഖം തുടുത്തു, മേശയുടെ അറ്റത്തുനിന്ന് ശ്രീ. ദേശായി, അടുത്തിരുന്ന ശ്രീ. ഫോൺസെക്കയ്ക്ക് ഒരു കടലാസുകഷണം ആരും കാണാതിരിക്കുവാൻ ശ്രദ്ധിച്ചുകൊണ്ട് കൊടുത്തു. അത് സൗമ്യമൂർത്തി കണ്ടു, ആശ്വാസത്തോടെ. ദേശായിയെങ്കിലും തന്റെ ഭാഗത്ത് ഉണ്ടല്ലോ.... ഫോൺസെക്ക കടലാസെടുത്തു പോക്കറ്റിലിട്ട്, യാതൊരു ഭാവഭേദവുമില്ലാത്ത മുഖത്തോടെ നിവർന്നിരുന്നു.

റോയ്ചൗധുരിയുടെ ചുണ്ടിൽനിന്ന് അപരിഷ്കൃതമായ ആ പുഞ്ചിരി മാഞ്ഞുകഴിഞ്ഞിരുന്നില്ല. അദ്ദേഹം പറഞ്ഞു.

'പോരേ, ജനറൽ മാനേജർ, നിങ്ങൾക്കിപ്പോൾ കാരണം കിട്ടിയില്ലേ?'

സൗമ്യമൂർത്തി ട്രൗസറിന്റെ കീശകളിൽ ഇട്ടിരുന്ന കൈകളുടെ മുഷ്ടികൾ പെട്ടെന്ന് ചുരുട്ടി. തന്റെ മുമ്പിൽ ഇരിക്കുന്ന ആ കറുത്ത ബംഗാളി ജമീന്ദാരെ ചവിട്ടിവീഴ്ത്തി, ആ ചിരി തീരെ മായിച്ചു കളയുവാൻ അദ്ദേഹത്തിനു തോന്നി. രാമ, രാമ, അദ്ദേഹം മനസ്സിൽ ഉരുവിട്ടു. എന്നിട്ട്, തെല്ലൊന്നടങ്ങിയ തന്റെ കോപത്തെ മറച്ചുകൊണ്ട് കസാലയിൽ ഇരുന്ന് തൂവാലയെടുത്തു മുഖം തുടച്ചു.

ആ നിമിഷത്തിലാണ് മഴ തുടങ്ങിയത്. ആ മഴയുടെ ആരംഭം സൗമ്യമൂർത്തി എന്നും ഓർമിക്കും. കാരണം, അദ്ദേഹത്തിന്റെ അഭിപ്രായത്തിൽ ഈ കഥ തുടങ്ങിയത് ആ മഴയോടുകൂടിയാണ്. ബോർഡ്‌റൂമിൽനിന്ന് എല്ലാവരും പുറത്തുകടന്നപ്പോൾ ഫോൺസെക്ക വായിച്ച്, നിലത്തിട്ട കടലാസുതുണ്ടം എടുക്കുവാൻ സൗമ്യമൂർത്തി, വീണ്ടും അകത്തേക്കു കടന്നു. ദേശായിക്ക് ബുദ്ധിയും വിവേകവും ഉണ്ട്. അദ്ദേഹം എന്തായിരിക്കും എഴുതിയത്? അക്ഷമയോടെ കടലാസ് നിവർത്തിയപ്പോൾ അതിൽ 'നാളത്തെ ഗോൾഫ് മറക്കണ്ട' എന്നു മാത്രമേ എഴുതിയിട്ടുള്ളു. ഗോൾഫ്! സൗമ്യമൂർത്തിയുടെ കോപം വീണ്ടും ജ്വലിച്ചു. ഗോൾഫും നൃത്തവും കോക്ക്ടേൽപ്പാർട്ടികളും! മറ്റെന്താണ് ഇക്കൂട്ടർക്ക് മനസ്സിലാവുക! താൻ ഞായറാഴ്ചകൂടി വിശ്രമമില്ലാതെ പ്രവർത്തിച്ച്, ഈ ബേങ്കിനെ ഉയർത്തിക്കൊണ്ടു വരിക! ഇവരൊക്കെ അതിനെ മുടിക്കുവാൻ ശ്രമിക്കുക.

രണ്ടാംനിലയിലുള്ള തന്റെ മുറിയിലെത്തിയപ്പോഴേക്കും സൗമ്യമൂർത്തിക്ക് ഒരു ശ്വാസംമുട്ടൽ അനുഭവപ്പെട്ടു. അദ്ദേഹം കോട്ടൂരി കസാലമേൽ എറിഞ്ഞ്, ജനൽവാതിൽക്കലേക്ക് നടന്നു. മഴത്തുള്ളികൾ

അപ്പോഴും ചില്ലിന്മേൽ വന്നടിച്ചു തകർന്നുകൊണ്ടിരുന്നു. അദ്ദേഹം ജനൽവാതിൽ തുറന്ന്, കീഴ്പ്പോട്ടു നോക്കി.

നേർത്ത മഴത്തുള്ളികൾ അദ്ദേഹത്തിന്റെ മുഖത്തെ ഇക്കിളിപ്പെടുത്തി. മുറ്റത്ത് ഓടിക്കളിക്കുകയും പൊട്ടിച്ചിരിക്കുകയും ചെയ്യുന്ന ചെറിയ കുട്ടികളെ അദ്ദേഹം ഓർത്തു. ആ നിമിഷത്തിൽ മഴ നനഞ്ഞൊട്ടിയ നീലസാരിയും, അഴിച്ചിട്ട തലമുടിയുമായി ഒരു ചെറുപ്പക്കാരി ആ തെരുവ് വിലങ്ങനെ മുറിച്ചുകടന്നുകൊണ്ട് ബേങ്കിന്റെ പടിവാതിൽക്കലെത്തി, ഒരു മിന്നൽപിണർ പോലെ അപ്രത്യക്ഷയായി. ആരായിരിക്കും ഈ സ്ത്രീ? കുടയൊന്നുമെടുക്കാതെ, മഴയെ തീരെ വകവെക്കാതെ ഉയർത്തിപ്പിടിച്ച മുഖവുമായി നടന്നുവന്ന ഇവളാരായിരിക്കും?

സൗമ്യമൂർത്തി ജനവാതിൽ അടച്ചു തന്റെ കസാലയിൽ വന്നിരുന്നു. ഒരു മിനിട്ടിനുള്ളിൽ മേശപ്പുറത്തിരുന്നിരുന്ന ടെലഫോണുകളിൽ ഒന്നു ശബ്ദിച്ചുതുടങ്ങി. അത് അസിസ്റ്റന്റ് മാനേജർ പ്രേമചന്ദ്രനായിരുന്നു.

'സാർ, ബുദ്ധിമുട്ടിക്കുന്നതിനു മാപ്പുതരണം.' പ്രേമചന്ദ്രൻ പറഞ്ഞു: 'എനിക്ക് ഒരു മണിക്കൂർ ഒഴിവുതരണം. പുറത്തേക്കു പോകുവാനുണ്ട്. എന്റെ ഭാര്യ വന്നിരിക്കുന്നു.'

'തീർച്ചയായിട്ടും പൊയ്ക്കോളൂ. എന്തുപറ്റി?'

'ഒന്നുമില്ല, സർ.'

'ശരി.'

പ്രേമചന്ദ്രന്റെ സ്വരം സാധാരണത്തെക്കാൾ അധികം ഇടറിയിരുന്നു. മൂർത്തി പിന്നീട്, ആ നീലസ്സാരിക്കാരിയെപ്പറ്റിയോ റോയ് ചൗധുരിയെപ്പറ്റിയോ ആലോചിച്ചില്ല. ടാഗോറിനെപ്പറ്റി പ്രസംഗിക്കുവാൻ സ്ഥലത്തെ പ്രധാന കോളേജുകാർ അദ്ദേഹത്തെ ക്ഷണിച്ചിരുന്നു. കാര്യദർശി തന്റെ മരിച്ച സഹപാഠിയുടെ മകനായിരുന്നതുകൊണ്ട് അദ്ദേഹം സമ്മതിച്ചു.

മേശപ്പുറത്തു വെച്ചിരുന്ന ടാഗോർകൃതികൾ നിവർത്തി അദ്ദേഹം വായിച്ചുതുടങ്ങി.

തന്റെ മുമ്പിൽ നനഞ്ഞ വസ്ത്രങ്ങളുമായി ഇരിക്കുന്ന സ്ത്രീയെ പ്രേമചന്ദ്രൻ വല്ലായ്മയോടെ നോക്കി.

'മാധവീ, നീ എന്തിനാണ് ഇവിടെ വന്നത്? മഴ നനഞ്ഞിട്ട്, നിനക്കു ന്യൂമോണിയ പിടിച്ചാലോ? എന്താണിങ്ങനെ തന്റേടമില്ലാത്ത പ്രവൃത്തികൾ ചെയ്യുന്നത്?' അയാൾ ചോദിച്ചു.

'എനിക്കു നിങ്ങളെ കാണുവാൻ തോന്നി.' അവൾ പറഞ്ഞു. അവളുടെ കണ്ണുകൾ ചുവന്നിരുന്നു.

'ഇന്നെന്തു പറ്റി. നിന്നെ അയൽക്കാരികൾ പരിഹസിച്ചുവോ?'

അവൾ തലയാട്ടി.

അയാൾക്കു പെട്ടെന്ന്, തന്റെ ഭാര്യയായ ആ സ്ത്രീയോട് അനുകമ്പ തോന്നി.

'വരൂ, മാധവീ,' അയാൾ എഴുന്നേറ്റു നിന്നുകൊണ്ടു പറഞ്ഞു. 'വരൂ, ഞാൻ നിന്നെ വീട്ടിൽ കൊണ്ടുപോയാക്കാം. ഞാൻ ഒരു ടാക്സി പിടിക്കാം.'

പ്രേമചന്ദ്രൻ വാച്ചിലേക്കു നോക്കി. സമയം പന്ത്രണ്ടുമണി. ധൃതി കൂട്ടിയാൽ ഒന്നരമണിക്കൂറിനുള്ളിൽ തനിക്കു ഓഫീസിൽ മടങ്ങി യെത്താം.

'വരൂ, മാധവി.'

പ്രേമചന്ദ്രൻ ഉയരം കുറഞ്ഞ്, ബലിഷ്ഠമായ മാംസപേശികളുള്ള ഒരു ചെറുപ്പക്കാരനായിരുന്നു. മുഖത്തു വസൂരിക്കലകളുണ്ടായിരുന്നു. എന്നാലും അപൂർവമായി പുറത്തെടുക്കാറുള്ള അയാളുടെ പുഞ്ചിരി വളരെ മനോഹരമായിരുന്നു.

അവർ ആ കെട്ടിടത്തിൽനിന്ന് ഇറങ്ങിപ്പോന്നപ്പോൾ മഴ അവസാനി ച്ചിരുന്നു. തെരുവിന്റെ വക്കത്തു കെട്ടിനിന്നിരുന്ന ചെറിയ തടാകങ്ങളിൽ സൂര്യൻ ചെറിയ ഇതളുകളായി വീണു.

'എന്തുപറ്റി മാധവീ?' അയാൾ ചോദിച്ചു. അയാളുടെ സ്വരത്തിൽ അക്ഷമ കലർന്നിരുന്നു. 'നിന്നെ പരിഹസിച്ചുവോ?'

'ആർക്കും എന്നെ ഇഷ്ടമില്ല.' അവൾ പറഞ്ഞു : 'ഒരാൾക്കും എന്നെ ഇഷ്ടമില്ല.' അവളുടെ സ്വരം ചെറിയ ഒരു കുട്ടിയുടെ സ്വരമായിരുന്നു. അന്നും അവളെ സമാധാനിപ്പിക്കുവാനും അവളുടെ ഈ ഭ്രാന്ത് ന്യായീ കരിച്ചുകൊടുക്കുവാനും പ്രേമചന്ദ്രന് മനസ്സുവന്നില്ല. ഇതിനെന്നാണ് അവസാനം? ഇവൾക്കു എന്തുകൊണ്ടു മനുഷ്യരെ പേടി തോന്നുന്നു? എന്തുകൊണ്ട് അപരിചിതർ ഇരിക്കുന്ന ഒരു മുറിയിൽ കടക്കുമ്പോൾ അവളുടെ കൈത്തലം തണുത്തു വെറുങ്ങലിക്കുന്നു? അവളുടെ വാക്കു കൾ അയാളുടെ കാതിൽ മുഴങ്ങിക്കൊണ്ടിരുന്നു എല്ലായ്പ്പോഴും കേൾ ക്കാറുള്ള ആ ആവലാതി. 'എനിക്ക് ഇവിടെനിന്നു രക്ഷപ്പെടണം. എനിക്കു രക്ഷപ്പെടണം....' എന്തിൽനിന്ന്? അയൽക്കാരികളിൽ നിന്നോ? വിശ്വസ്തരായ ഭൃത്യർ വൃത്തിയാക്കിവെച്ച ആ വീട്ടിൽനിന്നോ? അതോ, അവളുടെ വന്ധ്യതയിൽ നിന്നോ?

'ഞാൻ പറയുന്നതു കേൾക്കൂ, മാധവീ.' അയാൾ കുറച്ചുകൂടി പരുഷ മായ ഒരു സ്വരത്തിൽ പറഞ്ഞു.

'എനിക്ക് ഇന്നു വളരെ ജോലിത്തിരക്കുണ്ട്. ഞാൻ നിന്നെ വീടിന്റെ പടിക്കൽ എത്തിച്ച്, തിരികെ മടങ്ങും. ഇറങ്ങുവാൻ സമയമില്ല.'

'എന്നെ ഇന്നു തനിച്ചാക്കരുത്.' അവൾ പറഞ്ഞു, 'ഇന്ന് എനിക്കു തനിച്ച് ഇരുന്നുകൂടാ.'

'തനിച്ചല്ലല്ലോ, നിനക്കു വേണമെങ്കിൽ അടുത്തുള്ള സ്നേഹിതമാരെ വിളിച്ച് ഇരുത്തിക്കോളൂ. അല്ലെങ്കിലും പേടിക്കാനെന്താണുള്ളത്. വേലക്കാരില്ലേ വീട്ടിൽ?'

'ഇന്ന് എന്നെ തനിച്ചാക്കരുത്.' അവൾ വീണ്ടും പറഞ്ഞു. അവളുടെ അച്ഛനും അമ്മയും ഒരേ മാസത്തിൽ മരിച്ചപ്പോൾ, അവളുടെ പേടി സ്വപ്നങ്ങൾ കുറയ്ക്കുവാൻവേണ്ടി ചാർച്ചയിൽപെട്ട ഒരമ്മായി കൊടുത്ത തകിട് ഒരു കൈകൊണ്ട് മുറുക്കിപ്പിടിച്ചുകൊണ്ട് അവൾ പറഞ്ഞു.

എന്നെ എല്ലാവർക്കും ദേഷ്യമാണ്.

'നീ വെറുതെ ഓരോന്നു പുലമ്പുകയാണ്. നിന്നെ ആർക്കാണു ദേഷ്യം? ആർക്കുമില്ല.'

വീട്ടിന്റെ പടിക്കൽ അവൾ ഇറങ്ങി. പ്രേമചന്ദ്രന്റെ ടാക്സി കണ്ണിൽ നിന്നു മറഞ്ഞപ്പോൾ അവൾ വീണ്ടും ആ നിരത്തിന്റെ വക്കത്തുകൂടി യാതൊരു ലക്ഷ്യവുമില്ലാതെ നടന്നു തുടങ്ങി.

നടന്ന് നടന്ന്, ഒടുവിൽ എത്തിയത് പബ്ലിക് ലൈബ്രറിയിലായിരുന്നു.

സൗമ്യമൂർത്തി വീട്ടിലേക്ക് ഉച്ചഭക്ഷണം കഴിക്കുവാൻ ചെന്നപ്പോൾ ഭാര്യയാണു വാതിൽ തുറന്നത്. അവളുടെ മുഖഭാവം ശാന്തമായിരുന്നു. ദീർഘമായി ഒന്നു നിശ്വസിച്ചുകൊണ്ട് അദ്ദേഹം തന്റെ കിടപ്പുമുറിയി ലേക്കു നടന്നു.

'ഇതെന്താണു കൈയിൽ?' ആ സ്ത്രീ ചോദിച്ചു.

'പുസ്തകങ്ങളാണ്. ടാഗോർ കൃതികൾ.' അദ്ദേഹം താഴ്ന്ന സ്വര ത്തിൽ പറഞ്ഞു.

'മിനി പറഞ്ഞേൽപിച്ചതാണോ മേടിക്കാൻ? എത്ര പുസ്തകങ്ങളാണ് ഓരോ മാസവും വാങ്ങിക്കൂട്ടുന്നത്! നിങ്ങൾ അവളെ കേടുവരുത്തുക യാണ്.'

അവർ പുസ്തകക്കെട്ടു മേടിച്ച്, ചരടഴിച്ചു നോക്കി. 'കവിതകളോ?' അവർ ചോദിച്ചു; 'അവൾക്കു കവിതാഭ്രാന്തും തുടങ്ങിയോ?'

'മിനിക്കല്ല, എനിക്കു വായിക്കാൻ മേടിച്ചതാണ്.'

സൗമ്യമൂർത്തി പറഞ്ഞു. അദ്ദേഹം പുസ്തകങ്ങൾ ധൃതിയിൽ വാങ്ങി കട്ടിലിന്മേൽ നിരത്തി.

'ഞാൻ ടാഗോർ സെന്റിനറി ആഘോഷത്തിൽ പ്രസംഗിക്കാമെന്ന് ഏറ്റിട്ടുണ്ട്.'

മുഖമുയർത്താതെതന്നെ, അദ്ദേഹം ഭാര്യയുടെ മുഖത്തെ ഭാവഭേദ ങ്ങളെ ശ്രദ്ധിച്ചുകൊണ്ടിരുന്നു. അവർ പൊട്ടിച്ചിരിച്ചു.

'ആരാണു നിങ്ങളെ പ്രസംഗിക്കുവാൻ തിരഞ്ഞെടുത്തത്? നിങ്ങൾക്കു പ്രസംഗിക്കാൻ കഴിയുമോ? ഹ......ഹ....'

'കോളേജിൽ പഠിച്ചിരുന്ന കാലത്ത് എനിക്കു സ്വർണമെഡലുകൾ കിട്ടിയല്ലൊ,' അദ്ദേഹം പറഞ്ഞു. 'പ്രസംഗിക്കാൻ അറിയും... നിനക്കു വിശ്വാസമില്ലായിരിക്കാം.'

'കോളേജിൽ പഠിക്കുമ്പോൾ! അതൊക്കെ കഴിഞ്ഞിട്ട് കാലമെത്ര യായി. നിങ്ങൾക്കു ഷഷ്ഠിപൂർത്തി അടുത്തുതുടങ്ങി. സ്റ്റേജിൽ കയറി നിന്നു വിഡ്ഢിവേഷം കെട്ടേണ്ട സമയമല്ല ഇപ്പോൾ... ഞാൻ പറഞ്ഞു വെന്നുവെച്ചു പോവാതെയിരിക്കണ്ട. പ്രസിദ്ധി കിട്ടാനാണല്ലോ ഇതൊക്കെ. കിട്ടട്ടെ. പ്രസിദ്ധനാവട്ടെ.'

അവർ തന്റെ തടിച്ച അരക്കെട്ട് ഉലച്ചുകൊണ്ട് ആ മുറിയിൽനിന്നു പോയി. 'ഉണ്ണാൻ വെച്ചിരിക്കുന്നു. തണുക്കുന്നതിന്റെ മുമ്പു വല്ലതും കഴിച്ചോളൂ.'

അവർ ഭക്ഷണമുറിയിലെത്തിയപ്പോൾ ഉറക്കെ വിളിച്ചു പറഞ്ഞു. അവരുടെ മൂർച്ചയുള്ള സ്വരം തന്റെ തലച്ചോറിൽ ഒരു പമ്പരംപോലെ തിരിയുന്നുവെന്ന് സൗമ്യമൂർത്തിക്കു തോന്നി. അപരാധബോധത്തോടെ അദ്ദേഹം കുറെ കൊല്ലങ്ങൾക്കുമുമ്പ് താൻ അവരെ യഥാർത്ഥത്തിൽ സ്നേഹിച്ചിരുന്ന ദിവസങ്ങളെപ്പറ്റി ഓർക്കുവാൻ ശ്രമിച്ചു. അന്ന് അവൾ ഇങ്ങനെയായിരുന്നുവോ? ആ ദിവസങ്ങൾ അവ്യക്തങ്ങളായി, നിഴലു കളെപ്പോലെ അദ്ദേഹത്തിന്റെ ഓർമയിൽക്കൂടി കടന്നുപോയി. ഒരൊറ്റ നിമിഷത്തേക്കു മാത്രം. വീണ്ടും അദ്ദേഹത്തിന്റെ ചെവിയിൽ അവരുടെ പുച്ഛരസം കലർന്ന ചിരി മാത്രം മുഴങ്ങി.

'ഷഷ്ഠിപൂർത്തി അടുത്തു... വിഡ്ഢിവേഷം കെട്ടാൻ...'

മുഖം കഴുകി തൂവാലകൊണ്ടു തുടയ്ക്കുമ്പോൾ കണ്ണാടിയിൽ അദ്ദേഹം തന്റെ മുഖം പരിശോധിച്ചു. ഒരിക്കലും ആകർഷകമായിരുന്നില്ല ആ മുഖം. ചെവികൾക്കുമീതെ നരകയറിയപ്പോൾ കുറച്ചൊരന്തസ്സെ ങ്കിലും കൈവന്നു എന്നു പറയാം. അദ്ദേഹം മന്ദഹസിച്ചു.

ഭക്ഷണത്തിനിരുന്നപ്പോൾ ഭാര്യ പറഞ്ഞു:

'മിസ്സിസ് സുന്ദരം വന്നിരുന്നു. ഇന്നാൾ പറഞ്ഞ കമ്മലിന് ഉടനെ തന്നെ ഓർഡർ കൊടുത്തുവത്രെ.'

'ഏതു കമ്മൽ?'

'മിനിക്കുള്ള വൈരക്കമ്മൽ.'

'മിനിക്കും വേണോ വൈരക്കമ്മൽ'

'അതെന്താ അങ്ങനെ ചോദിക്കുന്നത്? മറ്റുള്ളവർക്കൊക്കെ പതി നാറാം വയസ്സിലല്ലേ ഞാൻ വൈരക്കമ്മലുകൾ മേടിച്ചു കൊടുത്തത്? മിനിക്കും ആയി ആ പ്രായം.'

'ഇപ്പോൾ എന്റെ കൈയിൽ അത്ര പണം ഉണ്ടാവുമെന്നു തോന്നു ന്നില്ല.' അദ്ദേഹം അശക്തമായ സ്വരത്തിൽ പറഞ്ഞു

'അയ്യോ, ഞാനെന്താണു ചെയ്യുക? മിസ്സിസ് സുന്ദരം ഓർഡർ ചെയ്തതല്ലേ? ഇപ്പോൾ വേണ്ട, വ്യാഴാഴ്ച തന്നാൽ മതി. നമുക്കു ലാഭ ത്തിലാണ് കിട്ടുന്നതും. രണ്ടായിരത്തിനാനൂറ് ഉറുപ്പിക മതിയെന്ന് മിസ്സിസ് സുന്ദരം പറഞ്ഞു.'

ആ പണം കൊടുക്കും എന്നു തീർത്തുപറയുന്ന ദിവസംവരെ യെങ്കിലും തന്റെ അധീനത്തിലായിരിക്കും ഭാര്യയെന്ന് അദ്ദേഹത്തിനു തോന്നി. അദ്ദേഹം അതുകൊണ്ടു പറഞ്ഞു.

'കിട്ടുമോ എന്ന് നോക്കട്ടെ, എനിക്കു തീർച്ച പറയുവാൻ വയ്യ. രണ്ടായിരത്തിനാനൂറ് എന്നുവെച്ചാൽ വലിച്ചെറിയേണ്ട ഒരു തുകയൊന്നു മല്ലല്ലോ.'

'തയിരൊഴിക്കട്ടെ?' ഭാര്യചോദിച്ചു: 'നിങ്ങൾ എന്താണ് ഇത്രയും കുറച്ചു മാത്രം കഴിക്കുന്നത്? ദേഹം പിന്നെപ്പിന്നെ ക്ഷയിച്ചു വരുന്നു. എപ്പോഴും ജോലി, ജോലി, ജോലി... മനുഷ്യന്റെ ശരീരം നോക്കി രക്ഷി ക്കുകയും വേണ്ടേ?'

തന്റെ നേർക്ക്, വക്കുകളിൽ ചളിപുരണ്ട ഒരു നീലസ്സാരിയുടുത്ത് നടന്നുവരുന്ന സ്ത്രീയെക്കണ്ടപ്പോൾ, ലൈബ്രറിയിൽ ഒരൊഴിഞ്ഞ മൂലയിൽ ഇരുന്നിരുന്ന സൗമ്യമൂർത്തി തന്റെ വിധിയെ പഴിച്ചു. മഴ നനഞ്ഞു വന്നിരുന്ന സ്ത്രീ! ഇവൾ വീണ്ടും എന്തിന് തന്റെ മുമ്പിൽ പ്രത്യക്ഷപ്പെട്ടു. അദ്ദേഹം തലതാഴ്ത്തി, ടാഗോറിന്റെ കവിതകൾ മനസ്സി രുത്തി വായിക്കുവാൻ തുടങ്ങി.

'ഞാനിവിടെ ഇരിക്കുന്നതുകൊണ്ട് വിരോധമില്ലല്ലോ?' ആ ചെറുപ്പ ക്കാരി ചോദിച്ചു. സൗമ്യമൂർത്തി മുഖമുയർത്താതെ പിറുപിറുത്തു: 'ഇല്ലാ ഇല്ലാ.'

അവൾ ബുദ്ധമതത്തെപ്പറ്റിയുള്ള ഒരു പുസ്തകം വായിക്കുവാൻ തുടങ്ങി. അതിന്റെ ഏടുകൾ ധൃതിയിൽ മറിച്ചും തിരിച്ചും എന്തോ അന്വേ ഷിച്ചുകൊണ്ടിരുന്ന നേർത്ത ആ കൈവിരലുകളെ സൗമ്യമൂർത്തി നോക്കി. ഓരോന്നിനും അതിന്റേതായ ഒരു സ്വതന്ത്രജീവിതമുണ്ടെന്ന് അദ്ദേഹ ത്തിനു തോന്നി. തിളക്കമുള്ള നഖങ്ങളോടുകൂടിയ ആ വിരൽതുമ്പുകൾ എന്തിനാണു വെമ്പുന്നത്? എന്താണ് ഈ സ്ത്രീ തിരയുന്നത്?

വളരെ മെല്ലെ, മുഖമുയർത്താതെതന്നെ അദ്ദേഹം അവളുടെ മുഖ ത്തേക്കു നോക്കി. കണ്ണുകൾ തുടുത്തിരുന്നു. തലമുടി മിക്കവാറും നനഞ്ഞു തുടങ്ങിയിരിക്കുന്നു.

അവൾ ആ നിമിഷത്തിൽ അദ്ദേഹത്തെയും നോക്കി. സൗമ്യമൂർത്തി പെട്ടെന്ന് എഴുന്നേറ്റ് യാത്രപുറപ്പെട്ടു.

'ദയവുചെയ്തു കുറച്ചുനേരംകൂടി ഇവിടെ ഇരിയ്ക്കൂ.' ആ സ്ത്രീ പറഞ്ഞു.

ലജ്ജയും വെറുപ്പും കലർന്ന ഒരു വികാരം അദ്ദേഹത്തെ അലട്ടി.

'ഇല്ല, എനിക്കു കുറെ ജോലിയുണ്ട്.' അദ്ദേഹം പറഞ്ഞു.

'അയ്യോ.... ഞാൻ തനിച്ചാവുമല്ലോ.' അവൾ മന്ത്രിച്ചു.

സൗമ്യമൂർത്തി ധൃതിയിൽ നടന്ന് ആ ലൈബ്രേറിയുടെ വാതിൽക്കലെത്തി. അവൾ മേശമേൽ നെറ്റി ചായ്ച്ച് തേങ്ങുകയായിരുന്നു. താൻ പോരേണ്ടിയിരുന്നില്ല എന്ന് അദ്ദേഹത്തിനു തോന്നി. അപരിചിതയാണ്, എന്നാലും അവൾക്ക് തന്റെ സാന്നിദ്ധ്യം ആവശ്യമുള്ളപ്പോൾ താനെന്തിന് ഒരു ഭീരുവെപ്പോലെ എഴുന്നേറ്റു പോന്നു? അവളെ വല്ലവരും പിന്തുടരുന്നുണ്ടോ? അവൾക്കു ചിത്തഭ്രമമുണ്ടോ? പക്ഷേ, മടങ്ങുവാൻ, ആ തലമുടിച്ചുരുളുകൾ നീക്കി, ആ ചുമലുകൾ തലോടി അവളെ സാന്ത്വനപ്പെടുത്തുവാൻ സൗമ്യമൂർത്തിക്കു ധൈര്യമുണ്ടായില്ല.

അന്ന് സന്ധ്യക്ക് ശ്രീ ജെസ്‌വാലിന്റെ വീട്ടിൽവെച്ച് ഒരു കോക്ക്ടേൽപ്പാർട്ടി നടക്കുകയായിരുന്നു. ശ്രീ. സൗമ്യമൂർത്തി എത്തിയപ്പോഴേക്കും അദ്ദേഹത്തിന്റെ ചുറ്റും പലരും വന്നുകൂടി. ഒടുവിൽ ടൊമാറ്റോനീരു മാത്രമൊഴിച്ച വൈൻഗ്ലാസുമെടുത്ത് അദ്ദേഹം ആ ബഹളത്തിൽനിന്നു മാറി, ചുറ്റുപാടും കണ്ണോടിച്ചു. പ്രതീക്ഷിച്ച കാഴ്ച തന്നെ അദ്ദേഹം ആ നിമിഷത്തിൽ കണ്ടു.

മറ്റുള്ളവരിൽനിന്നെല്ലാം വിട്ടകന്ന്, തോട്ടത്തിലേക്കിറങ്ങുന്ന മാർബിൾ പടികളുടെ അടുത്ത് അവൾ നിന്നിരുന്നു. അലസമായി ചുറ്റിയ പട്ടുസാരി, അഴിച്ചിട്ട ചുരുളൻ തലമുടി, ചുവപ്പുനിറം വിടാത്ത കണ്ണുകൾ......

അദ്ദേഹം അവളുടെ നേർക്കു നടന്നു. താൻ ഇതേവരെ ചെയ്യാത്ത വിഡ്ഢിത്തങ്ങൾ ചെയ്യാൻ ഒരുങ്ങുകയാണെന്ന് അദ്ദേഹത്തിനു തോന്നി. എങ്കിലും, അദ്ദേഹം കൈ നീട്ടിക്കൊണ്ടു പറഞ്ഞു:

'ഞാൻ സൗമ്യമൂർത്തി. നാം തമ്മിൽ ഇതിനുമുമ്പ് കണ്ടുമുട്ടിയിട്ടുണ്ട്.'

അവൾ തലകുലുക്കി.

'വരൂ.' അദ്ദേഹം പറഞ്ഞു: 'നമുക്ക് ഈ റോഡുകടന്ന് ആ നദിയുടെ വക്കത്തിട്ടിരിക്കുന്ന ബഞ്ചിൽ പോയി ഇരിക്കാം. ഈ തിരക്കിൽ നമ്മെ ആരും അന്വേഷിക്കില്ല.'

അവൾ ഒരു കുട്ടിയുടെ അനുസരണഭാവത്തോടെ അദ്ദേഹത്തെ പിന്തുടർന്നു. സ്രാൻഡ് റോഡിന്റെ വക്കത്തുള്ള ആ ഇരുമ്പു ബഞ്ചിൽ തന്റെ അടുത്തു മൗനയായി അവൾ ഇരുന്നപ്പോൾ സൗമ്യമൂർത്തി തന്നത്താൻ ചോദിച്ചു: 'സൗമ്യമൂർത്തി, നീ എന്താണു ചെയ്യുന്നത്. നിന്റെ മകളുടെ പ്രായമുള്ള ഒരു സ്ത്രീയെ സ്നേഹിച്ചുതുടങ്ങുവാൻ കരുക്കൾ ഒരുക്കുകയോ? ഇതിന്റെ അവസാനം നിനക്കറിയില്ലേ? മാനഹാനി... ഹൃദയവ്യഥ....'

'എന്താണു പേര്?' അദ്ദേഹം ചോദിച്ചു.

'മാധവി'

'ഞാനെന്താണ് ഇങ്ങോട്ടു പരിചയപ്പെടാൻവേണ്ടി ക്ഷണിച്ചതെന്നോ? രാവിലെ ഞാൻ നിങ്ങളെ കണ്ടു, ഉച്ചയ്ക്കു കണ്ടു, ഇപ്പോൾ ഈ പാർട്ടിയിൽ വെച്ചും കണ്ടു. അപ്പോൾ നാം തമ്മിൽ പരിചയപ്പെടണമെന്ന് ഏതോ ഒരു ശക്തി എന്നോടു പറയുന്നതുപോലെ തോന്നി.'

അവൾ ഒന്നും പറഞ്ഞില്ല. അവളുടെ കണ്ണുകൾ, ഇളകാതെ നിന്നിരുന്ന ഒരു കാർഗോ കപ്പലിനെയും അസ്തമിക്കുന്ന സൂര്യനെയും നോക്കിക്കൊണ്ടിരുന്നു.

'നിങ്ങൾ വിധിയിൽ വിശ്വസിക്കുന്നുണ്ടോ?' സൗമ്യമൂർത്തി ചോദിച്ചു.

അവൾ തലയാട്ടി.

'ഇല്ലേ? എന്തിലാണു വിശ്വസിക്കുന്നത്?'

അവൾ പെട്ടെന്ന് അദ്ദേഹത്തെ നോക്കി മന്ദഹസിച്ചു. സൗമ്യമൂർത്തി ഇടർച്ച കലർന്ന സ്വരത്തിൽ ചോദിച്ചു. ഈ കോക്ടേൽപ്പാർട്ടിയിലും, പെട്ടെന്നുണ്ടാവുന്ന സ്നേഹബന്ധങ്ങളിലും വിധിയിലും ഒന്നിലും നിങ്ങൾ വിശ്വസിക്കുന്നില്ല, അല്ലേ? എനിക്ക് അത് ആദ്യമെ മനസ്സിലായി ക്കഴിഞ്ഞിരുന്നു.

അവളുടെ കൈവിരലുകൾ പട്ടുസാരിയുടെ ചുളിവുകളിൽ മെല്ലെ ഇളകിക്കളിച്ചു.

'നിങ്ങൾക്ക് കവിത ഇഷ്ടമാണോ?'

അദ്ദേഹം ചോദിച്ചു.

'വിഡ്ഢിവേഷം കെട്ടുന്നു.' ഭാര്യയുടെ വാക്കുകൾ അദ്ദേഹത്തിന് ഓർമ്മവന്നു. എന്നിട്ടും അദ്ദേഹം ധൃതിയിൽ, യാതൊരു കാരണവു മില്ലാത്ത ഒരു ധൃതിയിൽ പറഞ്ഞു.

'കവിത ഇഷ്ടമാണെന്നു പറയൂ'

'എന്റെ ഹൃദയം ഇന്ന് ഇടനാഴികളിൽ കാണാറുള്ള വിളർത്ത കണ്ണാടികളെപ്പോലെ തണുത്തിരിക്കുന്നു.'

അവൾ, ഉരുവിട്ടു.

'ഇടനാഴികളിലെ കണ്ണാടികൾ! ഹാ, എത്ര മനോഹരമായ ഒരു വാചകം.... ഇതാര് എഴുതിയതാണ്?'

അവൾ വീണ്ടും മന്ദഹസിച്ചു.

'വിധിയിൽ വിശ്വസിക്കുന്നുണ്ടെന്നു പറയൂ. ഇല്ലെങ്കിൽ ഞാനെങ്ങനെ യാണ് നിങ്ങളെ കണ്ടെത്തിയത്?' സൗമ്യമൂർത്തി ചോദിച്ചു.

അവൾ പെട്ടെന്ന് എഴുന്നേറ്റ് തെരുവു കടന്ന്, വീണ്ടും ജസ്പാലിന്റെ തോട്ടത്തിലെത്തി. സൗമ്യമൂർത്തി കുറച്ചുനേരം ഗേറ്റിനടുത്തു നിന്നു.

ആരും സംശയത്തോടെ നോക്കുന്നില്ല എന്ന് കണ്ടപ്പോൾ അദ്ദേഹം ധൈര്യത്തോടെ ആ ആൾക്കൂട്ടത്തിൽ ചേർന്നു.

യാത്രപിരിഞ്ഞ് കാറിൽ കയറാൻ ഒരുങ്ങിയപ്പോഴാണ് പ്രേമചന്ദ്രൻ അവളെയുംകൊണ്ട് സൗമ്യമൂർത്തിയുടെ അടുത്തേക്കു വന്നത്.

'എന്റെ ഭാര്യയാണ്, സർ, മാധവി. ഇദ്ദേഹമാണ് ശ്രീ.സൗമ്യമൂർത്തി, ജനറൽ മാനേജർ.'

അവൾ യാതൊരു ഭാവഭേദവുമില്ലാതെ തൊഴുതു. സൗമ്യമൂർത്തിയ്ക്ക് താനിത്ര കൊല്ലങ്ങളായി സമ്പാദിച്ചുണ്ടാക്കിയ സമചിത്തത നഷ്ടപ്പെടുന്നുവെന്നു തോന്നി.

'ഞങ്ങൾ കണ്ടുമുട്ടിയിട്ടുണ്ട്, ഇതിനുമുമ്പ്.' അദ്ദേഹം പറഞ്ഞു.

'ഉവ്വോ? എന്നിട്ട് എന്തുകൊണ്ട് നീ എന്നോടു പറഞ്ഞില്ല.' പ്രേമചന്ദ്രൻ ഭാര്യയുടെ നേർക്കു തിരിഞ്ഞുകൊണ്ട് ചോദിച്ചു.

അവൾ അപ്പോഴും മന്ദഹസിച്ചു.

പിന്നീട്, സൗമ്യമൂർത്തി മറ്റൊരാളായിത്തീർന്നു; അല്ലെങ്കിൽ മറ്റു പലരുമായിത്തീർന്നു. അൻപത്തിയഞ്ചു കഴിഞ്ഞ ഒരു പുരുഷൻ; താനിത്ര കാലംവരെ പുലർത്തിക്കൊണ്ടുവന്ന തന്റേടം വിട്ട്, ഒരു ചെറുപ്പക്കാരിയോടുള്ള ഭ്രമത്തിൽ മുഴുകുവാൻ വൈമനസ്യം കാണിക്കുന്നത് സാധാരണമാണ്. അതുകൊണ്ട്, പലപ്പോഴും അദ്ദേഹം പാർട്ടികളിൽ പോവണ്ടയെന്നു വെച്ചു. അവളെ കാണാതിരിക്കുവാൻ കഴിയുന്നതും ശ്രമിച്ചു.

എന്നിട്ടും അവർ കണ്ടുമുട്ടി. അവൾ തന്നെ അവളിലേക്ക് ആകർഷിക്കുകയാണെന്നു ബോധം വരുമ്പോൾ അദ്ദേഹം അവളിൽനിന്നും ഒഴിയുവാൻ ശ്രമിച്ചു. അവൾ തന്നിൽനിന്ന് അകലുവാനും അദ്ദേഹം സമ്മതിച്ചില്ല. അതൊരു പ്രത്യേകതരം കളിയായിരുന്നു. അവനവന്റെ ഇംഗിതം മറ്റെയാളിൽ നിന്ന് ഒളിപ്പിച്ചുകൊണ്ടുള്ള ചില സമാഗമങ്ങൾ.

അവർക്കു പ്രിയപ്പെട്ട ഇരുമ്പുബഞ്ചിൽ ഇരുന്നുകൊണ്ട് അവർ ആത്മാവിനെപ്പറ്റിയും വേദങ്ങളെപ്പറ്റിയും മറ്റും സംസാരിക്കുമ്പോഴും, ആ സ്നേഹം, തിരഞ്ഞിരുന്നതെന്തോ അത് കിട്ടിയെന്ന ബോധം പുറത്തു പ്രത്യക്ഷപ്പെടുവാൻ മടിച്ചു. അദ്ദേഹം നദിയിലേക്കു നോക്കി സംസ്കൃത ശ്ലോകങ്ങൾ ചൊല്ലി. അവളുടെ കണ്ണുകൾ, ലജ്ജയോ സംഭ്രമമോ ഒരിക്കലും അറിഞ്ഞിട്ടില്ലാത്ത, ആ തുടുത്ത കണ്ണുകൾ അദ്ദേഹത്തിന്റെ നരച്ച തലമുടിയെയും കണ്ണുകൾക്കു കീഴിൽ വീണ ചുളിവുകളേയും യാതൊരു കരുണയുമില്ലാതെ പരിശോധിച്ചുകൊണ്ടിരുന്നു.

'ആത്മാവിനു രൂപമില്ല, പ്രായമില്ല, ലിംഗഭേദമില്ല, ജരാനരയില്ല....' അദ്ദേഹം പറഞ്ഞു. പക്ഷേ, അവളുടെ കണ്ണുകൾക്കു മുമ്പിൽ അദ്ദേഹത്തിനു നാണം അനുഭവപ്പെട്ടു. അവൾക്കു എന്താണു താൻ, ഈ

വാർദ്ധക്യം പ്രാപിച്ചവൻ, കാഴ്ചവെയ്ക്കേണ്ടത്? ഈ ശ്ലോകങ്ങളോ? അവ പുസ്തകങ്ങളിൽനിന്ന് അവൾക്കു ലഭിക്കില്ലേ?

ഒരു ദിവസം അവൾ ചുറ്റും നോക്കികൊണ്ട് ഉരുവിട്ടു

ഇന്നുമുതൽ ഈ പുഴ നമ്മുടേതായി,

ഈ പഴയ കടമ്പുമരവും നമ്മുടേതായി,

ഒരിക്കൽ, വീടു നശിച്ച നമ്മുടെ ആത്മാക്കൾക്ക്

നരിച്ചീറുകളെപ്പോലെ പറന്നുവന്ന്,

ഇതിന്റെ തികഞ്ഞ ശാരീരികതയിൽനിന്ന്

തൂങ്ങുവാൻ......

അവൾ തന്റെ പ്രേമത്തെ വിളംബരം ചെയ്യുകയായിരുന്നില്ലേ ആ നിമിഷത്തിൽ? അദ്ദേഹം അവളെ നോക്കി. അവൾ അപ്പോഴും ചളിവെള്ളം നിറഞ്ഞ ഹുഗ്ലിയെ മാത്രം നോക്കിക്കൊണ്ടിരുന്നു.

'നീ എനിക്ക് ഏറ്റവും പ്രിയപ്പെട്ട കവയിത്രിയാണ്.' അദ്ദേഹം പറഞ്ഞു. അത് അവൾ കേട്ടുവെന്നേ നടിച്ചില്ല. അവൾ അങ്ങനെയായിരുന്നു. അവളുടേതായ ഒരു സ്വന്തം ലോകത്തിൽ, അവളുടേതായ നിയമങ്ങൾ മാത്രം അനുസരിച്ചുകൊണ്ടു ജീവിക്കുന്ന ഒരു സ്ത്രീ....

ഒടുവിൽ സൗമ്യമൂർത്തിയായ സൗമ്യമൂർത്തി തനിക്കു പറ്റാൻ പോവുന്ന ആപത്തിൽനിന്ന് ഒരു രക്ഷാമാർഗ്ഗം കണ്ടെത്തിപ്പിടിച്ചു. പ്രേമചന്ദ്രനെ മറ്റൊരു നഗരത്തിൽ, അവിടുത്തെ അസിസ്റ്റന്റ് ബ്രാഞ്ചുമാനേജരായി പറഞ്ഞയക്കുക. എന്നാൽ, അവളും തന്റെ ജീവിതത്തിൽനിന്നു പോവുമല്ലൊ.

പ്രേമചന്ദ്രന്റെ മുഖം വിളർത്തു. താനെന്തൊരു കുറ്റം ചെയ്തിട്ടാണ് ഈ ശിക്ഷ അനുഭവിക്കേണ്ടിവന്നത്?

'വിരോധമൊന്നുമില്ലല്ലോ'

സൗമ്യമൂർത്തി ചോദിച്ചു. അദ്ദേഹത്തിന്റെ കൈയിൽ ഒരു പേന തിരിഞ്ഞുകൊണ്ടിരുന്നു.

'വിരോധമുണ്ടായിട്ടല്ല. പക്ഷേ, ഞാനെന്നും വടക്കെ ഇന്ത്യയിൽ ജിവിച്ച വനാണ്.... തമിഴൊന്നുമറിയില്ല....'

നിങ്ങൾക്കു കുട്ടികളൊന്നുമില്ലല്ലെ. മറ്റുള്ള അസിസ്റ്റന്റ് മാനേജർമാർക്കൊക്കെ മൂന്നും നാലും കുട്ടികളുണ്ട്. അവരെ സ്കൂളിൽനിന്നു വിടുവിച്ചു മദിരാശിയിൽ ചേർക്കാനും മറ്റും വലിയ വിഷമമാവും. ഞാൻ പറയുന്നതു ശരിയല്ലേ?

പ്രേമചന്ദ്രൻ തലതാഴ്ത്തി.

അങ്ങനെ, ആ സംഭാഷണം അവസാനിച്ചു.

വീട്ടിൽച്ചെന്നു കയറിയയുടനെ പ്രേമചന്ദ്രൻ ഭാര്യയോടു പറഞ്ഞു:

'ഞാൻ പറഞ്ഞില്ലേ, നിന്റെ ഈ ബന്ധം അപകടത്തിൽ കലാശിക്കുമെന്ന്. സ്നേഹം! എനിക്കു തലപൊക്കാൻ വയ്യാതായി. അദ്ദേഹത്തിനു നിന്നെക്കൊണ്ടു ശല്യമായി. അതുകൊണ്ട് എന്നെ മദിരാശിക്കു മാറ്റിയിരിക്കുന്നു.'

അവളുടെ കണ്ണുകൾ തിളങ്ങി. പക്ഷേ, ഒന്നും പറയുവാൻ അവൾ ഒരുങ്ങിയില്ല.

'നിനക്കു പറ്റുന്ന തെറ്റ് ഇതാണ്, മാധവി.' കുറച്ച് അനുകമ്പയോടെ അയാൾ പറഞ്ഞു. 'നിന്റെ ഈ ദാഹം നീ വല്ലാതെ പ്രത്യക്ഷപ്പെടുത്തുന്നു. മുഖത്തുള്ള ഒരു മറുവോ കാക്കപ്പുള്ളിയോ പോലെയായി ത്തീർന്നിരിക്കുന്നു നിന്റെ ഈ സ്നേഹത്തിനുള്ള വെമ്പൽ.'

പ്രേമചന്ദ്രന്റെ ട്രാൻസ്ഫർ തീർച്ചയായതിനുശേഷം താൻ ഒരു പുതിയ അദ്ധ്യായം തുടങ്ങുന്നുവെന്ന് സൗമ്യമൂർത്തിക്കു തോന്നി. ഇതേവരെയില്ലാത്ത ഒരു ധൈര്യം അദ്ദേഹത്തിന്റെ പ്രവൃത്തികളിൽ നിഴലിച്ചുതുടങ്ങി. ഡയറക്ടർമാരെ ഒരു എക്സ്ട്രാ ഓർഡിനറി മീറ്റിംഗിനു വിളിച്ചുവരുത്തി അദ്ദേഹം ഗോവർദ്ധൻ ദാസ് ഫാക്ടറിക്കു താൻ കടം കൊടുക്കുവാൻ തന്നെ നിശ്ചയിച്ചു എന്നു പറഞ്ഞു. ന്യായാന്യായവിവേചന ശക്തി തനിക്കു ഭാഗ്യവശാൽ കിട്ടിയിട്ടുണ്ട്. അതുകൊണ്ട് ഈ കടം കൊടുക്കേണ്ടായെന്ന് ആരെങ്കിലും ശഠിക്കുകയാണെങ്കിൽ താൻ ഈ ബാങ്ക് വിട്ടു പോവാൻ തീർച്ചയാക്കിയിരിക്കുന്നു.

'ന്യായാന്യായ വിവേചനാശക്തി! പുല്ലിൻകെട്ടാണ്.' റോയ് ചൗധുരി പിറുപിറുത്തു: 'കിഴവൻ ഹുഗ്ലിയുടെ വക്കത്ത് മറ്റോരാളുടെ ഭാര്യയുടെ ഒപ്പം ഇരുന്നിരുന്നതോ?'

പ്രേമചന്ദ്രൻ യാത്ര പറയുവാൻ വന്നതായിരുന്നു.

സൗമ്യമൂർത്തി പറഞ്ഞു: 'പ്രേമചന്ദ്രൻ, നിങ്ങൾ ഉത്സാഹത്തോടെ ഈ പുതിയ ജോലി ഏറ്റെടുക്കണം. നിങ്ങളുടെ മുഖം കണ്ടാൽ, നിങ്ങൾ നരകത്തിലേക്കാണു പോവുന്നതെന്നു തോന്നുമല്ലോ.'

മനസ്സിൽ കിടക്കുന്ന അസൂയയും ഒരു കുറ്റബോധവും സൗമ്യമൂർത്തിയുടെ വാക്കുകൾക്ക് ഒരു മൂർച്ചകൊടുത്തു.

'മദിരാശിക്കു പോവേണ്ടതുകൊണ്ടല്ല, സർ, ഞാൻ വ്യസനിക്കുന്നത്.' അയാൾ പറഞ്ഞു: 'എന്റെ ഭാര്യ വിവാഹമോചനത്തിന് അഭ്യർത്ഥിച്ചിരിക്കുന്നു. അവൾ മദിരാശിക്ക് എന്റെ കൂടെ വരുന്നില്ലെന്നു തീർത്തു പറഞ്ഞു.'

താൻ ചതിക്കപ്പെട്ടു എന്നു സൗമ്യമൂർത്തിക്കു തോന്നി. റോയ് ചൗധുരി എന്താണു മന്ത്രിച്ചത്? തന്റെ സ്വഭാവദൂഷ്യത്തെപ്പറ്റിയല്ലേ?

'നിർബന്ധിക്കണം, പ്രേമചന്ദ്രൻ.' അദ്ദേഹം പറഞ്ഞു: 'പറഞ്ഞു മനസ്സിലാക്കണം.'

പ്രേമചന്ദ്രന്റെ വിളർത്ത മുഖം തന്റെ കണ്ണിൽക്കിടന്നു തിരിയുന്നു എന്നു സൗമ്യമൂർത്തിക്കു തോന്നി. പ്രേമചന്ദ്രനും തന്നെ സംശയിക്കുന്നുണ്ടോ?

അദ്ദേഹം തന്റെ ടൈപ്പിസ്റ്റിൽനിന്നാണ് ആ വിവരം അറിഞ്ഞത്. പ്രേമചന്ദ്രൻെറ ഭാര്യ വെള്ളത്തിൽ കാൽ വഴുതി വീണു മരിച്ചു.

'അവർക്ക് അല്ലെങ്കിലും ചിത്തഭ്രമത്തിന്റെ ഒരു സംശയം പറഞ്ഞു കേട്ടിട്ടുണ്ട്.' ചുണ്ടുകൾ ചുവപ്പിച്ച ടൈപ്പിസ്റ്റ് പറഞ്ഞു, 'ആരോടും മിണ്ടാറില്ലത്രെ.'

സൗമ്യമൂർത്തി തന്റെ മുഖം മറയ്ക്കുവാൻവേണ്ടി ധൃതിയിൽ എഴുന്നേറ്റു ജനൽവാതിൽക്കലേക്കു നടന്നു. അപ്പോഴും മഴ പെയ്തുകൊണ്ടിരുന്നു.

'ഇന്നുമുതൽ ഈ പുഴ നമ്മുടേതാണ്.' അദ്ദേഹം ആ മൃദുസ്വരം കേട്ടു. ഇന്നുമുതൽ ഈ പഴയ കടമ്പുമരവും നമ്മുടേതാണ്, ഒരിക്കൽ നമ്മുടെ വീടില്ലാത്ത ആത്മാക്കൾക്ക്, നരിച്ചീറുകളെപ്പോലെ പറന്നുവന്ന്, അതിന്റെ ശാരീരികതയിൽ നിന്നും തൂങ്ങുവാൻ....

■

പക്ഷിയുടെ മണം

കൽക്കത്തയിൽ വന്നിട്ട് ഒരാഴ്ച കഴിഞ്ഞപ്പോഴാണ് അവൾ ആ പരസ്യം രാവിലത്തെ വർത്തമാനക്കടലാസിൽ കണ്ടത്. കാഴ്ചയിൽ യോഗ്യതയും ബുദ്ധിസാമർത്ഥ്യവുമുള്ള ഒരു ചെറുപ്പക്കാരിയെ ഞങ്ങളുടെ മൊത്തക്കച്ചവടത്തിന്റെ ഇൻചാർജ്ജായി ജോലി ചെയ്യുവാൻ ആവശ്യമുണ്ട്. തുണികളുടെ നിറങ്ങളെപ്പറ്റിയും പുതിയ ഡിസൈനുകളെപ്പറ്റിയും ഏകദേശ വിവരമുണ്ടായിരിക്കണം. അവനവന്റെ കൈയക്ഷരത്തിൽ എഴുതിയ ഹർജിയുമായി നേരിട്ട് ഞങ്ങളുടെ ഓഫീസിലേക്കു വരിക.

ജനത്തിരക്കുള്ള ഒരു തെരുവിലായിരുന്നു ആ ഓഫീസിന്റെ കെട്ടിടം. അവൾ ഇളം മഞ്ഞ നിറത്തിലുള്ള ഒരു പട്ടുസാരിയും തന്റെ വെളുത്ത കൈസ്സഞ്ചിയും മറ്റുമായി ആ കെട്ടിടത്തിലെത്തിയപ്പോൾ നേരം പതിനൊന്നുമണിയായിരുന്നു. അത് ഏഴു നിലകളും ഇരുനൂറിലധികം മുറികളും വളരെയധികം വരാന്തകളുമുള്ള ഒരു കൂറ്റൻ കെട്ടിടമായിരുന്നു. നാല് ലിഫ്ടുകളും. ഓരോ ലിഫ്ടിന്റെയും മുമ്പിൽ ഓരോ ജനക്കൂട്ടമുണ്ടായിരുന്നു. തടിച്ച കച്ചവടക്കാരും മറ്റും മറ്റും. ഒരൊറ്റ സ്ത്രീയെയും അവൾ അവിടെയെങ്ങും കണ്ടില്ല. ധൈര്യം അപ്പോഴേക്കും വളരെ ക്ഷയിച്ചു കഴിഞ്ഞിരുന്നു. ഭർത്താവിന്റെ അഭിപ്രായം വകവെയ്ക്കാതെ ഈ ഉദ്യോഗ നത്തിനു വരേണ്ടിയിരുന്നില്ലയെന്നും അവൾക്കു തോന്നി. അവൾ അടുത്തു കണ്ട ഒരു ശിപായിയോടു ചോദിച്ചു:

'...ടെക്സ്റ്റൈൽ ഇൻഡസ്ട്രീസ് ഏതു നിലയിലാണ്?'

'ഒന്നാം നിലയിൽ ആണെന്നു തോന്നുന്നു.' അയാൾ പറഞ്ഞു. എല്ലാ കണ്ണുകളും തന്റെ മുഖത്തു പതിക്കുന്നു എന്ന് അവൾക്കു തോന്നി. ഛേയ്, വരേണ്ടിയിരുന്നില്ല. വിയർപ്പിൽ മുങ്ങിക്കൊണ്ടു നിൽക്കുന്ന ഈ ആണുങ്ങളുടെയിടയിൽ താനെന്തിനു വന്നെത്തി? ആയിരം ഉറുപ്പിക കിട്ടുമെങ്കിൽതന്നെയും തനിക്ക് ഈ കെട്ടിടത്തിലേക്കു ദിവസേന ജോലി ചെയ്യാൻ വരാൻ വയ്യ.... പക്ഷേ, പെട്ടെന്നു മടങ്ങിപ്പോവാൻ അവൾക്കു കഴിഞ്ഞില്ല.

അവളുടെ ഊഴമായി. ലിഫ്ടിൽ കയറി, അടുത്തു നിൽക്കുന്നവരുടെ ദേഹങ്ങളിൽ തൊടാതിരിക്കുവാൻ ക്ലേശിച്ചുകൊണ്ട് ഒരു മൂലയിൽ ഒതുങ്ങി നിന്നു.

ഒന്നാം നിലയിൽ ഇറങ്ങിയപ്പോൾ അവൾ ചുറ്റും കണ്ണോടിച്ചു. നാലു ഭാഗത്തേക്കായി നീണ്ടുകിടക്കുന്ന വരാന്തയിൽനിന്ന് ഓരോ മുറികളിലേ ക്കായി വലിയ വാതിലുകളുണ്ടായിരുന്നു. വാതിലിന്റെ പുറത്ത് ഓരോ ബോർഡും.

'ഇറക്കുമതിയും കയറ്റുമതിയും'

'വൈൻ കച്ചവടം' അങ്ങനെ പല ബോർഡുകളും. പക്ഷേ, എത്ര നടന്നിട്ടും എത്ര വാതിലുകൾതന്നെ കടന്നിട്ടും താൻ അന്വേഷിച്ചിരുന്ന ബോർഡ് അവൾ കണ്ടെത്തിയില്ല. അപ്പോഴേക്കും അവളുടെ കൈത്തല ങ്ങൾ വിയർത്തിരുന്നു. ഒരു മുറിയിൽ നിന്ന് പെട്ടെന്ന് പുറത്തു കടന്ന ഒരാളോട് അവൾ ചോദിച്ചു:

'....ടെക്സ്റ്റൈൽ കമ്പനി എവിടെയാണ്?'

അയാൾ അവളെ തന്റെ ഇടുങ്ങിയ ചുവന്ന കണ്ണുകൾകൊണ്ട് ആപാദചൂഡം പരിശോധിച്ചു. എന്നിട്ടു പറഞ്ഞു: 'എനിക്ക് അറിയില്ല. പക്ഷേ, എന്റെ കൂടെ വന്നാൽ ഞാൻ ശിപായിയോട് അന്വേഷിച്ചു സ്ഥലം മനസ്സിലാക്കിത്തരാം.'

അയാൾ ഉയരം കുറഞ്ഞ ഒരു മനുഷ്യനായിരുന്നു. ഒരു മദ്ധ്യവയ സ്കൻ. അയാളുടെ കൈനഖങ്ങളിൽ ചളിയുണ്ടായിരുന്നു. അതു കണ്ടിട്ടോ എന്തോ, അവൾക്ക് അയാളുടെ കൂടെ പോവാൻ തോന്നിയില്ല. അവൾ പറഞ്ഞു:

'നന്ദി ഞാൻ ഇവിടെ അന്വേഷിച്ചു മനസ്സിലാക്കിക്കൊള്ളാം.'

അവൾ ധൃതിയിൽ നടന്ന് ഒരു മൂലതിരിഞ്ഞു മറ്റൊരു വരാന്തയി ലെത്തി. അവിടെയും അടച്ചിട്ട വലിയ വാതിലുകൾ അവൾ കണ്ടു. Dying എന്ന് അവിടെ എഴുതിത്തൂക്കിയിരുന്നു. സ്പെല്ലിങ്ങിന്റെ തെറ്റു കണ്ട് അവൾക്കു ചിരിവന്നു. 'തുണിക്കു ചായം കൊടുക്കുന്നതിനു പകരം ഇവിടെ മരണമാണോ നടക്കുന്നത്?' ഏതായാലും അവിടെ ചോദിച്ചു നോക്കാമെന്ന് ഉദ്ദേശിച്ച് അവൾ വാതിൽ തള്ളിത്തുറന്നു. അകത്ത് ഒഴിഞ്ഞുകിടക്കുന്ന ഒരു വലിയ തളമാണ് അവൾ കണ്ടത്. രണ്ടോ മൂന്നോ കസാലകളും ഒരു ചില്ലിട്ട മേശയും. അത്ര തന്നെ. ഒരാളുമില്ല അവിടെ യെങ്ങും. അവൾ വിളിച്ചുചോദിച്ചു:

'ഇവിടെ ആരുമില്ലേ?'

അകത്തെ മുറികളിലേക്കുള്ള വാതിലുകളുടെ തിരശ്ശീലകൾ മെല്ലെ യൊന്ന് ആടി. അത്രതന്നെ. അവൾ ധൈര്യമവലംബിച്ച്, മുറിക്കു നടുവി ലുള്ള കസാലയിൽപ്പോയി ഇരുന്നു. അൽപം വിശ്രമിക്കാതെ ഇനി

ഒരൊറ്റയടി നടക്കുവാൻ കഴിയില്ലയെന്ന് അവൾക്കു തോന്നി. മുകളിൽ പങ്ക തിരിഞ്ഞുകൊണ്ടിരുന്നു. ഇതെന്തൊരു ഓഫീസാണ്? അവൾ അത്ഭുതപ്പെട്ടു. വാതിലും തുറന്ന്വെച്ച്, പങ്കയും ചലിപ്പിച്ച്, ഇവിടെയുള്ള വരെല്ലാവരും എങ്ങോട്ടു പോയി.

തുണിക്കു നിറംകൊടുക്കുന്നവരായതുകൊണ്ട് ഇവർക്ക് താൻ അന്വേഷി ക്കുന്ന ഓഫീസ് എവിടെയാണെന്ന് അറിയാതിരിക്കയില്ല. അവൾ കൈസ്സഞ്ചി തുറന്ന്, കണ്ണാടിയെടുത്തു മുഖം പരിശോധിച്ചു. കാണാൻ യോഗ്യത ഉണ്ടെന്നുതന്നെ തീർച്ചയാക്കി. എണ്ണൂറുറുപ്പിക ആവശ്യപ്പെട്ടാലൊ? തന്നെപ്പോലെയുള്ള ഒരുദ്യോഗസ്ഥയെ, അവർക്കു കിട്ടുന്നതു ഭാഗ്യമായിരിക്കും. പഠിപ്പ് ഉണ്ട്, പദവിയുണ്ട്, പുറംരാജ്യങ്ങളിൽ സഞ്ചരിച്ച് ലോക പരിചയം നേടിയിട്ടുണ്ട്....

അവൾ ഒരു കുപ്പിയുടെ കോക്ക് വലിച്ചുതുറക്കുന്ന ശബ്ദം കേട്ടിട്ടാണ് ഞെട്ടി ഉണർന്നത്. ഛേ, താനെന്തൊരു വിഡ്ഢിയാണ്. ഒട്ടും പരിചയ മില്ലാത്ത ഒരു സ്ഥലത്തിരുന്ന് ഉറങ്ങുകയോ? അവൾ കണ്ണുകൾ തിരുമ്മി, ചുറ്റും നോക്കി. അവളുടെ എതിർവശത്ത് ഒരു കസാലമേൽ ഇരുന്നു കൊണ്ട് ഒരു ചെറുപ്പക്കാരൻ സോഡയിൽ വിസ്കി ഒഴിക്കുകയായിരുന്നു. അയാളുടെ ബുഷ്ഷർട്ട് വെണ്ണനിറത്തിലുള്ള ടെറിലിൻകൊണ്ട് ഉണ്ടാക്കി യതായിരുന്നു. അയാളുടെ കൈവിരലുകളുടെ മുകൾഭാഗത്തു കനത്ത രോമങ്ങൾ വളർന്നുനിന്നിരുന്നു. ശക്തങ്ങളായ കൈവിരലുകൾ കണ്ട് അവൾ പെട്ടെന്നു പരിഭ്രമിച്ചു. താനെന്തിനു വന്നു ഈ ചെകുത്താന്റെ വീട്ടിൽ.

അയാൾ തലയുയർത്തി അവളെ നോക്കി. അയാളുടെ മുഖം ഒരു കുതിരയുടേതു പോലെ നീണ്ടതായിരുന്നു. അയാൾ ചോദിച്ചു: 'ഉറക്കം സുഖമായോ?'

എന്നിട്ട് അവളുടെ മറുപടികേൾക്കുവാൻ ശ്രദ്ധിക്കാതെ ഗ്ലാസ് ഉയർത്തി, അതിലെ പാനീയം മുഴുവനും കുടിച്ചുതീർത്തു.

'ദാഹിക്കുന്നുണ്ടോ?' അയാൾ ചോദിച്ചു. അവൾ തലയാട്ടി.

'....ടെക്സ്റ്റൈൽ കമ്പനി എവിടെയാണെന്ന് അറിയുമോ? നിങ്ങൾക്ക് അറിയുമായിരിക്കുമെന്ന് എനിക്കു തോന്നി. നിങ്ങൾ തുണികൾക്കു നിറംകൊടുക്കുന്നവരാണല്ലോ.' അവൾ പറഞ്ഞു. എന്നിട്ട് ഒരു മര്യാദച്ചിരി ചിരിച്ചു. അയാൾ ചിരിച്ചില്ല. അയാൾ വീണ്ടും വിസ്കി ഗ്ലാസിൽ ഒഴിച്ചു, സോഡ കലർത്തി. എത്രയോ സമയം കിടക്കുന്നു, വർത്തമാനങ്ങൾ പറയുവാനും മറ്റും എന്ന നാട്യമായിരുന്നു അയാളുടേത്.

അവൾ ചോദിച്ചു: 'നിങ്ങൾ അറിയില്ലേ?' അവൾ അക്ഷമയായായി ക്കഴിഞ്ഞിരുന്നു. എങ്ങനെയെങ്കിലും അവിടെനിന്ന് പുറത്തുകടന്ന്, വീട്ടിലേക്കു മടങ്ങിയാൽ മതിയെന്നുകൂടി അവൾക്കു തോന്നി.

അയാൾ പെട്ടെന്നു ചിരിച്ചു. വളരെ മെലിഞ്ഞ ചുണ്ടുകളായിരുന്നു അയാളുടെ ചുണ്ടുകൾ. അവ ആ ചിരിയിൽ വൈരൂപ്യം കലർത്തി.

'എന്താണ് തിരക്ക്?' അയാൾ ചോദിച്ചു. 'നേരം പതിനൊന്നേ മുക്കാലേ ആയിട്ടുള്ളു.'

അവൾ വാതിലിലേക്കു നടന്നു.

'നിങ്ങൾക്കറിയുമെന്ന് ഞാൻ ആശിച്ചു.' അവൾ പറഞ്ഞു,

'നിങ്ങളും തുണിക്കച്ചവടമായിട്ട് ബന്ധമുള്ള ഒരാളാണല്ലോ.'

'എന്തു ബന്ധം? ഞങ്ങൾ തുണിയിൽ ചായം ചേർക്കുന്നവരല്ല. ബോർഡ് വായിച്ചില്ലേ? Dying എന്ന്.'

'അപ്പോൾ.......?'

'ആ അർത്ഥം തന്നെ. മരിക്കുക എന്നു കേട്ടിട്ടില്ലേ? സുഖമായി മരിക്കുവാൻ ഏർപ്പെടുത്തിക്കൊടുക്കും ഞങ്ങൾ.'

അയാൾ കസാലയിൽ ചാരിക്കിടന്ന് കണ്ണുകളിറുക്കി, അവളെ നോക്കി ചിരിച്ചു. പെട്ടെന്ന് ആ വെളുത്ത പുഞ്ചിരി തൻ്റെ കണ്ണുകളിലാകെ വ്യാപിച്ച പോലെ അവൾക്കു തോന്നി. അവളുടെ കാലുകൾ വിറച്ചു.

അവൾ വാതിൽക്കലേക്ക് ഓടി. പക്ഷേ, വാതിൽ തുറക്കുവാൻ അവളുടെ വിയർത്ത കൈകൾക്കു കഴിഞ്ഞില്ല. അപ്പോഴേക്കും അവളുടെ കണ്ണുകൾ നിറഞ്ഞുകഴിഞ്ഞിരുന്നു.

'ദയവുചെയ്ത് ഇതൊന്ന് തുറന്നുതരൂ.' അവൾ പറഞ്ഞു. 'എനിക്ക് വീട്ടിലേക്കു പോവണം. എൻ്റെ കുട്ടികൾ കാത്തിരിക്കുന്നുണ്ടാവും.' അയാൾ തൻ്റെ വാക്കുകൾ കേട്ട്, ക്രൂരചിന്തകൾ ഉപേക്ഷിച്ച്, തന്നെ സഹായിക്കുവാൻ വരുമെന്ന് അവൾ ആശിച്ചു.

'ദയവുചെയ്ത് തുറക്കൂ.' അവൾ വീണ്ടും യാചിച്ചു. അയാൾ വീണ്ടും വീണ്ടും വിസ്കി കുടിച്ചു. വീണ്ടും വീണ്ടും അവളെ നോക്കി ചിരിച്ചു.

അവൾ വാതിൽക്കൽ മുട്ടിത്തുടങ്ങി. 'അയ്യോ എന്നെ ചതിക്കുകയാണോ?' അവൾ ഉറക്കെ വിളിച്ചുചോദിച്ചു: 'ഞാനെന്തു കുറ്റമാണ് ചെയ്തിട്ടുള്ളത്?'

അവളുടെ തേങ്ങൽ കുറച്ചുനിമിഷങ്ങൾക്കുശേഷം അവസാനിച്ചു. അവൾ ക്ഷീണിച്ചുതളർന്ന്, വാതിലിൻ്റെയടുത്ത് വെറും നിലത്ത് വീണു.

അയാൾ യാതൊരു കാഠിന്യവുമില്ലാത്ത ഒരു മൃദുസ്വരത്തിൽ എന്തൊക്കെയോ പറഞ്ഞുകൊണ്ടിരുന്നു. അവൾ ചില വാക്കുകൾമാത്രം കേട്ടു.

'....പണ്ട് എൻ്റെ കിടപ്പുമുറിയിൽ, തണുപ്പുകാലത്ത് ഒരു പക്ഷി വന്നുപെട്ടു. മഞ്ഞകലർന്ന തവിട്ടുനിറം. നിൻ്റെ സാരിയുടെ നിറം. അത് ജനവാതിലിൻ്റെ ചില്ലിൻമേൽ കൊക്കുകൊണ്ട് തട്ടിനോക്കി; ചില്ല്

പൊട്ടിക്കുവാൻ. ചിറകുകൾകൊണ്ടും തട്ടി, അത് എത്ര ക്ലേശിച്ചു! എന്നിട്ട് എന്തുണ്ടായി? അത് ക്ഷീണിച്ച് നിലത്തുവീണു. ഞാനതിനെ എന്റെ ഷൂസിട്ട കാലുകൊണ്ട് ചവിട്ടിയരച്ചുകളഞ്ഞു.'

പിന്നീട് കുറെ നിമിഷങ്ങൾ നീണ്ടുനിന്ന മൗനത്തിനുശേഷം അയാൾ ചോദിച്ചു: 'നിനക്കറിയാമോ മരണത്തിന്റെ മണം എന്താണെന്ന്?'

അവൾ കണ്ണുകൾ ഉയർത്തി അയാളെ നോക്കി. പക്ഷേ, ഒന്നും പറയുവാൻ നാവ് ഉയർന്നില്ല. പറയുവാൻ മറുപടി ഇല്ലാഞ്ഞിട്ടല്ല. മരണത്തിന്റെ മണം, അല്ല, മരണത്തിന്റെ വിവിധ മണങ്ങൾ തന്നെപ്പോലെ ആർക്കാണ് അറിയുക? പഴുത്ത വ്രണങ്ങളുടെ മണം, പഴത്തോട്ടങ്ങളുടെ മധുരമായ മണം, ചന്ദനത്തിരികളുടെ മണം.... ഇരുട്ടുപിടിച്ച ഒരു ചെറിയ മുറിയിൽ, വെറും നിലത്തിട്ട കിടക്കയിൽ കിടന്നുകൊണ്ട് അവളുടെ അമ്മ യാതൊരു അന്തസ്സുംകലരാത്ത സ്വരത്തിൽ പറഞ്ഞുകൊണ്ടിരുന്നു.... 'എനിക്കു വയ്യ മോളെ.... വേദനയൊന്നൂല്യാ ....ന്നാലും വയ്യ....'

അമ്മയുടെ കാലിൻമേൽ ഉണ്ടായിരുന്ന വ്രണങ്ങളിൽ വെളുത്തു തടിച്ച പുഴുക്കൾ ഇളകിക്കൊണ്ടിരുന്നു. എന്നിട്ടും അമ്മ പറഞ്ഞു: 'വേദനയില്ല്യ....'

പിന്നീട് അച്ഛൻ. പ്രമേഹരോഗിയായ അച്ഛനു പെട്ടെന്നു തളർച്ച വന്നപ്പോൾ, ആ മുറിയിൽ പഴത്തോട്ടങ്ങളിൽനിന്നു വരുന്ന ഒരു കാറ്റു വന്നെത്തിയെന്ന് അവൾക്കു തോന്നി. അങ്ങനെ മധുരമായിരുന്ന ആ മുറിയിൽ പരന്ന മണം.... അതും മരണമായിരുന്നു....

അതൊക്കെ പറയണമെന്ന് അവൾക്കു തോന്നി. പക്ഷേ നാവിന്റെ ശക്തി ക്ഷയിച്ചുകഴിഞ്ഞിരുന്നു.

മുറിയുടെ നടുവിൽ ഇരിക്കുന്ന ചെറുപ്പക്കാരൻ അപ്പോഴും ഓരോന്നു പറഞ്ഞുകൊണ്ടിരുന്നു.

'....നിനക്ക് അറിയില്ല, ഉവ്വോ? എന്നാൽ പറഞ്ഞുതരാം, പക്ഷിത്തൂവലുകളുടെ മണമാണ് മരണത്തിന്.... നിനക്കത് അറിയാറാവും, അടുത്തുതന്നെ. ഇപ്പോൾത്തന്നെ വേണമോ? ഏതാണു നിനക്ക് ഏറ്റവും പ്രിയപ്പെട്ട നേരം? നേരെ മുകളിൽ നിന്നു നോക്കുന്ന സൂര്യന്റെ മുമ്പിൽ ലജ്ജയില്ലാതെ ഈ ലോകം നഗ്നമായി കിടക്കുന്ന സമയമോ? അതോ, സന്ധ്യയോ?.... നീ എന്തുപോലെയുള്ള സ്ത്രീയാണ്? ധൈര്യമുള്ളവളോ ധൈര്യമില്ലാത്തവളോ....'

അയാൾ കസാലയിൽനിന്ന് എഴുന്നേറ്റ് അവളുടെ അടുത്തേക്കു വന്നു. അയാൾക്കു നല്ല ഉയരമുണ്ടായിരുന്നു. അവൾ പറഞ്ഞു.

'എന്നെ പോവാൻ സമ്മതിക്കണം. ഞാനിങ്ങോട്ടു വരാൻ ഒരിക്കലും ഉദ്ദേശിച്ചിട്ടില്ല.'

'നീ നുണ പറയുകയാണ്. നീ എത്രതവണ ഉദ്ദേശിച്ചിരിക്കുന്നു ഇവിടെ വന്നെത്തുവാൻ! എത്രയോ സുഖകരമായ ഒരവസാനത്തിനു നീ എത്രതവണ ആശിച്ചിരിക്കുന്നു. മൃദുലങ്ങളായ തിരമാലകൾ നിറഞ്ഞ, ദീർഘമായി നിശ്വസിക്കുന്ന കടലിൽ ചെന്നു വീഴുവാൻ, ആലസ്യ ത്തോടെ ചെന്നു ലയിക്കുവാൻ മോഹിക്കുന്ന നദിപോലെയല്ലേ നീ? പറയൂ, ഓമനേ.... നീ മോഹിക്കുന്നില്ലേ ആ അവസാനിക്കാത്ത ലാളന അനുഭവിക്കുവാൻ?'

'നിങ്ങൾ ആരാണ്?'

അവൾ എഴുന്നേറ്റിരുന്നു. അയാളുടെ കൈവിരലുകൾക്കു ബീഭത്സ മായ ഒരാകർഷണമുണ്ടെന്ന് അവൾക്കു തോന്നി.

'എന്നെ കണ്ടിട്ടില്ലേ?'

'ഇല്ല.'

'ഞാൻ നിന്റെ അടുത്തു പലപ്പോഴും വന്നിട്ടുണ്ട്. ഒരിക്കൽ നീ വെറും പതിനൊന്നു വയസ്സായ ഒരു കുട്ടിയായിരുന്നു. മഞ്ഞക്കാമാല പിടിച്ച്, കിടക്കയിൽനിന്നു തലയുയർത്താൻ വയ്യാതെ കിടന്നിരുന്ന കാലം. അന്നു നിൻെറ അമ്മ ജനൽവാതിലുകൾ തുറന്നപ്പോൾ നീ പറഞ്ഞു, അമ്മേ ഞാൻ മഞ്ഞപ്പൂക്കൾ കാണുന്നു. മഞ്ഞ അലറിപ്പൂക്കൾ കാണുന്നു. എല്ലായിടത്തും മഞ്ഞപ്പൂതന്നെ.... അത് ഓർമ്മിക്കുന്നുണ്ടോ?'

അവൾ തലക്കുലുക്കി.

'നിന്റെ കണ്ണുകൾക്കു മാത്രം കാണാൻ കഴിഞ്ഞ ആ മഞ്ഞ പ്പൂക്കളുടെ യിടയിൽ ഞാൻ നിന്നിരുന്നു. നിന്റെ കൈപിടിച്ചു നിന്നെ എത്തേണ്ട വിടത്തേക്ക് എത്തിക്കുവാൻ.... പക്ഷേ, അന്നു നീ വന്നില്ല. നിനക്ക് എന്റെ സ്നേഹത്തെപ്പറ്റി അറിഞ്ഞിരുന്നില്ല. ഞാനാണു നിന്റെയും എല്ലാവരുടെയും മാർഗദർശി എന്നു നീ അറിഞ്ഞിരുന്നില്ല....'

'സ്നേഹമോ, ഇതു സ്നേഹമാണോ?' അവൾ ചോദിച്ചു.

'അതെ, സ്നേഹത്തിന്റെ പരിപൂർണ്ണത കാണിച്ചുതരുവാൻ എനിക്കു മാത്രമേ കഴിയുകയുള്ളു. എനിക്കു നീ ഓരോന്നോരോന്നായി കാഴ്ച വെയ്ക്കും.... ചുവന്ന ചുണ്ടുകൾ, ചാഞ്ചാടുന്ന കണ്ണുകൾ, അവയവ ഭംഗി യുള്ള ദേഹം.... എല്ലാം.... ഓരോ രോമകൂപങ്ങൾ കൂടി നീ കാഴ്ചവെക്കും. ഒന്നും നിന്റേതല്ലാതാവും. എന്നിട്ട് ഈ ബലിക്കു പ്രതിഫലമായി ഞാൻ നിനക്കു സ്വാതന്ത്ര്യം തരും. നീ ഒന്നുമല്ലാതെയാവും. പക്ഷേ, എല്ലാമായി ത്തീരും. കടലിന്റെ ഇരമ്പലിലും നീ ഉണ്ടാവും, മഴക്കാലത്തു കൂമ്പുകൾ പൊട്ടി മുളയ്ക്കുന്ന പഴയ മരങ്ങളിലും നീ ചലിക്കുന്നുണ്ടാകും; പ്രസവ വേദനയനുഭവിക്കുന്ന വിത്തുകൾ മണ്ണിന്റെയടിയിൽ കിടന്നു തേങ്ങു മ്പോൾ, നിന്റെ കരച്ചിലും ആ തേങ്ങലോടൊപ്പം ഉയരും. നീ കാറ്റാവും,

നീ മഴത്തുള്ളികളാവും, നീ മണ്ണിന്റെ തരികളാവും.... നീയായിത്തീരും ഈ ലോകത്തിന്റെ സൗന്ദര്യം.....'

അവൾ എഴുന്നേറ്റുനിന്നു. തന്റെ ക്ഷീണം തീരെ മാറിയെന്ന് അവൾക്കു തോന്നി. പുതുതായി കിട്ടിയ ധൈര്യത്തോടെ അവൾ പറഞ്ഞു:

'ഇതൊക്കെ ശരിയായിരിക്കാം. പക്ഷേ, നിങ്ങൾക്ക് ആളെ തെറ്റിയിരിക്കുന്നു. എനിക്കു മരിക്കുവാൻ സമയമായിട്ടില്ല. ഞാൻ ഒരു ഇരുപത്തേഴുകാരിയാണ്. വിവാഹിതയാണ്, അമ്മയാണ്. എനിക്കു സമയമായിട്ടില്ല. ഞാൻ ഒരു ഉദ്യോഗം നോക്കി വന്നതാണ്. ഇപ്പോൾ നേരം പന്ത്രണ്ടരയോ മറ്റോ ആയിരിക്കണം. ഞാൻ വീട്ടിലേക്കു മടങ്ങട്ടെ.'

അയാൾ ഒന്നും പറഞ്ഞില്ല. വാതിൽ തുറന്ന്, അവൾക്ക് പുറത്തേക്കു പോവാൻ അനുവാദം കൊടുത്തു. അവൾ ധൃതിയിൽ ലിഫ്ട് അന്വേഷിച്ച് അങ്ങോട്ടുമിങ്ങോട്ടും നടന്നു. തന്റെ കാൽവെപ്പുകൾ അവിടെയെങ്ങും ഭയങ്കരമായി മുഴങ്ങുന്നുണ്ടെന്ന് അവൾക്കു തോന്നി.

ലിഫ്ടിന്റെ അടുത്തെത്തിയപ്പോൾ അവൾ നിന്നു. അവിടെ അതു നടത്തുന്ന ശിപായിയുണ്ടായിരുന്നില്ല. എന്നാലും അതിൽ കയറി വാതിലടച്ച് അവൾ സ്വിച്ച് അമർത്തി. ഒരു തകർച്ചയുടെ ആദ്യസ്വരങ്ങളോടെ അതു പെട്ടെന്ന് ഉയർന്നു. താൻ ആകാശത്തിലാണെന്നും ഇടി മുഴുങ്ങുന്നുവെന്നും അവൾക്കു തോന്നി. അപ്പോഴാണ്, അവൾ ലിഫ്ടിന്റെ അകത്തു തൂക്കി യിരുന്ന ബോർഡ് കണ്ടത്.

'ലിഫട് കേടു വന്നിരിക്കുന്നു. അപകടം.' പിന്നീട് എല്ലായിടത്തും ഇരുട്ടു മാത്രമായി. ശബ്ദിക്കുന്ന, ഗർജ്ജിക്കുന്ന ഒരു ഇരുട്ട്. അവൾക്ക് അതിൽ നിന്നും ഒരിക്കലും പിന്നീടു പുറത്തു കടക്കേണ്ടിവന്നില്ല.

■

കല്യാണി

അവൾ തന്റെ ഭർത്താവിനെ ഓഫീസിൽ ആക്കി, വീട്ടിലേക്കു കാറോടിച്ചു മടങ്ങുകയായിരുന്നു. പാലത്തിന്റെ അടുത്തെത്തിയപ്പോൾ അവൾ, തന്റെ വഴി മുടക്കിക്കൊണ്ടു റോഡിൽ നിരന്നു നിൽക്കുന്ന അഞ്ചു പേരെ കണ്ടു. ഭയത്തോടെ കാറു നിർത്തി. അവർ പോലീസുകാരാണെന്ന് അവൾക്കു മനസ്സിലായി.

അതിൽ ഒരാൾ അവളുടെ അടുക്കലേക്കു നീങ്ങി നിന്നുകൊണ്ടു ചോദിച്ചു:

'ഇങ്ങനെയാണോ വണ്ടി ഓടിക്കുക?'

അവൾക്കു പരിഭ്രമംകൊണ്ടു കുറച്ചുനേരത്തേക്ക് ഒന്നും പറയുവാൻ കഴിഞ്ഞില്ല. അയാളുടെ മുഖഭാവം നിർദ്ദയമായിരുന്നു. അവൾ പറഞ്ഞു, വളരെ താണ സ്വരത്തിൽ: 'ഞാൻ വളരെ പതുക്കെയാണല്ലോ ഓടിച്ചിരുന്നത്.'

'അതല്ല ഞാൻ പറഞ്ഞത്.' ആ പോലീസുകാരൻ പറഞ്ഞു.

'ഞാനെന്തുതെറ്റാണു ചെയ്തത്?' അവൾ ചോദിച്ചു.

അയാൾ മറ്റുള്ളവരോട് ഒരാംഗ്യം കാണിച്ചുകൊണ്ട്, കാറിൽ അവളുടെ ഇടത്തുഭാഗത്തെ സീറ്റിൽ കയറിയിരുന്നു. മറ്റുള്ളവർ പിന്നിലും കയറി യിരുന്നു.

'ഓടിക്കൂ.' അവളുടെ അടുത്ത് ഇരുന്നിരുന്ന മനുഷ്യൻ പറഞ്ഞു. 'ഞാൻ പറഞ്ഞുതരുന്ന വഴിയിൽകൂടി ഓടിക്കൂ. നമുക്ക് പോലീസ് സ്റ്റേഷൻ വരെ ഒന്നു പോകേണ്ടതുണ്ട്.'

'പോലീസ്സ്റ്റേഷനോ? ഞാനെന്താണു ചെയ്തത്? ഒന്നുമില്ലല്ലോ. നിങ്ങൾ എന്തിനാണ് എന്നെ അങ്ങോട്ടൊക്കെ കൊണ്ടുപോകുന്നത്?'

അവളുടെ സ്വരത്തിൽ ഒരു തേങ്ങൽ കലർന്നിരുന്നു. പോലീസുകാർ മൗനമവലംബിച്ചു. ഒടുവിൽ ചുവന്ന ചുമരുകളുള്ള ഒരു രണ്ടുനില ക്കെട്ടിടത്തിന്റെ മുമ്പിൽവെച്ച് അവർ അവളോടു വണ്ടി നിർത്തുവാൻ പറഞ്ഞു.

അവരെല്ലാവരും അവളുടെ ഒപ്പം പുറത്തിറങ്ങി.

'വരൂ' ഒരാൾ പറഞ്ഞു: 'നിങ്ങളുടെ ആവലാതികളൊക്കെ അകത്തിരിക്കുന്ന ആളോടു പറഞ്ഞുകൊള്ളു'

അവൾ പിന്നോക്കം തിരിയുവാൻ ഭാവിച്ചപ്പോൾ അയാൾ അവളുടെ കയ്യ് മുറുക്കിപ്പിടിച്ചു. അയാളുടെ മുഷ്ടിക്കുള്ളിൽ തന്റെ കൈവിരലുകൾ പൊട്ടിത്തകരുന്നുണ്ടെന്ന് അവൾക്കു തോന്നി.

അവിടെയെങ്ങും വേറെ പോലീസുകാരെ അവൾ കണ്ടില്ല. അവർ നടന്ന് ഒരു കോണിച്ചുവട്ടിലെത്തി. ആ മൂലയിൽ ആരോ വെറ്റിലമുറുക്കിത്തുപ്പിയത് ഉണങ്ങിക്കിടന്നിരുന്നു. കോണിയുടെ ഇടത്തുവശത്തെ ചുമരിൻമേൽ ബംഗാളിയിൽ എന്തൊക്കെയോ എഴുതിവെച്ചിരുന്നു. അവൾ കോണിപ്പടികൾ കയറുമ്പോഴും ആ പോലീസുകാരൻ തന്റെ പിടുത്തം വിട്ടിരുന്നില്ല. അവളുടെ കണ്ണുകളിൽനിന്ന് വെള്ളത്തുള്ളികൾ ഇറ്റുവീണു.

'കരയുകയാണോ?' അയാൾ ചോദിച്ചു. 'കുറ്റം ചെയ്തിട്ട് ഇപ്പോൾ കരയുകയാണോ?'

'ഞാനെന്തു കുറ്റമാണു ചെയ്തത്?' അവൾ ചോദിച്ചു: 'എന്തു ന്യായപ്രകാരമാണ് നിങ്ങൾ എന്നെ ഇവിടേക്കു വലിച്ചുകൊണ്ടുവരുന്നത്?'

'ന്യായം ചോദിക്കാൻ വന്നിരിക്കുന്നു!' അയാൾ ഒരു വൃത്തികെട്ട ചിരിയോടെ പറഞ്ഞു. പിന്നിൽ വന്നിരുന്നവരും ചിരിച്ചു.

അവർ ഒരു വലിയ തളത്തിലെത്തിയപ്പോൾ നടത്തം മതിയാക്കി. അവിടെ കടുംനീലനിറത്തിലുള്ള പർദകൾ തൂക്കിയ ജനൽവാതിലുകളുണ്ടായിരുന്നു. ഒരൊറ്റ മേശയോ കസാലയോ ഒന്നുംതന്നെ ആ മുറിയിൽ ഉണ്ടായിരുന്നില്ല. സൗന്ദര്യവതിയായ ഒരു സ്ത്രീയുടെ ഒരു വർണചിത്രം മാത്രം ചുമരിൽ തൂക്കിയിരുന്നു.

'ഇപ്പോൾ വരും.' ഒരു പോലീസുകാരൻ അവളോടു പറഞ്ഞു.

'ആര്?'

അവർ അതിന് ഉത്തരം പറഞ്ഞില്ല. ഒരാൾ കീശയിൽ നിന്ന് ഒരു കയ്യാമമെടുത്ത് അവളുടെ കൈകളിൽ ഇടുവിച്ചു.

'എന്റെ ഭർത്താവിനെ ഒന്നു ഫോൺചെയ്യൂ' അവൾ പറഞ്ഞു. 'അദ്ദേഹം ഇങ്ങോട്ടു വരട്ടെ.'

'ഭർത്താവെന്തിന്? ഭർത്താവല്ലല്ലോ കുറ്റം ചെയ്തത്. നീയല്ലേ കുറ്റം ചെയ്തത്?'

'എന്ത് കുറ്റം?'

'ആലോചിച്ചുനോക്ക്.'

അവർ അവളെ ആ മുറിയുടെ നടുവിൽ നിർത്തിക്കൊണ്ട്, അവിടെ നിന്നു പോയി. അവൾ തന്നത്താൻ സമാധാനിപ്പിക്കുവാൻ ശ്രമിച്ചു. ഇതൊക്കെ ഒരു സ്വപ്നമാണ്. താൻ എന്തു തെറ്റാണു ചെയ്തത്? ഒന്നുമില്ല. അതുകൊണ്ട് ഇതെല്ലാം ഒരു ദുഃസ്വപ്നം മാത്രമായിരിക്കണം.... പക്ഷേ, അവളുടെ കൈകൾ വേദനിക്കുന്നുണ്ടായിരുന്നു. അവൾ വീണ്ടും കരഞ്ഞു തുടങ്ങി.

'വന്നു, അല്ലേ?' ഞാൻ കാത്തിരിക്കുകയായിരുന്നു.

പെട്ടെന്ന്, അവിടെ കടന്നുവന്നുകൊണ്ട് ഒരു മദ്ധ്യവയസ്കൻ പറഞ്ഞു. അയാൾ ഉയരം കുറഞ്ഞ് തടിച്ച ദേഹപ്രകൃതിയുള്ള ഒരാളായിരുന്നു.

'ആരാണു നിങ്ങൾ?' അവൾ ദേഷ്യത്തോടെ ചോദിച്ചു.

'ആരാണെന്ന്! ഹഹഹ! ഇവൾ ചോദിക്കുന്നതു കേട്ടില്ലേ?' അയാൾ പിന്നോക്കം തിരിഞ്ഞു നോക്കികൊണ്ടു പറഞ്ഞു. പോലീസുകാർ പെട്ടെന്ന് വാതിൽക്കൽ പ്രത്യക്ഷപ്പെട്ടു. അതിൽ ഒരാൾ പറഞ്ഞു:

'ഇതു ഞങ്ങളുടെ യജമാനൻ ആണ്.'

'ഇൻസ്പെക്ടറോ?'

അവൾ ചോദിച്ചു

അവർ തലകുലുക്കി. യജമാനൻ എന്നു പറയപ്പെട്ട മനുഷ്യൻ വെള്ളക്കാലുറകളും മുകളിൽ രണ്ടു കുടുക്കുകൾ പൊട്ടിയ ഒരു നീല ഷർട്ടുമാണ് ധരിച്ചിരുന്നത്. അയാളുടെ പല്ലുകൾ വെറ്റിലക്കറപറ്റി കറുത്തും വികൃതമായും കാണപ്പെട്ടു. അവൾ വെറുപ്പോടെ പിന്നോക്കം നീങ്ങി ചുമരിൻമേൽ ചാരി നിന്നു.

അയാൾ ചോദിച്ചു:

'അപ്പോൾ നീ കുറ്റം സമ്മതിച്ചു, അല്ലേ?'

'എന്തുകുറ്റം? ഞാൻ കാർ ഓടിച്ചുവരികയായിരുന്നു. ഈ പോലീസുകാർ എന്റെ വഴിമുടക്കി നിന്ന് എന്നെക്കൊണ്ട് കാറു നിർത്തിച്ചു. എന്നിട്ട് യാതൊരു കാരണവും പറയാതെ ഇങ്ങോട്ടു കൊണ്ടുപോന്നു. ഇത് എന്റെ ഭർത്താവറിഞ്ഞാൽ......'

'ഭർത്താവ്! നിനക്കുണ്ടോ ഭർത്താവ്, കല്യാണി?' അയാൾ ചോദിച്ചു.

'ഞാൻ കല്യാണിയല്ല.' അവൾ പറഞ്ഞു.

'എനിക്കു നിന്നെ മനസ്സിലാവില്ല എന്നു നിശ്ചയിച്ചുവോ?' അയാൾ ചോദിച്ചു.

'നിങ്ങൾക്കെന്തോ തെറ്റു പറ്റിയിരിക്കുന്നു.' അവൾ പറഞ്ഞു: 'എന്നെ വിട്ടയയ്ക്കയാണു നല്ലത്.'

'ഇവൾക്കു മൂന്നുമാസം കഠിനതടവ്.' അയാൾ പറഞ്ഞു. പോലീസുകാർ മുന്നോട്ടു വന്ന് അവളെ പിടിച്ചുവലിച്ചുകൊണ്ട് ഒരു വരാന്തയിൽകൂടി മറ്റൊരു മുറിയിലേക്കു കൊണ്ടുപോയി. അതൊരു ഇരുട്ടുപിടിച്ച ചെറിയ മുറിയായിരുന്നു. അതിന് ജനലുകളൊന്നുമില്ലെന്ന് അവൾ കണ്ടുപിടിച്ചു.

'നിന്റെ വസ്ത്രങ്ങൾ ഇങ്ങു തരൂ.' ഒരു പോലീസുകാരൻ പറഞ്ഞു.

'അതെന്തിന്?' അവൾ ചോദിച്ചു.

'ഇവിടെ യൂണിഫോറം തരും. അതാണ് ഇനി നിന്റെ വേഷം.'

അവൾ കരഞ്ഞു തുടങ്ങി: 'എനിക്ക് അതു വയ്യ.' അവൾ പറഞ്ഞു.

'നിനക്ക് എന്നു തുടങ്ങി നാണം കല്യാണി.' അതിലൊരുത്തൻ ചോദിച്ചു.

'ഞാൻ കല്യാണിയല്ല.' അവൾ ഗദ്ഗദത്തോടെ പറഞ്ഞു.

'എന്റെ പേര് അമ്മിണി എന്നാണ്, ഞാൻ മി. മേനോന്റെ ഭാര്യയാണ്.'

'ഭാര്യ!' അയാൾ പുച്ഛത്തോടെ പറഞ്ഞു. അയാൾ കൈയാമം ഊരിയെടുത്ത് അവളെ സ്വതന്ത്രയാക്കി. അവർ അവളുടെ വസ്ത്രങ്ങൾ ചുരുട്ടിയെടുത്ത്, വാതിൽ അടച്ചുകൊണ്ടു പുറത്തേക്കു പോയി. അവൾക്ക് ആ മുറിയിൽ യാതൊന്നുംതന്നെ കാണുവാൻ പിന്നീടു കഴിഞ്ഞില്ല. അത് ഒരു ഇരുട്ടറ തന്നെയായിരുന്നു. അവൾ കൈകൾ കൊണ്ടു തപ്പി ഒരു ചുമർ കണ്ടെത്തി. അതും ചാരിക്കൊണ്ട് അവൾ ആ നിലത്തിരുന്നു.

അപ്പോഴും അവൾ മന്ത്രിച്ചു, ഇതൊന്നും സത്യമല്ല, ഇത് വെറുമൊരു ദുഃസ്വപ്നം മാത്രമാണ്. തന്നെ എന്തിനു പോലീസുകാർ പിടിക്കുന്നു. നാളെ രാവിലെ ഉണരുമ്പോൾ താൻ ഇതിനെപ്പറ്റി ഭർത്താവിനോടു പറയും. എന്നിട്ട്....

പെട്ടെന്ന് വാതിൽ വീണ്ടും തുറക്കപ്പെട്ടു. ഒരു ടോർച്ചുമായി ഒരു പോലീസുകാരൻ അവളുടെ അടുത്തേക്ക് വന്നു.

'ഇതു കുടിച്ചു കിടന്നോളൂ. ഞങ്ങൾ യൂണിഫോറം കൊണ്ടുവന്നു തരാം.' അയാൾ പോക്കറ്റിൽനിന്ന് ഒരു കുപ്പി പുറത്തേക്ക് എടുത്തു കൊണ്ടു പറഞ്ഞു.

'എനിക്ക് ഒന്നും വേണ്ട.' അവൾ തന്റെ കൈകൾകൊണ്ടു ദേഹം മറയ്ക്കുവാൻ ശ്രമിച്ചുകൊണ്ടു പറഞ്ഞു.

'കുടിക്ക്.' അയാൾ പറഞ്ഞു. അവൾ പിന്നെ ശങ്കിച്ചില്ല. ആ കുപ്പിയെടുത്ത് അതിലുണ്ടായിരുന്ന കയ്ക്കുന്ന പാനീയം മുഴുവൻ കുടിച്ചു തീർത്തു.

പോലീസുകാരൻ അവിടെനിന്നും പോയി.

പിന്നീട് വളരെനേരത്തിന് അവൾ യാതൊരു ചലനവുമില്ലാതെ ആ നിലത്തു കിടന്നു. തന്റെ ദേഹത്തെ ഒരു ഉറയെന്നപോലെ വലിച്ചെറിഞ്ഞു കൊണ്ടു താൻ ആ ഇരുട്ടിൽ പൊന്തി പറക്കുകയാണെന്ന് അവൾക്കു തോന്നി....

വാതിൽ തുറക്കുന്ന ശബ്ദം കേട്ടപ്പോൾ അവൾ എഴുന്നേറ്റിരുന്നു. പെട്ടെന്ന് ആ മുറിയിൽ വൈദ്യുതദീപത്തിന്റെ വെളിച്ചം പരന്നു. അവൾ ലജ്ജകൊണ്ടു കണ്ണുകളടച്ചു.

'അമ്മിണീ! നീ ഇതു ചെയ്യുമെന്നു ഞാൻ വിചാരിച്ചില്ല.'

അവളുടെ ഭർത്താവു പറഞ്ഞു. അവൾ കണ്ണുകൾ തുറന്ന്, അയാളെ കണ്ടപ്പോൾ, സന്തോഷംകൊണ്ടു മതിമറന്ന ഒരു സ്വരത്തിൽ പറഞ്ഞു:

'വന്നുവല്ലോ. എന്നെ വേഗം കൊണ്ടുപോകൂ.'

അയാൾ ഒന്നും പറഞ്ഞില്ല. അയാളുടെ കണ്ണുകൾ അപ്പോൾ മുറിയുടെ മറ്റൊരു വശത്തായിരുന്നു ചെന്നുവീണിരുന്നത്. അവളും അങ്ങോട്ടു നോക്കി. ഒരു മനുഷ്യൻ അവിടെ ഒരു കട്ടിലിൽ കിടന്ന് ഉറങ്ങുന്നുണ്ടായിരുന്നു.

'എനിക്കു കത്തുകൾ കിട്ടിയപ്പോഴും ഞാൻ വിശ്വസിച്ചില്ല.' അവളുടെ ഭർത്താവു പറഞ്ഞു. 'ഫോണിൽ ഇപ്പോൾ ഒരു സന്ദേശം കിട്ടിയപ്പോഴും ഞാൻ വിചാരിച്ചു, വല്ലവരും കളിപ്പിക്കുകയാണെന്ന്. നീ ഒരു വേശ്യ യാണെന്നു ഞാൻ ഒരിക്കലും വിശ്വസിച്ചിരുന്നില്ല.'

'എന്താണു നിങ്ങൾ പറയുന്നത്?' അവൾ ചോദിച്ചു: 'ഞാനെന്തു ചെയ്തുവെന്നാണു നിങ്ങൾ പറയുന്നത്. എന്നെ പോലീസുകാർ ഇങ്ങോട്ടു കൊണ്ടുവന്നതാണ്.'

അയാൾ ഒന്നും പറയാതെ, വേഗത്തിൽ മുറിയുടെ പുറത്തേക്കു കടന്നു.

'പോകരുത്. ഞാൻ പറയുന്നതു കേൾക്കൂ.' അവൾ പറഞ്ഞു.

അയാളുടെ പിന്നാലെ ഓടുവാൻ അവളെ തന്റെ ലജ്ജ അനുവദിച്ചില്ല. അവൾ വരാന്തയിലെ ഒരു തൂണിന്റെ മറവിൽ നിന്നുകൊണ്ട് ഉറക്കെ തേങ്ങിക്കരഞ്ഞുതുടങ്ങി.

'എന്തിനാണ് ഇത്ര വ്യസനിക്കുന്നത്?'

പരിചിതമായ ആ സ്വരം കേട്ട് അവൾ തിരിഞ്ഞുനോക്കി. യജമാനൻ എന്നറിയപ്പെടുന്ന മനുഷ്യൻ ഒരു പുഞ്ചിരിയോടെ തന്റെ അടുത്തേക്കു വരുന്നതാണ് അവൾ കണ്ടത്. അവൾ വീണ്ടും കരഞ്ഞുതുടങ്ങി.

'എന്തിനാണ് നീ കരയുന്നത്, കല്യാണീ?' അയാൾ ചോദിച്ചു: 'നിന്റെ ഭർത്താവെന്നു പറയുന്ന ആ മനുഷ്യൻ പോയതുകൊണ്ടോ? നിനക്കു

ഞാനില്ലേ? എത്ര പഴകിയതാണു നമ്മുടെ സ്നേഹബന്ധം. അതുള്ളപ്പോൾ നിനക്കു ദുഃഖിക്കാനെന്താണു കാരണം?'

'നിങ്ങൾ എന്തോ പറയുന്നു.' അവൾ പറഞ്ഞു. 'ഞാൻ കല്യാണിയേയല്ല, ഞാൻ അമ്മിണിയാണ്.'

'നീ കല്യാണിയാണ്.' അയാൾ ചിരിച്ചുകൊണ്ടു പറഞ്ഞു: 'നീ എന്നും എന്റെ കല്യാണിയാണ്.'

ക്ഷീണം കൊണ്ട് അടഞ്ഞുതുടങ്ങുന്ന കണ്ണുകളോടെ അവൾ ആ രോമമില്ലാത്ത മുഖത്തേക്കു നോക്കി.

'ഞാൻ കല്യാണിയാണോ?' അവൾ ചോദിച്ചു.

'അതെ, നീ കല്യാണിയാണ്'

അവൾ അസ്തപ്രജ്ഞയായി നിലം പതിച്ചു.

■

ഉണ്ണി

ഉച്ചനേരത്ത്, അപരിചിതമായ ഒരു കാലൊച്ച കേട്ട് അവൾ ജനൽ വാതിൽക്കലേക്കു ചെന്നപ്പോൾ പത്തു വയസ്സു പ്രായം തോന്നിക്കുന്ന ഒരാൺകുട്ടി മുറ്റത്തെ ചരലിൽ നടന്നു വരുന്നതാണ് കണ്ടത്. അവന്റെ മുഖം വെയിൽ തട്ടി ചുവന്നിരുന്നു. വിയർപ്പിൽ മുങ്ങിയ ഒരു നീല ഷർട്ട്, കാക്കികാലുറകൾ, നഗ്നങ്ങളായ കാലടികൾ....

അവൾ, ഒരു കാൽമുട്ടു ജനൽവാതിൽപ്പടിമേൽ വിശ്രമിപ്പിച്ചുകൊണ്ട്, ഉറക്കം നിറഞ്ഞ കണ്ണുകളോടെ അവനെ പരിശോധിച്ചു. താനെവിടെയോ വെച്ച് ഒരിക്കൽ ഈ കുട്ടിയെ കണ്ടിട്ടുണ്ടെന്ന് അവൾക്കു തോന്നി.

കുട്ടി നടത്തം നിർത്തി, അവളുടെ നേർക്ക് മുഖമുയർത്തിക്കൊണ്ടു ചോദിച്ചു:

'ഈ നായ് കടിക്കുമോ?'

ഉമ്മറത്ത്, ചവിട്ടുപടിമേൽ അവളുടെ നായ് ഉറങ്ങിക്കിടന്നിരുന്നു. അതിന്റെ തലയ്ക്കു ചുറ്റും ചെറിയ ചെറിയ ഒരു സീൽക്കാരത്തോടെ ഒരു നീല ഈച്ച പറന്നുകൊണ്ടിരുന്നു.

'നീയാരാണ്?'

അവൾ ചോദിച്ചു. അവൻ അതിന് ഉത്തരം പറഞ്ഞില്ല. വെറുതെ ചിരിക്കുകമാത്രം ചെയ്തു. ആ ചിരി ഉറങ്ങിക്കിടന്നിരുന്ന ചില സ്മരണ കളെ മെല്ലെയൊന്ന് ഇളക്കി. പക്ഷേ, അവൻ ആരാണെന്ന് അപ്പോഴും അവൾക്കു മനസ്സിലായില്ല.

'കാവൽക്കാരൻ ഉറങ്ങുകയാണോ?'

'ഇവിടെ ഭിക്ഷക്കാർക്ക് പ്രവേശനമില്ലെന്നു നിനക്കറിയില്ലേ.'

'ഞാൻ ഭിക്ഷക്കാരനല്ല.' അവൻ പറഞ്ഞു. അപ്പോഴും ഒരു പുഞ്ചിരി അവന്റ കണ്ണുകളിൽ തങ്ങിനിന്നിരുന്നു.

'പിന്നെ, നീ ആരാണ്?'

'ഞാൻ ഉണ്ണിയാണ്.'

'ഉണ്ണി?'

'ഉം'

ആരാണ് ഉണ്ണി? ആ ഓമനപ്പേരുള്ള ഒരൊറ്റ മനുഷ്യനെ മാത്രമേ അവൾക്കറിയുകയുള്ളു - അവളുടെ ഭർത്താവ്. അദ്ദേഹത്തെ ഉണ്ണി എന്നു വിളിച്ചിരുന്നവരൊക്കെ എന്നോ മരിച്ചുപോകുകയും ചെയ്തു. പിന്നെ, ഇതാരാണ്?

'എനിക്കു നിന്നെ അറിഞ്ഞുകൂടാ.' അവൾ പറഞ്ഞു. എന്നിട്ട്, കാരണം കിട്ടാത്ത ഒരു പ്രത്യേക ഭയത്തോടെ അവൾ ആ ജനവാതിൽ കൊട്ടിയടച്ചു.

പുറത്ത് എന്നിട്ടും യാതൊരനക്കവുമുണ്ടായില്ല. അവൻ അവിടെ ത്തന്നെ നിൽക്കുകയാണോ? അവൾ മുറിയുടെ വാതിൽ തുറന്ന് ഉമ്മറത്തേക്കു ചെന്നു. നായ് അപ്പോഴും കിടന്നുറങ്ങുകയാണ്. ഈച്ച അപ്പോഴും മൂളി ക്കൊണ്ടിരുന്നു. അവൾ സമാധാനത്തോടെ മടങ്ങുവാൻ ഭാവിക്കുമ്പോൾ ഒരു മരത്തിന്റെ ചുവട്ടിൽ തലതാഴ്ത്തി ഇരിക്കുന്ന കുട്ടിയെ കണ്ടു.

'അല്ല, നീ പോയിട്ടില്ലേ?' അവൾ ചോദിച്ചു.

അവൻ തലയാട്ടി.

'എന്താണു പോവാത്ത്?'

'ഞാൻ എവിടേക്കു പോവും?' അവൻ ചോദിച്ചു. അവന്റെ തലമുടി യിൽ വീണുകിടന്നിരുന്ന ഒരു ഉണങ്ങിയ ഇല അവളുടെ കണ്ണിൽപ്പെട്ടു. അവൾ ഒരു സൗമ്യസ്വരത്തിൽ പറഞ്ഞു.

'നീ പോവുകയാണു നല്ലത്. കാവൽക്കാരൻ ഉണർന്നാൽ നിന്നെ അടിച്ചോടിക്കും. ഇവിടെ ഭിക്ഷക്കാർക്കു പ്രവേശനമില്ല.'

ഞാൻ ഭിക്ഷക്കാരനല്ല. അവൻ പറഞ്ഞു.

'നിനക്കെന്താണു വേണ്ടത്? ഞാൻ നിനക്ക് എട്ടണ തരാം. അല്ലെങ്കിൽ കുറച്ചു പലഹാരം. നീ വേഗം പോവുകയാണു നല്ലത്.

അവൾ തിരിഞ്ഞുനടന്നു. മുറിയുടെ വാതിൽക്കൽ എത്തിയപ്പോൾ അവൾ വിളിച്ചുപറഞ്ഞു. 'വരൂ, അകത്തേക്ക്. വല്ലതും കഴിച്ചു വേഗം പൊയ്ക്കോളു.'

കുട്ടി അകത്തേക്കു കടന്നു രണ്ടു നിമിഷത്തോളം ആ ഇരുട്ടിൽ ശങ്കിച്ചു നിന്നു.

'ഇവിടെ വല്ലാത്ത ഇരുട്ടാണ്.' അവൻ പറഞ്ഞു.

'അതെ ഞാൻ ജനവാതിലുകൾ ഒക്കെ അടച്ചിടാറുണ്ട്, വെളിച്ചം കടക്കാതിരിക്കുവാൻ, എന്റെ കണ്ണുകൾക്കു വെളിച്ചം സഹിച്ചുകൂടാ.'

അവൾ പറഞ്ഞു. 'നോക്കൂ, ഞാൻ എത്ര കട്ടിയുള്ള കണ്ണടയാണു വെച്ചിരിക്കുന്നത്.'

അവൻ ചിരിച്ചു. അവന്റെ ചിരിയുടെ രണ്ടുവശത്തും ഓരോ നുണക്കുഴി ഉണ്ടായിരുന്നു.

'നീ കാണാൻ ഒരു നല്ല കുട്ടിയാണ്.' അവൾ സന്തോഷത്തോടെ പറഞ്ഞു: 'എനിക്കു കുട്ടികളേയില്ല.'

അവൻ തലകുലുക്കി.

'എനിക്കും കുട്ടികളുണ്ടായിരുന്നുവെങ്കിൽ അവർ ഒരുപക്ഷേ, നിന്റെ ഛായയിലുള്ളവരായിരിക്കും. കാരണം എന്റെ ഭർത്താവിനും ഇതേ നിറമാണ്. അദ്ദേഹത്തിനും മുഖത്തു രണ്ടു നുണക്കുഴികളുണ്ട്; ചുരുണ്ട മുടിയുണ്ട്.....'

അവൻ സൽക്കാരമുറിയിലെ ചുവന്ന പരവതാനിയിൽ ഇരുന്നു. സോഫകളിൽ നിന്നൊക്കെ നീങ്ങി ആ നിലത്തുള്ള ഇരുപ്പിൽ, അവന്റെ സ്വാഭാവികമായ വിനയം വെളിപ്പെട്ടു. അവൾക്കു പെട്ടെന്ന് അവനോടു അനുകമ്പ തോന്നി.

'നീ ഒരു സോഫമേൽ ഇരുന്നോളൂ. എനിക്കു യാതൊരു വിരോധ വുമില്ല.' അവൾ പറഞ്ഞു: 'എന്റെ വീട്ടിൽ പണക്കാരും പണമില്ലാത്ത വരും എല്ലാം ഒരുപോലെയാണ്. അതു മനസ്സിലായോ?'

അവൾ അകത്തേക്കു പോയി. ഒരു ഗ്ലാസിൽ തണുത്ത പാലും ഒരു പിഞ്ഞാണത്തിൽ മധുരപലഹാരങ്ങളുമെടുത്ത്, വീണ്ടും സൽക്കാര മുറിയിലെത്തി.

'ഇതൊക്കെക്കഴിച്ചിട്ട് നീ പോണം.' അവൾ പറഞ്ഞു. 'കാരണം, ഇന്നു മദിരാശിയിൽ നിന്നുള്ള വിമാനത്തിൽ എന്റെ ഭർത്താവു സർക്കീട്ടു കഴിഞ്ഞു മടങ്ങുന്നുണ്ട്. രണ്ടുമണിക്കൂറിനുള്ളിൽ ഇവിടെ എത്തും. അദ്ദേഹത്തിനു നിന്നെക്കാണുമ്പോൾ ദേഷ്യം വരും.'

കുട്ടി ചുണ്ടിൽനിന്നു ഗ്ലാസു നീക്കാതെതന്നെ വലിയ കണ്ണുകളോടെ അവളെനോക്കി.

'നിന്നോടല്ല ദേഷ്യം വരിക' അവൾ പറഞ്ഞു: 'എന്നോടാണ്. എന്തിന്, വല്ലവരുടേയും കുട്ടികളെ വീട്ടിൽ ക്ഷണിച്ചു വരുത്തി എന്നു ചോദിക്കും. അദ്ദേഹത്തിന് എപ്പോഴും സർക്കീട്ടാണ്. കഠിനമായ ജോലിയും. എപ്പോഴും വീട്ടിൽ വരുമ്പോൾ ക്ഷീണമായിരിക്കും. അതുകൊണ്ടാണു ദേഷ്യം.....'

കുട്ടി ഒഴിഞ്ഞ പാത്രങ്ങൾ അവളുടെ നേർക്കു നീട്ടി. അവന്റെ കൈ നഖങ്ങൾ വൃത്തിയുള്ളവയാണെന്നു കണ്ടപ്പോൾ അവൾ രഹസ്യമായി സന്തോഷിച്ചു.

'ഇനി നീ പോവണം.' അവൾ പറഞ്ഞു.

പക്ഷേ, കുട്ടി യാതൊന്നും പറയാതെ, എഴുന്നേറ്റ് അകത്തെ മുറികളിലേക്കു നടന്നു. അവൾ അവനെ പിൻതുടർന്നു.

'നീ എന്നെ കഷ്ടപ്പെടുത്തുവാനാണോ ഭാവം!' അവൾ ചോദിച്ചു: 'ഞാൻ പറഞ്ഞത് നീ അനുസരിക്കില്ലേ?'

അപ്പോഴും അവൻ ഒന്നും പറഞ്ഞില്ല. കിടപ്പുമുറിയിലെ നിലക്കണ്ണാടിയുടെ മുമ്പിൽ അവൻ നിന്നു.

'ഒരു കുളംപോലെയുണ്ട്. വെള്ളനിറത്തിലുള്ള ഒരു കുളം.' അവൻ പറഞ്ഞു.

'ഏത്?'

'ഈ കണ്ണാടി'

അവൾ അവന്റെ കൈകൾ പിടിച്ചുകൊണ്ടു പറഞ്ഞു: 'കുട്ടി ഇപ്പോൾ പോവണം. വേണമെങ്കിൽ നാളെ വന്നുകൊള്ളു. പക്ഷേ, ഇന്ന് അദ്ദേഹം മടങ്ങുകയാണ്. ക്ഷീണിച്ചിട്ടാണു വരിക.'

കുട്ടി ചിരിച്ചു. താൻ പറയുന്നതെല്ലാം നുണകളാണെന്ന് അവൻ വിശ്വസിക്കുന്നതായി അവൾക്കു തോന്നി.

'ഞാൻ നുണ പറയുകയല്ല.'

അവൾ പറഞ്ഞു.

'ഞാൻ നിന്നോടെന്തിനു നുണ പറയണം?' അവൾ ചോദിച്ചു. അവളുടെ കണ്ണുകൾ പെട്ടെന്ന് നനഞ്ഞു.

'എനിക്കു നാൽപ്പത്തിയെട്ടു വയസ്സായി. ഞാൻ നുണ പറയില്ല.'

കുട്ടി ചുമലുകൾ കുലുക്കി തിരിഞ്ഞുനടന്ന്, മുറിയുടെ മൂലയിൽ കിടന്നിരുന്ന കട്ടിലിൽ ചെന്നിരുന്നു. എന്നിട്ട്, തന്റെ കാലുകൾ ഒരു പ്രത്യേക താളത്തോടെ ആട്ടിക്കൊണ്ടിരുന്നു.

'നീ ആരാണ്?' അവൾ ചോദിച്ചു: 'നീ എന്തിനാണ് എന്നെ ബുദ്ധിമുട്ടിക്കുന്നത്?'

പുറത്തെ വാതിൽക്കൽ ആരോ ശക്തിയോടെ തട്ടി. അവൾ പരിഭ്രാന്തിയായി കുട്ടിയുടെ നേർക്കു തിരിഞ്ഞു

'കേട്ടില്ലേ? അതൊരുപക്ഷേ, എന്റെ ഭർത്താവായിരിക്കും. അദ്ദേഹം എന്നെ ശകാരിക്കും. നിന്നെപ്പോലെയുള്ള ഒരു ഭിക്ഷക്കാരൻകുട്ടിയെ വീട്ടിൽ കയറ്റിയത് അദ്ദേഹത്തിന് ഇഷ്ടപ്പെടില്ല.'

'ഞാൻ ഭിക്ഷക്കാരനല്ല.' അവൻ പറഞ്ഞു.

അവൾ വാതിൽക്കലേക്ക് ഓടി. അതു തുറന്നപ്പോൾ തന്റെ ഭർത്താവിന്റെ സെക്രട്ടറിയെയാണ് അവൾ കണ്ടത്. ആ ചെറുപ്പക്കാരന്റെ ചുണ്ടുകൾ വിളറിയിരുന്നു.

മിസ്സിസ് മേനോൻ. അയാൾ പറഞ്ഞു: 'ഒരപകടം ഉണ്ടായിരിക്കുന്നു. വിമാനം....'

മരിച്ചുവോ? അദ്ദേഹം മരിച്ചു. അല്ലേ? അവൾ നിയന്ത്രണം വിട്ട ഒരു ശബ്ദത്തിൽ ചോദിച്ചു.

സെക്രട്ടറി തല കുലുക്കി.

അവൾ അയാളുടെ ചുമലുകളിൽ മെല്ലെ തടവിക്കൊണ്ടു പറഞ്ഞു:

'ധൈര്യമായി ഇരിക്കൂ. എപ്പോഴാണ് ഇതുണ്ടായത്?'

'മൂന്നുമണി കഴിഞ്ഞിരിക്കും.... എന്നാണ് എയർലൈൻസുകാർ ഫോണിൽ പറഞ്ഞത്.'

അവൾ കരഞ്ഞില്ല. താൻ ഇതേവരെ ഏതോ ഒരു പ്രശ്നത്തെ അന്വേഷിക്കുകയായിരുന്നുവെന്നും ഈ നിമിഷത്തിൽ അതിനെ മാത്രമല്ല, അതിന്റെ ഉത്തരവുംകൂടി താൻ കണ്ടെത്തിക്കഴിഞ്ഞുവെന്നും അവൾക്കു തോന്നി.

അവൾ ധൃതിയിൽ കിടപ്പുമുറിയിലേക്കു ചെന്നു കുട്ടി അപ്പോഴും ആ കിടക്കയിലെ പട്ടുവിരിമേൽ നിശ്ചലനായി ഇരിക്കുകയായിരുന്നു. അവൾ അവനെ പിടിച്ച് എഴുന്നേൽപിച്ചു. അവളുടെ കൈകൾക്കു ക്രൂരതയുടെ ബലം വന്നുകഴിഞ്ഞിരുന്നു; വിവേകമില്ലായ്മയും.

'കടന്നുപോ ഇവിടെനിന്ന്.' അവൾ പറഞ്ഞു: 'ഞാൻ പറഞ്ഞില്ലേ, നീ ഇവിടെ നിന്നുപോവണമെന്ന്. നീ പോയില്ല. ഇപ്പോൾ എന്തുണ്ടായി? എന്റെ ഭർത്താവു മരിച്ചു. ഞാൻ 15 വയസ്സിൽ കല്യാണം കഴിച്ച ആൾ. ഞാൻ നിന്നെ മാത്രമേ കല്യാണം കഴിക്കയുള്ളു എന്ന് അദ്ദേഹം പറഞ്ഞത് എന്നാണെന്ന് അറിയുമോ? അദ്ദേഹത്തിനു പത്തുവയസ്സുള്ള പ്പോൾ.... അന്നൊക്കെ അദ്ദേഹം ഉണ്ണിയായിരുന്നു.... ഞാനും ഉണ്ണി എന്നാണു വിളിച്ചിരുന്നത്.....'

അവളുടെ വാക്കുകൾ നേർത്തുനേർത്ത് അവ്യക്തങ്ങളായി. കുട്ടി ചുമരും ചാരി അവളെത്തന്നെ നോക്കിക്കൊണ്ടു നിന്നു.

'നീ പോയിട്ടില്ല, അല്ലേ?' അവൾ പെട്ടെന്ന് അലറി.

'നീ വന്നില്ലെങ്കിൽ എന്റെ ഭർത്താവു വരുമായിരുന്നു.'

അവൾ ആ കുട്ടിയെ പിടിച്ചു ശക്തിയോടെ തള്ളി. മുറിക്കു പുറത്തു വീണുകഴിഞ്ഞിട്ടും അവൻ പോവാൻ എഴുന്നേറ്റില്ല. അവൾ അവന്റെ പുറത്തു തന്റെ വലത്തെ കാലടികൊണ്ടു ചവുട്ടി.

'കടന്നുപോ.' അവൾ പറഞ്ഞു: 'ഇല്ലെങ്കിൽ ഞാൻ നിന്നെ കൊല്ലും.'

കുട്ടി അവളെ ഒരിക്കൽ നോക്കികൊണ്ട് എഴുന്നേറ്റു ധൃതിയിൽ വാതിൽക്കലേക്കു നടന്നു. അവൻ പോവുമ്പോൾ പുറത്തെ വാതിൽ

ഉറക്കെ കൊട്ടിയടച്ച് അവൻ തന്നെ പരിഹസിക്കുന്നുണ്ടെന്നും മുറ്റത്ത് ആ മദ്ധ്യാഹ്നവെയിലിൽ അവന്റെ പൊട്ടിച്ചിരി മുഴങ്ങുന്നുണ്ടെന്നും അവൾക്കു തോന്നി. അവൾ കിടപ്പുമുറിയിലേക്കു വീണ്ടും ചെന്ന്, ആ കട്ടിലിൽ കിടന്നു.

'ഞാൻ നിന്നെ മാത്രമേ കല്യാണം കഴിക്കുകയുള്ളു,' എന്നു പറഞ്ഞുകൊണ്ടു പത്തുവയസ്സായ ഒരാൺകുട്ടി തന്നെ നോക്കി ചിരിക്കുന്നതായി അവൾക്കു തോന്നി.

അവൾ പെട്ടെന്ന് എഴുന്നേറ്റു ജനൽവാതിൽക്കലേക്ക് ഓടി. പക്ഷേ, നീലക്കുപ്പായമിട്ട ആ ആൺകുട്ടി അപ്പോഴേക്കും ഗേറ്റും കടന്ന് എങ്ങോ പോയി മറഞ്ഞുകഴിഞ്ഞിരുന്നു. കാവൽക്കാരൻ തന്റെ പീഠത്തിൽ ഇരുന്ന് ഉറക്കം തൂങ്ങിക്കൊണ്ടിരുന്നു.

■

ജാനു പറഞ്ഞ കഥ

ഇന്നാളൊരീസം ഉച്ചായാമ്പൊ ഞാൻ പറയ്യേ്യയ് ഇന്റെ കഥ ഒന്നങ്ങട് എഴ്ദിക്കോളോ, വായിച്ചോരു വായിച്ചോര് കരയാണ്ടിരിക്കില്യാ, അത്രയ്ക്കു ദുക്കാ ഇന്റെ കഥേല്ന്ന്. അപ്പോ മാധവിക്കുട്ട്യേമ പറയ്യാണ് – ജാമ്പോ നെന്റെ കഥ നിയ്യെന്നെ എഴുദിക്കൊ, അദ് പേപ്പറ്കാരു മേടിച്ചാ, അയിന്റെ കാശ് നെണക്ക് തരാംന്ന്. ഇയ്ക്ക്ണ്ടാ കതോള് എഴുതാൻ അറീണു? ഞാൻ ഷ്ക്കോളിളും പോയിട്ടില്യാ, ഇന്നെ ആരും ഇംകിളീഷും പഠിപ്പിച്ചിട്ടില്യാ, ഇന്റെ അമ്മാമൻ വേലൂട്ട്യാരെ കേട്ടിട്ടില്ല്യേ? കേക്കാണ്ടിരിക്കില്യാ. പൊന്നാനി താലൂക്കിൽ അമ്മാമെ അറിയാത്തോര് ണ്ടാവില്ല്യ. തെങ്ങ്റ്റക്കാരൻ വേലാര് വേലൂട്ട്യാര്ന്നും പറ്യും. അമ്മാമ വരച്ചവരേ നിർത്തിട്ടാ ഇന്നെ വളർത്തിണ്ടാക്കീത്. മിറ്റത്ത്യ്ക്ക് എറങ്ങെണിങ്കി അമ്മാമ്യോട് ചോയിക്കണം. ഇന്റോടത്തെ പെണ്ണുങ്ങള് വെയ്ന്നാരായ കാറ്റൊളള്ളാൻ പോവേം ആണുങ്ങളായിട്ട് വെർത്താനം പറഞ്ഞോണ്ട് നിക്ക്വൊന്നൂല്യ. ജോലിണ്ടെങ്കി ചെയ്യ്യാ. ഇല്ലെങ്കി, ഒരുപാകത്ത് കുത്തിരിയ്ക്ക്യാ. ഗുരുവായൂരേകാശി കാണാൻ ഒരിയ്ക്കെപ്പോയി. അമ്മാമേണ്ടാർന്നു കൂടെ. അന്ന് ഇന്റെ താഴള്ളോൻ രാമോദരൻ ചെറിയ്യൊരു ചെക്കനേന്ന്. ഓനെ എട്ത്ത് ഒക്കത്തു വെച്ച് നടന്നു നടന്നു ഞാൻ വെല്ലാണ്ടെ വലഞ്ഞു. അന്നൊക്കെ ഓനെന്ത് തടിയേർന്ന്! ഇപ്പോ വയനാട്ടിലെ ജോലീം ഒക്കെയായി, കണ്ടോ കോലം? ഇയ്ക്ക്പ്പഴും ഓനെപ്പറ്റി ഓർക്കുമ്പോ.... അമ്മ എട്ടു പെറ്റു. ഇപ്പോ ഞാനും രാമോദരനും പാക്കി. പാക്കിള്ളോരൊക്കെ പോയില്ല്യേ? ങ്! ഇന്റെ നേരെ മൂത്തദ് ദെണ്ണായിട്ട് മൂന്നു ദെവസേ കെടന്നുള്ളു. പനീം ശർദ്ദീം. എന്താ ചെയ്യ്യാ? യോഗല്ലേ? തരാൻ വിതിച്ചതേ തരൂ, ഇന്റെ മാധവിക്കുട്ട്യേമേ, കാശ്ണ്ടായിട്ടും പലല്യാ, അറിവ്ണ്ടായിട്ടും പലല്യാ. ഗുരുവായൂരപ്പൻ തരാൻ വിതിച്ചതേ തരൂ.

ആ! കഥ! ഞാനദ് മറക്കേന്ന്. ഇന്റെ പേര് അറിയാലൊ. ജാന്നൂന്ന്. ജാതി നായര്. പള്ളിച്ചാൻ (ശരി, ശരി. ഞാമ്പറയാം തൊടക്കംതൊട്ട് പറയ്യാണ്ടെ എങ്ങന്യാ മാധവിക്കുട്ട്യേമേ ഒരു കഥ പറയ്യ്യാ?)

ഇന്നാളേയ്, വെളുത്തേടത്തെ നാണി ഇന്നോട് പറയ്യേയ് - ജാനോമ വരണ്വോ ഗുരുവായൂർക്ക്? ഏകാശ്യല്ലേ വരണ് ഈ വെള്ളിയാഴ്ച? തൊഴാൻ പോണ്ടെ? ഓളും ചാലിയത്തിപ്പാറൂം എല്ലാക്കൊല്ലോം തൊഴാൻ പോവും. തിക്കും തെരക്കും കൊള്ളാൻ ഇന്നെക്കൊണ്ടാവില്യേയ് - ഞാൻ പറഞ്ഞു. നാണി അപ്പൊ പറയ്യാ - ജാനോമേ തിക്കും തെരക്കും കൊള്ളിക്കാണ്ടെ തൊഴീച്ച് കൊണ്ട്രാംന്ന്. അതെങ്ങിന്യാ നാണ്യേ - ഞാൻ ചോദിച്ചു. അപ്പൊ ഓള് പറയ്യാ - അദെക്കെ വഴിയുണ്ട്. എന്തു വഴിയാ, പെരുവഴിയാ? ഞാൻ ചോദിച്ചു. ഓള് ചിറിച്ച് കെടന്ന് ഉരുണ്ടു. ജാനോമേ കൂട്ടിന് കിട്ടിയാപ്പിന്നെ ചിറിക്കാൻ ഒന്നും വേണ്ട. ഓള് പറയ്യാ. ഏദായാലും ഞാൻ പൊറപ്പെട്ടു. ഏകാശിയല്ലേ? അങ്ങനെ വെല്ല പുണ്യോം കിട്ടാണ്ടെങ്കിക്കിട്ടട്ടെ, അല്ലേ മാധവിക്കുട്ട്യേമേ?

അപ്പൊ പോണോര് ആരൊക്കെയാ? ഞാന്, വെള്ത്തേടത്തെ നാണി. ചാലിയത്തിപ്പാറു. തലമൂത്തദായിട്ട് അടപ്പേലെ ലക്ഷ്യേമ. പിന്നെ ആ കോന്ത്രൻപല്ലി കമലാക്ഷീം. ലെക്ഷ്യേമടെ രണ്ടാമത്തെ മോളേയ് മൂത്തദ് ഗോയമ്പത്തൂരാ. ഒരു പണിക്കരാ സമ്മന്തം. എൺപത് ഉറുപ്പികയാത്രെ സമ്പളം. എന്നിട്ടെന്താ? ജാതി മോശാത്രെ. ഞാനൊ? ഇയ്ക്ക് ശ്ശലേയ്. ഞാൻ നാട്ടാര് പറേണ് കേട്ടതാ. അത് ശെരിയാ. ജാതീം മാനോം ഒന്നൂല്യ ഇപ്പോ, കാശ്ള്ളോർക്ക്. പക്ഷേ, ഞങ്ങക്കാർക്കും പരിഷ്കാരോം പഠിപ്പും ഒട്ടൂല്യ. അദൊണ്ട് ഞങ്ങൾക്ക് കൊറച്ച് ജാതീണ്ട്. ഇന്നെക്കൊണ്ടാവില്യാ, ഒരു തുലുക്കനെ കല്യാണം കഴിക്കാൻ.....

ആ, പറഞ്ഞ് പറഞ്ഞ് കഥടെ കാര്യം മറന്നു. അദേപ്പോ നന്നായ്! ഞെങ്ങള് തോണിക്കേറി ഇരുന്നപ്പഴയ്ക്കും അടപ്പേലെ ലെക്ഷ്യമ പറയ്യാ -അല്ലാ, ജാനൂന് എന്നേ ഭക്തി തൊടങ്ങ്യേയ്. ആയമ്മടെ നാവ് ചെലക്കാണ്ടിരിക്കില്യലോ. ഞാനപ്പൊക്കൊടുത്തു ചുട്ട ഒരു മറ്വോടി. ഇയ്ക്കിപ്പോഓർമ്മല്യാ. ഏദായാലും ആയമ്മ ഇല്യാണ്ട്യായി. വെയ്ക്കണ്ടേടത്ത് വെയ്ക്കണം, ഇരിയ്ക്കണ്ടേടത്ത് ഇരിക്കണം. അങ്ങനെയല്ലേ മാധവിക്കൂട്യേമേ. ഇയ്ക്ക് ദേഷ്യാ? ഏയ്, ഏയ്, ദേഷ്യോല്യ ഒന്നൂല്യാ. ആയമ്മക്ക് വെല്യ പവ്വറാ. ഗോയമ്പത്തൂരല്ലേ മോള്. മര്വോനെ കണ്ടാമദീ, പിന്നെ ഒരാഴ്ചയ്ക്ക് ചോറ് എറങ്ങില്യ. ഒരു കാക്കേനെ പ്പോലെ കോങ്കണ്ണൻ. ഞാനാ? ഞാൻ കണ്ടിട്ടില്യോയ്, ഇയ്ക്ക് കാണും വേണ്ടാ. ഞാൻ പറേണ് കേട്ടതാ.

ആ, പറഞ്ഞോണ്ട് വന്നിട്ട് ഇപ്പോ ലെക്ഷ്യേമടെ മോളുടെ സമ്മന്തക്കാരന്റെ കൂട്ടാ ഞാൻ പറേണ്! അത്രയ്ക്ക്ണ്ട് ഇന്റെ ഒരു ഭുദ്ദി? തോണീല് പോവുമ്പോ തോണി തൊഴയണ മനുഷ്യൻ ഇന്റെ മോന്തയ്ക്ക് എടയ്ക്കെടയ്ക്ക് ഓരോ നോട്ടം. നോട്ടംച്ചാലോ, വെല്ലാത്തൊരു നോട്ടം. ഇന്റെ മോറ് തൊളയണപോലെ. കൊറെനേരം സഹിച്ചു. പിന്നെ ഞാൻ എല്ലാരും കേക്ക്ച്ചിലെ അടപ്പേലെ ലെക്ഷ്യേമോട് പറഞ്ഞു.

-അറിയാണ്ട് ചോയിക്ക്യാട്ടാ ലെക്ഷ്യേമെ. തോണി കുത്തുമ്പൊ ദൃഷ്ടി പെണ്ണുങ്ങടെ മോത്തക്കാവണംന്ന് വെല്ല നെയമോണ്ടൊ? ലെക്ഷ്യേമ ചിറിച്ചു ചിറിച്ചു ഉരുണ്ടു. ലക്ഷ്യേമ തിരിഞ്ഞ് ഇരുന്നൂന്ന്ട്ട് ചോയിക്ക്യാ -കേട്ടില്ലേ ശങ്കുണ്യാരെ, ജാനൂന്റെ ചോദ്യം? അയിന് ഉത്തരം പറേണ്ട് ങ്ങളാ. അയാളടെ പേരാ ശങ്കുണ്യാര്. ഞാൻ അപ്ലേ അറിഞ്ഞുള്ളു. ഇന്റെ വിചാരം തോണിക്കാരൻ താമന്റെ വല്ലോരും ആവുന്നേർന്ന്. താമൻ പനിപിടിച്ച് കെടപ്പിലേർന്ന്. അദോണ്ടാ ഈ ശങ്കുണ്യാര് പൊറപ്പെട്ട്. ലെക്ഷ്യേമടെ ചാർച്ചക്കാരനാത്രെ. മടമ്പിലെന്നു പറയും. ഞാൻ ആദ്യം കാണണ്. കണ്ടാപ്പോ എന്താ പറേണ്ട്? നെറം കറുത്തിട്ട്വല്ലാ വെളുത്തിട്ട്വല്ല. ഒര് ഇര് നെറം. ഒത്ത തടീം പൊക്കോം. നെഞ്ഞത്തൊക്കെ പണച്ചൊണങ്ങാ. കാദില് ചോന്ന കല്ലുവെച്ച കട്ക്കനുണ്ട്. പല്ലിനുമാത്രം കൊറച്ച് ദൂഷ്യണ്ട്. മുറ്ക്കീട്ടാന്നാ തോന്നണ്, ഒക്കെ കറത്തടക്കുന്നൂ. ന്നാലും ചിറിക്കുമ്പോ വെല്യ മടുത്തൊന്നൂല്യാ. ഏതായാലും, ലെക്ഷ്യേമടെ വാക്ക് കേട്ടപ്പോ ഈ ശങ്കുണ്വാര് അങ്ങ്ട്ട് ഇല്യാണ്ട്യായി ട്ടൊ. ഞാനാരേം നോക്കീല്യ. അയള് പറയ്യ് നോക്കീന്ന്. ആരെങ്കിലും പ്പൊ പറഞ്ഞോ? അദേപ്പോ നന്നായ്യേയ്! ഞാൻ പറഞ്ഞു. നോക്കണെന്ന് നെയമണ്ടന്നല്ലേ ചോയിച്ച്?

നെയമൊന്നൂല്യെങ്കിലും ചെലോപ്പൊക്കെ നോക്കാൻ തോന്നും - അയാള് പറയ്യാ. നോക്കിക്കോളീൻ, നല്ലോണം നോക്കിക്കോളീൻ. പക്ഷേ, ഇന്നെ വേണ്ട. നോക്ക്യാ എന്താ ചെയ്യ്വാ. അയാള് ചോദിക്ക്യാ. നോക്ക്യാ ങ്ങള് കേസ് കൊടുക്ക്വോ? ഓഹ്, വെല്ലാത്തൊരു മനുഷ്യൻ! നാണോല്യാ ഒന്നൂല്യാ. ഏതായാലും ചാവക്കാട്ട് എത്താറാവുമ്പുഴയ്ക്കും ഓരോന്നു പറഞ്ഞു ചിറിച്ചുചിറിച്ചു സമേം പോയദ് ഒട്ടറിഞ്ഞില്യാ. തോണീന്നു എല്ലാരുംറ ങ്ങുമ്പൊ ശങ്കുണ്യാര് ഇന്റെ കയ്യ് പിടിച്ച് എറക്കി. ഞാൻതന്നെ എറങ്ങാം. ഇയ്ക്ക് പേടിയൊന്നൂല്യാ - ഞാൻ പറഞ്ഞു. ന്നാ ഇയ്ക്ക് പേടീണ്ട് -അയാള് പറയ്യാ. ഞാനങ്ങ്ട്ട് ഇല്യാണ്ടായി. പക്ഷേ, ആരും കേട്ടില്യാന്നു തോന്ന്ണു. കമലാക്ഷില്യേ, ആ കോന്ത്രൻപല്ലി. ഓളക്ക് മാത്രം ഒരു വെല്ലായ. ശങ്കുണ്യാര് ഇന്റെ കയ്യ് പിടിക്കണെദും ഇന്നൊട് ഓരോന്നു പറേണതും ഒക്കെ ഓള് കാണ്ണ്ടേയ്. ഏദായാലും ഞങ്ങള് നടന്നുനടന്നു അത്താണിക്കില് എത്ത്യപ്പൊ അടപ്പേലെ ലെക്ഷ്യേമ പറയ്യാ -ഇക്ക് അശേഷം വെയ്യ, ഇത്തിരി ചായ കുടിക്കാണ്ടെ ഒരൊറ്റയടി ഞാൻ ഇഞ്ഞി വെക്കില്യാന്ന്. അപ്പൊ ശങ്കുണ്യാര് പറഞ്ഞു. ന്നാ എല്ലാരും വരീൻ, ഈ ചായപ്പീട്യേല് കേറാംന്ന്. ചായപ്പീടീകാച്ചാല് വെല്ലാത്തൊരു പീടിക! അഞ്ചെട്ടാണ്ങ്ങള്ണ്ട് ഒരു ബെഞ്ചിമ്മെക്കുത്തിരിക്കുണു ചായ കുടിച്ചോണ്ട്. ഒരളമാറീല്ണ്ട് വടേം കൊറേ പിട്ടും. ശങ്കുണ്യാര് ആദ്യം കേറി. ഇങ്ങ്ട്ട് കേറിക്കോളീൻ, പീടിക ക്കാരൻ പറഞ്ഞു. ആദ്യം ഇക്ക് കൊറച്ച് മടിണ്ടാർന്നൂ. ന്നാലും രാവിലെ കാപ്പിടെ വെള്ളംകൂടി കുടിക്കാതെ പൊറപ്പെട്ടതല്ലേ? തലചിറ്റല് തൊടങ്ങീ

ണ്ടാർന്നു. ഏദായാലും ഞങ്ങളൊക്കെ ഒരു പാകത്ത് ഒതുങ്ങി ഇരുന്നു. അപ്പൊ നൊമ്മടെ കോന്ത്രൻപല്ലി കമലാക്ഷീണ്ട് ശങ്കുണ്യാര്ടെ അടത്തേയ്ക്കു ചേർന്ന് ഇരുന്ന് അയാടെ മോത്തക്ക് നോക്കി ചിറിക്കുണു. ആയ്! നാണല്യാത്ത വക! പീട്യേലൊള്ളോരൊക്കെ അത് കണ്ടൂന്നു പറഞ്ഞാപ്പോരെ? അവർക്കെന്താ? കമലാക്ഷീടെ സമ്മന്തക്കാരനാന്നു വിചാരിച്ചിട്ടുണ്ടാവും. കമലാക്ഷ്യേ, ഞാൻ പറഞ്ഞു. കമലാക്ഷ്യേ, ഏറെ അങ്ങനെ ചിറിക്കണ്ട, ആ പല്ലൊക്കെ ചായേല് വീഴുംന്ന്. അപ്പൊ ഓള് അങ്ങ്ട്ട് ഇല്യാണ്ടായി. ശങ്കുണ്യാര് അപ്പൊ എന്റെ മോത്തക്ക് നോക്കി ഒരു കണ്ണിറ്ക്ക്. വെല്ലാത്തൊരു മനുഷ്യൻ! ചായടെ കാശൊക്കെ ശങ്കുണ്യാര് കൊടുത്തു. എല്ലാര്ടേംകൂടി എണ്ണിനോക്ക്യേപ്പൊ ഒന്നേകാലുറുപ്പികയായി. അപ്പൊ അറിയാലൊ എത്രശ്ശ മേടിച്ചൂന്ന്. അടപ്പേലെ ലെക്ഷ്യേമ ഒരൊറ്റ ആളന്നെ തിന്നൂ ആറ് വടേം രണ്ടു കഷ്ണം പിട്ടും. ഞാൻ ഒരു ഗ്ലാസ്സ് ചായ കുടിച്ചു. ഇയ്ക്ക് ഒന്നും തിന്നാൻ തോന്നീല്യാ. ഇയ്ക്ക് അല്ലേലും പൊറത്തെ വിടുന്നും ഒന്നും കഴിക്കാൻ വെയ്യ. ഞാൻ അങ്ങനെയാ ശീലിച്ചദ്. ഇന്റോടത്തെ പെണ്ണുങ്ങള് ചായപ്പീട്യേല് പോയി ചായ മേടിച്ച് കുടിക്കലൂല്യാ, ആണുങ്ങളോട് വെർത്താനം പറഞ്ഞോണ്ട് നിക്കലൂല്യാ. വെല്ല ജോലി നോക്കാ. അദ് കഴിഞ്ഞാ ഒരു പാകത്ത് കുത്തിരിക്ക്യാ. അമ്മാമ വരച്ച വരെ....

ശരി ശരി, ഞാൻ മറന്നൂട്ടൊ കഥ മുഴ്വോനാക്കണേന്റെ നുമ്പെ ഞാൻ അമ്മാമേടെ കഥയാ പറയ്ണ്! അത്രയ്ക്ക്ണ്ട് ഇന്റെ ഒരു ഭുദ്ദി! ഏദായാലും ഞങ്ങള് ആ പീട്യേന്ന് പൊറത്തു കടന്ന്, പിന്നെ ഒരു തോട്ട്ക്കൂടി അമ്പല ത്തിക്ക് നടന്നു. അപ്ലക്കും നല്ല വെയിലായാക്കണു. ഇന്റെ ജാക്കറ്റ് നനഞ്ഞു പൊറത്ത് ഒട്ട്യോണ്ട്. ഞാനാ ചോന്ന സിൽക്കിന്റെ ജാക്കറ്റാ ഇട്ടേർന്നത്. മറ്റോരൊക്കെ സാധാരണ തുണിയേർന്ന്. ഓയിലേർന്നു തോന്നുണു കമലാക്ഷീടെ ജാക്കറ്റ്. ഏദായാലും ഞങ്ങള് അമ്പലക്കൊള ത്തില് എറങ്ങി നല്ലോണൊന്നു കുളിച്ചു. ശങ്കുണ്യാര് മറ്റെക്കടവീന്ന് വിളിച്ചുപറയ്യാ -ജാനോമേ, ആ ചെയിൻ ഊരിവെച്ചിട്ട് കൊളത്തി ലെറങ്ങ്യാ മതീന്ന്. അപ്പൊ അടപ്പേലെ ലെക്ഷ്യേമ ചോയിക്ക്യാ അല്ലാ, ഞങ്ങടെ ആരടേം ചെയിനൊന്നും കൊളത്തിപ്പോവില്യാന്നുണ്ടോ? ജാനൂന്റെ ചെയിനേ പോവൂ? നിങ്ങടെ യൊക്കെ ചെയിൻ സൊർണ്ണല്ലല്ലൊ, അദോണ്ടാ ഞാൻ പറഞ്ഞ്ന്ന് ശങ്കുണ്യാര്. അടപ്പേലെ ലെക്ഷ്യേമടെ മോറ് വെല്ലാണ്ട്യായി. പക്ഷേ, ആയമ്മ പറയ്യാ -ശരിയാ, ഞങ്ങക്കൊക്കെ മുക്ക് കെട്ടാനെ യോഗള്ളു. ഞങ്ങളാരും ആരാന്റെ വീട്ടിലെ നെലം തൊടയ്ക്കാൻ പോണില്യാ എന്ന്.

ആരാന്റെ നെലം തൊടയ്ക്കണോന്റെ കൊറവ് ഞാൻ സഹിച്ചോളാം. അയിന് ങ്ങക്കന്താ ചേതംന്നു ഞാൻ ചോദിച്ചു. ങ്ങൾടെ തൊഴിലൊന്നും ഇയ്ക്ക് വെശല്യ, അതോണ്ടാ നെലം തൊടയ്ക്കാൻ എറങ്ങ്യേത്. ലെക്ഷ്യേമടെ മോറ് കാണണ്ടേർന്നു. ആയമ്മ അങ്ങ്ട്ട് ഇല്യാണ്ടെ

യായീന്നു പറഞ്ഞാപ്പോരെ? ഇന്റെ തൊഴിലെന്താന്നാ പറഞ്ഞോണ്ടു വരണ് ജാനു.... അവര് ചോദിയിക്ക്യാ ഇന്നോട്. അതിപ്പൊ പറയ്ണി ല്യാന്നു ഞാനും പറഞ്ഞു. പാറു അപ്പൊ പറയാണ് തർക്കിക്കാൻ നിക്കാണ്ടെ വേഗം കുളിച്ചോളീന്ന്. ഈ സമേത്തൊക്കെ അങ്ങേക്കടവ്ന്ന് ശങ്കുണ്യാര് ഇന്റെ മോത്തു നോക്കി ചോര കുടിക്ക്യ! ഇങ്ങനത്തെ ഒരു മനുഷ്യനെ ഞാൻ കണ്ടിട്ടില്ല്യേ..... ഇത്ര നാണല്യാത്ത ഒരു മന്ഷ്യൻ. തൊഴാൻ നിക്ക്മ്പൊ ഇന്റെ ചോല്ല്ല് ഒരാള് ഒരൊറ്റത്തട്ട്. ഇയ്ക്ക് ദേഷ്യംവന്നു. ഉന്തും തള്ളും തൊടങ്ങ്യാന്നു ഞാൻ ചോയിച്ചു. തിരിഞ്ഞു നോക്കീപ്പൊ നൊമ്മടെ ശങ്കുണ്യാരാ. ങ്ങക്ക് നാണല്യേ ശങ്കുണ്യാരെ പെണ്ണുങ്ങളെ തിക്കാൻ? അപ്പൊ ഇന്റെ മോത്തു നോക്കി ചിറിക്ക്യാ. കമലാക്ഷി അതൊക്കെ കാണ്ണ്ടായ്രുന്നു. ഓള് നാരായണ നാരായ ണാന്നു ജപിച്ചു നടയ്ക്കല് നിൽപാ. പക്ഷേ, ദൃഷ്ടിയൊക്കെ ഇബടെ യ്ക്കാ. അടപ്പേലെ ലെക്ഷ്യേമ അപ്പൊ പറയ്...ദാ ശൃംഗരിക്കല് ശ്രീകോവിലുവെച്ചു വേണ്ട. ആരാപ്പൊ ഇബടെ ശൃംഗരിക്കണ്? ഞാൻ ചോയിച്ചു. ങ്ങടെ മോളാ? ഇന്റെ മോളടെ പേരു പറയണ്ടന്നു ലെക്ഷ്യേമ. എന്താ പറഞ്ഞാ ഇന്നെ വല്ലോരും കൊല്ലോ....ന്നു ഞാൻ ചോയിച്ചു. തർക്കിക്കാണ്ടെ വേഗം തൊഴ്തു പോരിൻന്ന് അപ്പൊ പാറു. ഏദായാലും തൊഴലും വഴിപാടും ഒക്കെ കഴിഞ്ഞു അമ്പലത്ത്ന്ന് എറങ്ങ്യേപ്പൊ നേരം നട്ടുച്ച. ഒരു ചായപ്പീട്യേ കേറി പലാരം കഴിക്കാംന്നു പാറു പറഞ്ഞു. പലാരോം കഴിക്കണ്ടെ ചായേം കഴിക്കണ്ട, കൊറച്ചു ചോറുണ്ണാംന്നു ശങ്കുണ്യാര് പറഞ്ഞു. ഗുരുവായൂരെ ഹോട്ടലോളു പോലെ നല്ല ഹോട്ടലോള് എബടേം കാണില്യാന്നു ശങ്കുണ്യാര് പറഞ്ഞു. അയാളു പൂവ്വാത്ത ദേശല്യ. കാശി രാമേശ്വരം പഴനി തിരുവില്വാമല.... എന്തിനു പറേണു മാധവിക്കുട്യേമേ, ഒരുസ്തലോം പാക്കിവെച്ചിട്ടില്യ. തമിഴ് പറേണ് കേട്ടാ തമിഴനാന്നേ തോന്നൂ. ഇന്നോടാ? ഇന്നോടല്ല പറഞ്ഞത്. മുണ്ടുകാരൻ ചെട്ട്യോടാ. ചെട്ടി പടിഞ്ഞാറെ നടക്കല് ഒരു പീടികേ കുത്തിരിക്കേർന്നു. ശങ്കുണ്യാരെ കണ്ടപ്പൊ ചെട്ടി ഓടിവന്ന് അയാളെ ചോല്ലീപ്പിടിച്ച് ഒരൂട്ടം പറഞ്ഞുതൊടങ്ങി, കഴിഞ്ഞാഴ്ച വരാംന്നു പറഞ്ഞിട്ടു വന്നില്യാലൊന്നൊക്കെ. അപ്പൊ ശങ്കുണ്യാര് അയാളോടു തമിഴില് വർത്താനം തൊടങ്ങി. മാപ്പാക്കവേണ്ടും കോപ്പാക്കവേണ്ടും. കേക്കാൻ നല്ല രസം ഇക്കാ? ഇക്ക് അറീല്യേ ഇക്കൊട്ടു പഠിക്കും വേണ്ട. ഇക്ക് ഗോയമ്പത്തൂരൊന്നും പോയി പാർക്കാൻ ലവലേശം മോഹല്യ. ഇക്ക് ഈ ജാതിക്കാരെ കണ്ടൂടാ. ഈ ചെട്ടിച്ചോളേം മറ്റും ഇക്ക് കണ്ടൂടാ. ശനിയാഴ്ച പടിക്കല് ഓരോന്ന് എഴ്ന്നെള്ള്ണ് കാണണം? കുട്യോളേം പൊക്കണത്തി ലാക്കി, അമ്മാ അമ്മാന്നു തൊള്ളയിട്ടോണ്ട്. ഒക്കേറ്റെനേം പിടിച്ചു ജേലിക്കൊണ്ടോയി ഇടണം. കാക്കക്കൊറത്യോള്. കണ്ണു തെറ്റ്യാക്കഴിഞ്ഞു, സാമാനൊക്കെ കക്കും. ഇന്റെ എണ്ണക്കിണ്ണം

കെണറ്റിങ്കരെവെച്ച് ഞാനൊന്നു തിരിഞ്ഞപ്പഴ്യ്ക്കും അത് ഒരുത്തീടെ ഭാണ്ഡത്തിലായി.

ഏ? കഥ? ശരിയന്നെ കഥ പറഞ്ഞു പറഞ്ഞ് ഇപ്പൊ എണ്ണക്കിണ്ണം വരെ എത്തി. അത്രയ്ക്ക്ണ്ട് ഇന്റെ പുദ്ധി! അപ്പൊ.... ഞങ്ങള് തൊഴാൻ പോയിട്ട് തൊഴലും കഴിഞ്ഞ് ഹോട്ടലിപ്പോയി സുഹായിട്ടൊന്ന് ഉണ്ടു. അയിനു കാശ് എല്ലാരും പങ്കിട്ടുകൊടുത്തു. ഒടൂല് ഇന്റെ കൈലു മൂന്നര ഉറൂപ്യ പാക്ക്യായി. അതോണ്ട് ഒരു ശീല വാങ്ങാന്നു കര്തി ഒരു പീട്യ്യപ്പോയപ്പൊ കമലാക്ഷി പറയ്ണ് എന്ത് ശീലയാ മൂന്നര ഉറുപ്പ്യയ്ക്ക് കിട്ടാ? ഇപ്പൊ വെല കൂട്യ്യ കാലാന്ന്. കിട്ട്വോന്നു നോക്കട്ടെന്ന് ഞാനും പറഞ്ഞു ഏദായാലും ശീലത്തരങ്ങള് നെരത്തി അദും നോക്ക്യോണ്ട് ഇരിക്കുമ്പൊ നൊമ്മുടെ ശങ്കുണ്യാര് പറയ്ണ്, ജാമ്പേമേ, ങ്ങള് എന്ത് സെന്റാ ഒപയോഗിക്കണ്? ഇയ്ക്ക് തല തിരീണപോലെന്ന്. ഞാൻ സെന്റ് ഒപയോഗിച്ചാ ങ്ങക്കന്തൊ തലതിരിച്ചില്ന്ന് ഞാനും ചോദിച്ചു. ഇന്റെ അട്ത്ത് വരാഞ്ഞാ മതിയല്ലൊ. അട്ത്ത്ക്ക് വരാണ്ടിരിക്ക്യാനും തോന്ന്ണില്യ, അയാള് പറയ്ണ്. ഇന്റെ മാധവിക്കുട്ട്യേമേ, ഇത്ര നാണോം മാനോല്യാത്ത ഒര് മന്ഷ്യനെ ഞാൻ കണ്ടിട്ടില്യേ...കണ്ടിട്ടില്യ. ആ പീടിയേക്കുത്തിരുന്ന് ഇന്റെ ചോല്ല്ത്തട്ടലും ഇന്റെ തലമുടിവലിക്കലും ഒക്കെ ഒന്ന് കാണണ്ടതേര്ന്ന്. ഇയ്ക്ക് ദേഷ്യം വന്നു. കരച്ചിലും വന്നു. വെല്യ കൊറച്ചില്. ഈ പട്ടണംപരിഷ്കാരൊന്നും ഇബടെ എഴ്ന്നള്ളി ക്കണ്ടന്ന് ഞാൻ പറഞ്ഞു. പരിഷ്കാരള്ളോരടെ അട്ത്ത് ഞാൻ പരിഷ്കാരം എഴ്ന്നള്ളിക്കുംന്ന് ശങ്കുണ്യാര് പറഞ്ഞു. ഇന്റെ ജാക്കറ്റ് കണ്ടിട്ട് അയാൾക്ക് മനസ്സിലായതേരിക്കും. ഞാൻ പാറൂന്റേം കമലാ ക്ഷീടേം സമ്പ്രദായക്കാരിയല്ലാന്ന്. തുന്നിക്ക്യാച്ചാ നന്നായി തുന്നിക്കണം. ആറണ കൊടത്താലെന്താ? അല്ലേ മാധവിക്കുട്ട്യേമേ? ഇന്റെ ജാക്കറ്റ് തൃശ്ശൂക്കാരൻ വേലായുധൻ തുന്നിതേന്ന്. ആ ചോന്ന സിലിക്കിന്റെ കൊറച്ച് കുടുക്കാ.....ന്നാലും ഇയ്ക്ക് ഇഷ്ടാ. ശങ്കുണ്യാര് ഇന്റെ അട്ത്ത് ചേര്ന്നോണ്ട് കുത്തിരിക്കണ കണ്ടിട്ട് പീടിയക്കാരൻ പറയാണ്, ദേ ഇരിക്കൂണൂ പ്രേംനസീറും മിസ് കുമാരിയുംന്ന്. സിനിമക്കാരുടെ പേരാ. ഞാനങ്ങ്ട്ട് ഇല്യാണ്ടായി. ശീല മേടിച്ച് എറങ്ങ്മ്പൊഴ്ക്കും വെയ്ന്നാരായി. ശങ്കുണ്യാര് ബീഡി വാങ്ങാൻ എറങ്ങ്യേതാ. പിന്നെ പൊടിയിട്ടു നോക്ക്യാ കാണാണ്ടെയായി. ഒടൂല് വീട്ടിലേക്ക് മടങ്ങാൻ എന്താ വഴീന്നായി. തോണികുത്താൻ ചാവക്കാട്ട്ന്ന് ഒര് ചെക്കനെ വിളിച്ചു. പന്ത്രണ്ടണ അങ്ങനെ പോയി. ശങ്കുണ്യാര് കാണാത്തോണ്ട് ദുക്കം കമലാക്ഷി ക്കേര്ന്ന്. ഓള് തോണീലിരുന്ന് എടയ്ക്കെടയ്ക്ക് കണ്ണില് വെള്ളം നറയ്ക്ക. അദ് കയ്യോണ്ട് തൊടയ്ക്ക്യ. ഓളക്ക് അയാളെ സ്നേഹേരിക്കും, പാവം. പക്ഷേ, ഇയ്ക്കൊരു കാര്യറിയാം. ഇന്റെ മാധവിക്കുട്ട്യേമെ, ആ ശങ്കുണ്യാര് അടപ്പേലെ കമലാക്ഷ്യേ കല്യാണം കഴിക്കില്യ, ഇയ്ക്ക് തീര്ച്ചണ്ട്. അയാള് ഇത്തിരി പരിഷ്കാരിയാ.... ഏദായാലും മടങ്ങി

വരുമ്പൊ പാറു ചോയിച്ചു ജാമ്പോമേടെ ചെയിനോ? ഇന്റെ ഗുരുവായൂരപ്പാ, ഇന്നെ പറ്റിച്ചോ? ഞാൻ ചോയിച്ചു. മുക്കാപ്പവന്റെ ചെയിനാണല്ലോ! ഇഞ്ഞി എത്രകാലം പണിയെട്ക്കണം അത്തരം ഒരു ചെയിൻ ഒണ്ടാക്കാൻ! തെരയാൻ എബടെപ്പൂവാനാ? തോണീലൊക്കെ തെരഞ്ഞു. കണ്ണീരും കയ്യ്വായിട്ട് മടങ്ങി. ഇഞ്ഞി ഞാമ്പൂവില്യ ഗുരുവായൂർക്ക്. ഇയ്ക്ക് അതൊന്നും മറക്കാൻ കഴില്യ. ഇന്റെ ചെയിൻ കടികാരച്ചെയിനേർന്ന്. മാധവിക്കുട്ട്യേമയ്ക്ക് ഓർമല്യേ ഇന്റെ ചെയിൻ? അപ്പൊത്തന്നെ തോണി മടക്കീട്ട് അവടെയൊക്കെ തെരഞ്ഞാ കിട്ട്വാര്ന്ന്. ആ ശങ്കുണ്യാര് കൂടെണ്ടാർന്നെങ്കി അയാള് തെരഞ്ഞ് എട്ത്തു തന്നേനെ. അയാള് ഒര് സ്നേഹള്ളോനാ. അത്യ്ക്ക് ശ്ശണ്ട്. സ്നേഹണ്ടായാ പാക്കിയൊന്നും വേണ്ടാ ഇന്റെ മാധവിക്കുട്ട്യേമെ.

■

രാജവീഥികൾ

നാലു ദിവസംമുമ്പു നടന്ന ആ ദാരുണ സംഭവത്തെപ്പറ്റി മനോരമയെ ചോദ്യം ചെയ്യുവാൻ പത്രപ്രതിനിധികൾ അവളെയും കാത്ത് സന്ധ്യ മുതൽക്കേ സാന്താക്രൂസ് വിമാനത്താവളത്തിൽ ഹാജരുണ്ടായിരുന്നു. പത്തരമണിക്ക് ശ്രീലങ്കയിൽ നിന്ന് വന്നിറങ്ങിയ മനോരമ അവരുടെ ക്യാമറയ്ക്കു മുമ്പിൽ ചൂളി, തലതിരിച്ചു. ന്യായീകരണമില്ലാത്ത ഒരപരാധബോധവും മനസ്സിൽ ഒരാഴ്ചയോളം ഉച്ചസൂര്യനെപ്പോലെ കത്തിജ്വലിച്ചിരുന്ന ഭീതിയും നിമിത്തം അവൾ ക്ഷീണിതയായി കാണപ്പെട്ടു. സാധാരണയായി ഒരു ജപ്പാൻ പാവയെ വെല്ലുന്ന കടും നിറങ്ങൾ മുഖത്ത് മിനുക്കി ചമഞ്ഞൊരുങ്ങാറുള്ള ആ സൗന്ദര്യറാണി അന്നു ലിപ്സ്റ്റിക്പോലും ഉപയോഗിച്ചിരുന്നില്ല. ചുമലോളം വെച്ച് മുറിച്ച തലമുടി ഒരു റബ്ബർബാൻഡ് കൊണ്ടു കെട്ടി പിൻകഴുത്തിൽനിന്ന് നാലിഞ്ച് ദൂരത്തിൽ ഉയർത്തിവെച്ചിരുന്നു. കറുത്ത പുള്ളികളുള്ള ഒരു വെള്ളസ്സാരിയായിരുന്നു അവളുടെ വേഷം. പത്രക്കാർ അമ്പരന്നു. ഈ ഇടത്തരക്കാരിയായ വീട്ടമ്മയോ ലോകപ്രശസ്തയായ മോഡൽ മനോരമ ജെന്നിഫർ കെല്ലി? പാരീസിലെ ഏറ്റവും പ്രധാനപെട്ട ഫാഷൻ ഹൗസിന്റെ വിലയേറിയ തുരുപ്പുശീട്ട്? ചന്ദനവർണ്ണമുള്ളവൾ? മന്ദഹസിക്കുമ്പോൾ ഇടത്തെ കവിളിൽ നുണക്കുഴി വിരിയിക്കുന്ന ഓമന? പാശ്ചാത്യവേഷത്തിൽ അണിഞ്ഞൊരുങ്ങി നിൽക്കുന്ന മനോരമയുടെ എത്രയെത്ര വർണ്ണചിത്രങ്ങൾ തങ്ങൾ അമേരിക്കൻ വാരികകളിൽ അഭിമാനത്തോടെ നോക്കി രസിച്ചിട്ടുണ്ട്! ആ ചടുലനേത്രങ്ങളുടെ താഡനം അനുഭവിച്ച് തരളിതനാവാത്ത ഒരൊറ്റ കോടീശ്വരനും യൂറോപ്പി ലില്ല എന്നാണ് കേട്ടുകേൾവി. ഇന്ത്യയിലും അവൾക്ക് ആരാധകർ കുറവല്ല. വിവാഹമോചനം കഴിഞ്ഞ് ഏകാകിയും അസ്വസ്ഥനുമായി കഴിയുന്ന 'ബി' എന്ന രാജകുമാരൻ പാരീസിൽപ്പോയി മനോരമയോട് വിവാഹാഭ്യർത്ഥന നടത്തിയെന്നത് എല്ലാ പത്രക്കാർക്കും അറിയാവുന്ന രഹസ്യമാണ്. എന്നിട്ടോ? അവൾ സ്വാഭാവികമായ അഹംഭാവത്തോടെ രാജകുമാരന്റെ അഭ്യർത്ഥന തള്ളിക്കളഞ്ഞു. ആ വിശ്വസുന്ദരിയാ ണെന്നോ ഇവൾ? ബോംബെയിൽ ജ്യേഷ്ഠന്റെയൊപ്പം ഒരാഴ്ച

താമസിക്കാനായി പാരീസിലേക്കു മടങ്ങുംവഴി മനോരമ വരുന്നു എന്നുകേട്ട നിമിഷം മുതൽ അനുഭവപ്പെട്ടിരുന്ന ആവേശവും ഉന്മേഷവും ഞൊടിയിടയിൽ കെട്ടടങ്ങി. ഓഫീസുകൾ അടയ്ക്കുന്ന നേരം ചർച്ച്ഗേറ്റിൽ പോയി നിന്നാൽ കാണാമല്ലോ ഇവളേക്കാൾ സൗന്ദര്യമുള്ള നൂറു പെണ്ണുങ്ങളെ. നൈരാശ്യം ഒളിച്ചുവെച്ച്, ടേപ്പ്റിക്കോർഡറും ക്യാമറയും മറ്റുമായി അവർ അവളെ പിന്തുടർന്നു. അവരുടെ ചോദ്യങ്ങൾ വിഷലിപ്തങ്ങളായ ശരങ്ങളായി തോന്നി, പാവം മനോരമയ്ക്ക്. ശ്രീലങ്കയുടെ പത്രങ്ങൾ പ്രാധാന്യം കൊടുക്കാത്ത ആ അത്യാഹിതത്തിനു തന്റെ സ്വദേശത്തിലെ പത്രങ്ങൾ ഇത്രയധികം പ്രാധാന്യം കൊടുക്കുന്നുവോ? ഈ വിവരം ഏതു വഴി ഇന്ത്യയിലേക്ക് ചോർന്നു? കഴിഞ്ഞ നാലു ദിവസങ്ങളായി ശ്രീലങ്കയിൽ താമസിക്കുന്നവർക്ക് ഇന്ത്യയുമായി ബന്ധപ്പെടുവാൻ യാതൊരു മാർഗ്ഗവുമുണ്ടായിരുന്നില്ലല്ലോ. ഫോണില്ല, കത്തുകളില്ല, ഈ കഴുകൻമാർ തന്റെ ഞരമ്പുകളെ കൊത്തിമുറിക്കുവാൻ? കൊല്ലപ്പെട്ട ജെറിയെന്ന തമിഴനുമായി മൈത്രിയിൽക്കവിഞ്ഞ് വല്ല വികാരബന്ധവും നിങ്ങൾക്കുണ്ടായിരുന്നുവോ? സ്റ്റീഫൻ ഫ്ളെച്ചർ രൂപീകരിക്കുന്ന സമ്പൂർണ വിപ്ലവത്തിനായി ഒരു പെട്ടി നിറയെ വിദേശീയ കറൻസി നോട്ടുകൾ നിങ്ങളാണ് അവിടെ എത്തിച്ചതെന്ന് കേൾക്കുന്നത് ശരിയാണോ?

പാരീസിൽ ഏറ്റവും സുഖലോലുപയായി ജിവിക്കുന്ന നിങ്ങൾക്ക് കമ്യൂണിസവുമായി എങ്ങനെ പൊരുത്തപ്പെടാം? ഇന്ത്യക്കാരോട് - തമിഴരല്ലാത്തവരോട് - സിംഹളക്കാരുടെ ഇപ്പോഴത്തെ നിലപാടെന്താണ്?

ആ ചോദ്യങ്ങൾക്കൊന്നും ഉത്തരം പറയുവാൻ മനോരമ മിനക്കെട്ടില്ല.

'എനിക്ക് ക്ഷീണമാണ്. മാത്രമല്ല, ഉറക്കം വരുന്നു. നാളെ വീട്ടിൽ വന്നു കാണുക.'

അവളുടെ മനസ്സിലെ അന്ധകാരത്തിൽ ഒരു ഗുഹയിൽ വിഗ്രഹമെന്ന പോലെ ജെറിയുടെ മുഖം മങ്ങിത്തിളങ്ങി. വെളുത്ത പനിനീർ പൂക്കളുടെ ഹൃദയാന്തർഭാഗത്ത് സൂക്ഷിച്ചു നോക്കിയാൽ മാത്രം കാണാൻ സാധിക്കുന്ന ഇളം ചുവപ്പായിരുന്നു നിറം. എത്ര നീണ്ടതായിരുന്നു ആ കണ്ണിമകൾ! എത്ര നിഷ്കളങ്കമായിരുന്നു ആ പുഞ്ചിരി. അതേ, അവന്റെ ആ അപൂർവസൗന്ദര്യത്തിന്റെ ഘടകങ്ങളെപ്പറ്റിയല്ലാതെ മറ്റൊന്നിനെപ്പറ്റിയും ഓർമ്മിക്കുവാൻ, മനോരമ അശക്തയായിരുന്നു.

ബാഗേജ് കാത്തുകൊണ്ട് തളത്തിൽ നിന്നപ്പോഴാണ് മനോരമ തന്റെ ജ്യേഷ്ഠൻ വില്ലിയെ കണ്ടത്.

'വില്ലി'

'ഓ ജെന്നീ, നിന്റെ രൂപമൊക്കെ മാറിയിരിക്കുന്നു. അതാണ് ഞാൻ നിന്നെ കണ്ടറിയാഞ്ഞത്. നീ സാരിയുടുത്ത് യാത്രചെയ്യുമെന്നു ഞാൻ പ്രതീക്ഷിച്ചതുമില്ല.'

അതെ, വില്ലി, ഞാനാകെ മാറിയിരിക്കുന്നു. കഴിഞ്ഞ നാലു ദിവസം കൊണ്ട് ഞാൻ വാർദ്ധക്യത്തെ കടം വാങ്ങി എന്റെ തലയിൽ വെച്ചു കഴിഞ്ഞു. എന്റെ മുടി നരച്ചിരിക്കണം.

'ഞാൻ പത്രങ്ങളിൽ വായിച്ചു. ഒരു തമിഴന്റെ കൊല നടന്ന വീട്ടിൽ നീ ഭക്ഷണം കഴിക്കാൻ പോയതും മറ്റും ഞങ്ങൾ അങ്ങനെയാണ് അറിഞ്ഞത്.'

'ഇതൊക്കെ ഇന്ത്യയിൽ വലിയൊരു സംഭവമാണെന്നോ? മരിച്ച യുവാവിന് അച്ഛനമ്മമാരില്ല. ബന്ധുക്കളില്ല. അയാൾക്കെന്ത് പ്രാധാന്യം?'

'അയാൾ നിന്റെ സ്നേഹിതനായിരുന്നു.'

'ക്ഷമിക്കണം മിസ് കെല്ലി,' ഒരു കണ്ണടക്കാരി ഒരലക്കുകെട്ടോളം വലിപ്പമുള്ള പൊങ്ങച്ചസഞ്ചിയും പേറി കിതച്ചുകൊണ്ട് ഓടിയെത്തി. ഞാൻ 'ഫെലീനയുടെ പ്രതിനിധിയാണ്. എനിക്ക് നിങ്ങളെ ഇന്റർവ്യൂ ചെയ്യേണ്ടിയിരിക്കുന്നു.'

'നിങ്ങൾ ഒരു സ്ത്രീയാണ്. നിങ്ങളെങ്കിലും എന്റെ വിഷമം മനസ്സി ലാക്കുമെന്ന് ഞാനാശിച്ചു. ആ കൊലപാതകത്തെപ്പറ്റി ചിന്തിക്കു മ്പോൾത്തന്നെ എനിക്ക് തലക്കറക്കം അനുഭവപ്പെടുന്നു. പിന്നെ അതിനെ പ്പറ്റി സംസാരിക്കുന്നതെങ്ങനെ?'

കൊലപാതകമോ? അതൊന്നും അറിയേണ്ട ആവശ്യം ഫെലീന യ്ക്കില്ല. ഞങ്ങളുടെ വായനക്കാർ ഇന്ത്യയിലെ പരിഷ്കൃത നഗരങ്ങളിൽ താമസിക്കുന്ന ധനികരും അഭ്യസ്തവിദ്യരുമായ സ്ത്രീകളാണ്. അവർ ക്കറിയേണ്ടത് വസ്ത്രങ്ങളുടെ പരിഷ്കാരങ്ങളെപ്പറ്റിയാണ്. അവർ പ്രബുദ്ധരാണ്. പുരുഷമേധാവിത്വത്തെ വീറോടെ ചെറുക്കുന്നവരാണ്. ഇനിയത്തെ വർഷത്തിന്റെ ഫാഷൻതരംഗം എന്ന പേരോടെ ഒരു സപ്ലിമെന്റ് ഈ ഡിസംബറിൽ പുറത്തിറക്കാൻ ഞങ്ങൾ പ്ലാനിട്ടിരി ക്കയാണ്. അതിനായി നിങ്ങളെപ്പറ്റി സചിത്രലേഖനങ്ങൾ ഞങ്ങൾ പലതവണയും ഫെലീനയിൽ പ്രസിദ്ധപ്പെടുത്തിയിട്ടുണ്ട്. ഇന്ത്യയിൽ ജനിച്ചുവളർന്ന ഒരു പെൺകുട്ടി വിശ്വവിഖ്യാതയായ ഒരു ഫാഷൻ മോഡലാവുക! ഹാ അതെത്ര അഭിമാനകരമായ ഒരു സംഗതിയാണ്!

'നാളെ ജ്യേഷ്ഠന്റെ വീട്ടിലേക്ക് വരിക.' ഇന്ന് എനിക്ക് ഉറക്കം വന്നു തുടങ്ങിയിരിക്കുന്നു.

'വളരെ നന്ദിയുണ്ട്, മിസ് കെല്ലി.' ജ്യേഷ്ഠന്റെയൊപ്പം ഒരു ടാക്സിയിൽ കയറിയിരുന്ന ആ നിമിഷം മുതൽക്ക് അവൾ വീണ്ടും ഒരു കുട്ടിയായി. തന്നേക്കാൾ പതിനഞ്ച് വയസ്സ് മൂപ്പുള്ള വില്ലി അവൾക്ക് ജ്യേഷ്ഠനും അച്ഛനും ഉപദേഷ്ടാവുമായിരുന്നു. ആദ്യമായി ഒരു സ്വർണ്ണച്ചെയിൻ വാങ്ങിത്തന്നത് വില്ലിയായിരുന്നു. ആദ്യമായി അവളെ ഒരു ക്രിസ്മസ് ഡാൻസിന് കൊണ്ടുപോയതും അയാൾതന്നെ.

'വില്ലീ, നിങ്ങൾ ക്ഷീണിച്ചിരിക്കുന്നു.'

'ജോലിയെടുത്ത് ക്ഷീണിച്ചതാണ്, ജെന്നീ. എന്റെ പാർട്ട്ണറെ ഓർമ്മയുണ്ടോ? രമണൻ പട്ടേൽ? അയാൾ കഴിഞ്ഞ വർഷം മരിച്ചുപോയി. ഇപ്പോൾ സദാസമയവും ഞാൻ ഷോപ്പിൽതന്നെയാണ് ഇരിക്കുന്നത്. പണിക്കാരെ ഇക്കാലത്ത് വിശ്വസിച്ചുകൂടാ. രാവിലെ ഏഴിന്നുചെന്നാൽ മാത്രമേ പൂക്കൾക്ക് ഓർഡറുകൾ കിട്ടുകയുള്ളു. മരണം മിക്കവാറും അതിരാവിലെ നാല് മണിക്കായിരിക്കും. റീത്ത് വാങ്ങാൻ പലരും വരും. കമ്പനിക്കാരാണെങ്കിൽ ചോദിച്ച വില തരും. റീത്തിനുവേണ്ടി പിശകുന്നവർ കമ്മിയാണ്. രാത്രി വീട്ടിലെത്തുന്നത് ഒൻപതരയ്ക്കാണ്. ഭക്ഷണമൊക്കെ ഡെയ്സി ചെറുക്കന്റെ കൈവശം ഷോപ്പിലേക്ക് രണ്ടു നേരം കൊടുത്തയ്ക്കും.'

'ഐവി വളർന്നുവോ? അവൾക്ക് ഇപ്പോൾ പതിനെട്ട് വയസ്സ് തികഞ്ഞിരിക്കും. അവളെ ഞാൻ പാരീസിലേക്ക് കൊണ്ടുപോവട്ടെ? എന്നെപ്പോലെയാണ് അവളും കാഴ്ചയിൽ.'

'കാഴ്ചയിൽ മാത്രമേ സാമ്യമുള്ളു.'

അവൾ ഞെട്ടി ജ്യേഷ്ഠന്റെ നേർക്കു തിരിഞ്ഞു. തന്നെ വേദനപ്പെടുത്തുവാൻ തയ്യാറെടുക്കുകയാണോ വില്ലി? കാറിൽ ഇരുട്ടായതുകൊണ്ട് അയാളുടെ മുഖഭാവം അവൾക്ക് കാണാൻ കഴിഞ്ഞില്ല.

'വില്ലീ, നിങ്ങൾ ഇതുവരെ എനിക്ക് മാപ്പ്, തന്നിട്ടില്ല? വിവേകമില്ലാത്ത പ്രായത്തിൽ ചെറിയൊരു തെറ്റ് എനിക്ക് പറ്റിപ്പോയി. അതിനുള്ള ശിക്ഷയും ഞാൻ അനുഭവിച്ചു. ഇനിയും അതെന്നെ ഓർമ്മപ്പെടുത്തുന്നത് ക്രൂരമാണ്.' അയാൾ പിന്നീടൊന്നും പറഞ്ഞില്ല. ചേരികൾക്കരികിലൂടെ ഓടിയിരുന്ന കാറിലും ബോംബെയുടെ സുപരിചിതമായ ശരീരഗന്ധം അവൾക്കനുഭവപ്പെട്ടു. ചേറിന്റെയും ചീഞ്ഞളിഞ്ഞ മൽസ്യത്തിന്റെയും മിശ്രിത ദുർഗന്ധം പേറിക്കൊണ്ട് വന്ന കാറ്റ് അവളുടെ മുടിയിഴകളെ പറപ്പിച്ചു. അഞ്ചു വർഷങ്ങൾക്കുശേഷം താൻ വീണ്ടും ബോംബെ സന്ദർശിക്കുകയാണ്. പരിചിതങ്ങളായ പല മുഖങ്ങളും അവളുടെ സ്മരണയിൽ തെളിഞ്ഞു. ഡെയ്സി – തന്റെ ജ്യേഷ്ഠത്തിയമ്മ, ഐവി – തന്റെ മരുമകൾ, പ്രദീപ് – തന്റെ പൂർവകാമുകൻ. താൻ ഗർഭിണിയായപ്പോൾ കുടുംബത്തിന്റെ യാഥാസ്ഥിതികത്വത്തിൽ കുറ്റം ചാരി, തന്നെ ഉപേക്ഷിച്ചുപോയ പ്രദീപ് ഇപ്പോൾ എന്തായിരിക്കും ചെയ്യുന്നത്? അയാൾ വിവാഹം ചെയ്തിരിക്കുമോ? തീർച്ചയായും അയാളോട് താൻ കടപ്പെട്ടവളാണ്. കാരണം അയാൾ ഉണ്ടാക്കിത്തീർത്ത അപമാനത്തിൽനിന്ന് രക്ഷപ്പെടാനാണല്ലോ താൻ ബോംബെ വിട്ടുപോന്നത്.

കുഞ്ഞിനെ നഷ്ടപ്പെട്ട് ആരോഗ്യവും ക്ഷയിച്ച് ഒരു തടവുപുള്ളിയെപ്പോലെ വീട്ടിൽ കഴിയുമ്പോഴാണ് 'ടൈംസ് ഓഫ് ഇന്ത്യയിൽ' ആ

പരസ്യം പ്രത്യക്ഷപ്പെട്ടത്. പാരീസിലെ ഒരു പ്രധാനപ്പെട്ട ഫാഷൻ ഹൗസിന് മോഡലുകളായി പരിശീലിപ്പിച്ചെടുക്കുവാൻ ഉയരമുള്ള ഇന്ത്യൻ യുവതികളെ ആവശ്യമുണ്ട്. ടാജ്മഹൽ ഹോട്ടലിൽ ഡച്ച് സ്യൂട്ടിലായിരിന്നു ഇന്റർവ്യൂ. നിക്കലസ് തന്നെ ആ ആവശ്യത്തിനായി ഇന്ത്യയിലേക്ക് വന്നിരുന്നു. ടൂത്ത് ബ്രഷ്പോലുള്ള മീശയുള്ള നിക്കലസ്. തന്നെ കൂടാതെ പന്ത്രണ്ടുപേർ വന്നിരുന്നു. തന്നെക്കാൾ സൗന്ദര്യമുള്ള വർ. തന്നെക്കാൾ മോടിയോടെ വസ്ത്രധാരണം ചെയ്തവർ. എന്നിട്ടും പ്രഥമദൃഷ്ടിയിൽ നിക്കലസിനു തന്നെ ബോധിച്ചു. നിന്റെ കണ്ണിൽ മഷിയില്ല, മസ്കാര[1]യില്ല. പക്ഷേ, ആത്മാർത്ഥതയുണ്ട്, അയാൾ പിന്നീട് പലപ്പോഴും തന്നോടു മാത്രം സങ്കോചമില്ലാതെ അയാളുടെ കാമുകി യായി. ഫിലിം നിർമ്മാതാക്കളെയും രാജാക്കൻമാരെയും രാഷ്ട്രീയ ത്തലവൻമാരെയും പ്രീതിപ്പെടുത്താനായി തന്നെ ഒരു കൂത്തുപാവയായി നിക്കലസ് ഉപയോഗിച്ചു. അയാളോട് എതിർക്കുവാൻ ഒരിക്കലും താൻ തുനിഞ്ഞതുമില്ല. അതുകൊണ്ടാവാം തന്നേക്കാൾ എത്രയോ അധികം സൗന്ദര്യമുള്ള കിക്കാൻമസാരയെ[2]പ്പോലെ യുള്ളവർക്ക് ഈ ഓട്ടമത്സരത്തിൽ തന്നോടൊപ്പം എത്താൻ കഴിയാഞ്ഞത്. കിക്കാൻ ആറടി ഉയരം വരുന്നവളായിരുന്നു. മാലാഖമാരെ അനുസ്മരിപ്പി ക്കുന്ന മുഖഭംഗിയും അവൾക്ക് ദൈവം അരുളിക്കൊടുത്തിരുന്നു. നൈർമ്മല്യ മുള്ള ഒരു ഹൃദയവും. കുറച്ചു കാലം അവൾ സാൽവഡോർ ഡാലി[3]യുടെ മോഡലായിരുന്നു. അവളുടെ പൃഷ്ഠഭാഗത്തിന്റെ പതിപ്പുകൾ ഡാലി ഓട്ടിൽ വാർത്തെടുത്ത് പ്രദർശിപ്പിക്കാറുണ്ടായിരുന്നു. ചിറകു വിരുത്തുന്ന പാറ്റയുടെ ആകൃതിയിലുള്ള പൃഷ്ഠം. മഹാൻമാർ വാഴ്ത്തിയ ആ രൂപസൗഭാഗ്യംകൊണ്ട് പാവം കിക്കാൻ എന്തു നേടിയെടുത്തു? ഒന്നുമില്ല. തന്റെ പതിനാലു വയസ്സു പ്രായമായ മകന്റെയൊപ്പം ഒരു ചെറിയ വാടകവീട്ടിൽ ആ വിധവ സദാചാര നിഷ്ഠയോടെ ജീവിക്കുന്നു. താനോ, വാക്രെറി[4]യിൽ നിക്കലസ് തനിക്ക് സമ്മാനിച്ച മണിമാളികയിൽ രാജ്ഞിയെപ്പോലെ വാഴുന്നു. വെയിലുള്ളപ്പോൾ സ്വന്തം നീന്തൽ കുളത്തിൽ കണ്ണുകളുമടച്ച് സംതൃപ്തയായ ഒരു നീർനായയെപ്പോലെ വിഹരിക്കുന്നു! എല്ലാ രാത്രിയും സമ്പന്നരോടൊപ്പം വിരുന്നുകളിൽ പങ്കെടുക്കുന്നു. താൻ തിരഞ്ഞെടുത്ത പാതകൾ രാജവീഥികളായിരുന്നു. കിക്കാൻ മസാരയുടെ പാതയോ, പശു തൊഴുത്തിലേക്ക് സന്ധ്യയ്ക്ക് മടങ്ങിയെത്താൻ ഉപയോഗിക്കുന്ന ചരൽ വഴി.......

'വീടടുത്തു, ജെന്നീ.'

---

1. പുരികങ്ങൾക്കുള്ള ചായം
2. പാരീസിലെ ഒരു പ്രസിദ്ധ മോഡൽ
3. പ്രസിദ്ധനായ കലാകാരൻ
4. പാരീസിലെ ഒരു സ്ഥലം

തന്റെ കവിളത്ത് ചുംബിക്കുന്ന ആ ബന്ധുക്കൾ സ്വപ്നബിംബങ്ങൾ പോലെ അവ്യക്തങ്ങളായി തോന്നി മനോരമയ്ക്ക്. ഈ പുനസ്സമാഗമം എത്ര തവണ സങ്കൽപിച്ചിരിക്കുന്നു! അതുകൊണ്ടാവാം അവളുടെ ഓരോ വാക്കും ഓരോ ചലനവും സുപരിചിതമായി അവൾക്കു തോന്നിയത്. ഒടുവിൽ, വീട്ടിലെ ഏറ്റവും ചെറിയ മുറിയിൽ തന്റെ രോഗഗ്രസ്തയായ അമ്മയെത്തേടി മനോരമ എത്തിച്ചേർന്നു. മുണ്ഡനം ചെയ്ത ശിരസ്സുള്ള ഒരു പേക്കോലം. ഇവരുടെ സൗന്ദര്യമാണെന്നോ തനിക്ക് പൈതൃകമായി ലഭിച്ചത്?.

'മമ്മി ഇത് ഞാനാണ് ജെന്നീ.'

'ജെന്നീ... അപ്പോൾ ക്രിസ്മസ് വന്നുവോ?' അവർ എല്ലാ വർഷവും ക്രിസ്മസ്കാലത്ത് മകൾ വരുമെന്നു കരുതി മധുരപലഹാരങ്ങൾ ഉണ്ടാക്കി വെച്ചതും വാതിൽക്കൽ കണ്ണുനട്ടുകൊണ്ട് എത്രയോ നേരം കാത്തിരുന്നതും വില്ലി വിവരിച്ചുകൊടുത്തു.

മനോരമയുടെ കണ്ണുകൾ നിറഞ്ഞൊഴുകി. തനിക്ക് ജ്യേഷ്ഠന്റെ നേർക്ക് ഒരു സഹായഹസ്തം നീട്ടാമായിരുന്നു. എന്നാൽ അയാളെ അകാലവാർദ്ധക്യം ബാധിക്കില്ലായിരുന്നു. തന്റെ അമ്മ സ്ഥിരം രോഗിണിയായിത്തീരില്ലായിരുന്നു.

'നിങ്ങളോടൊക്കെ പിണങ്ങിയാണല്ലൊ ഞാൻ പോയത്. നിങ്ങൾക്കൊക്കെ അപമാനം വരുത്തിവെച്ചു. അതുകൊണ്ടാണ് ഞാൻ കത്തെഴുതാഞ്ഞത്. മാപ്പുതരാൻ ശ്രമിക്കുക.'

'ഇപ്പോഴെങ്കിലും വന്നുവല്ലോ. ഞങ്ങൾ ആദ്യം നിന്റെ കത്ത് കണ്ടിട്ടും വരുമെന്നു വിശ്വസിച്ചില്ല. നീ ലോകപ്രശസ്തയായിരിക്കുന്നു. ഞങ്ങൾ ബന്ധുക്കളാണെന്ന് മറ്റുള്ളവർ അറിയുന്നതുതന്നെ നിനക്ക് കുറച്ചിലായിരിക്കുമെന്നു ഞങ്ങൾ കരുതി.'

'ഓ ഡെയ്സീ, നിങ്ങൾ ഇത്തരം വാക്കുകൾകൊണ്ട് വേദനിപ്പിക്കുന്നു.'

'ക്ഷമിക്കണം ജെന്നീ.'

തന്റെ കുടുംബാംഗങ്ങളൊടൊപ്പം ഭക്ഷണം കഴിച്ചു കൊണ്ടിരിക്കുമ്പോൾ മനോരമ അസ്വസ്ഥയായി. ലളിതവും സ്വച്ഛവുമായ ഒരു ജീവിതം നയിക്കുന്ന ഈ പ്രിയപ്പെട്ടവരുടെ സ്നേഹം താൻ അർഹിക്കുന്നില്ല എന്ന് അവൾക്കു തോന്നി. തന്റെ സ്നേഹവായ്പ് എത്ര ക്ഷണികമാണ്. പാരീസിലേക്ക് മടങ്ങിയാൽ അമ്മയും വില്ലിയും എല്ലാം കേവലമൊരു സ്വപ്നത്തിന്റെ അവ്യക്തരേഖകളായി രൂപാന്തരപ്പെടും. തന്റെ ഭൂതകാലത്തെ കാൽക്കീഴിൽ നിന്ന് ചവിട്ടിമാറ്റി മാത്രമേ അവൾക്കു പരിഷ്കാരത്തിന്റെ ആത്മാവില്ലാത്ത ലോകത്തിൽ ചരിക്കുവാൻ കഴിഞ്ഞുള്ളൂ. മോഡലുകൾ വെറും പാവകളാണ്. വസ്ത്രങ്ങളെ ഏറ്റവും

ഭംഗിയായി പ്രദർശിപ്പിക്കാനുള്ള ചട്ടക്കൂടുകൾ മാത്രമാണ്. അവർക്ക് വികാരങ്ങൾ നിഷിദ്ധമാണ്. അവരുടെ കണ്ണുകളുടെ ശൂന്യത പാവകളെ അനുസ്മരിപ്പിക്കുന്ന ആ ശൂന്യത വികാരത്തിന്റെ ഏറ്റവും നേർത്ത ഒരു തരംഗത്തിലും വികലപ്പെടും. ആ ശൂന്യതയായിരുന്നു അവളുടെ ശക്തി. അവളുടെ വിജയരഹസ്യം. എന്നിട്ടും ജെറി എന്നു പേരുള്ള ഇരുപത്തഞ്ചുവയസ്സുകാരൻ അവളുടെ മനസ്സിന്റെ ഉള്ളിൽ ഒരു നിഴൽപോലെ, ഒരു ബാധപോലെ തങ്ങിനിന്നു. വാസ്തവത്തിൽ അവന് എന്താണിത്ര പ്രത്യേകത? ഒരെഴുത്തുകാരന്റെ സെക്രട്ടറി. ചിത്രാലേൻ എന്ന ദരിദ്രത്തെരുവിൽ കറുത്ത തമിഴർക്കു ജനിച്ച വെളുത്ത കുട്ടി. ബർഗർ[5] വംശത്തിലെ ഒരു ചെന്നായയുടെ രഹസ്യസന്തതി. അനാഥാലയത്തിൽ നിക്ഷേപിക്കപ്പെട്ടവൻ, സമ്പന്നന്റെ കളിപ്പാട്ടം. സ്വവർഗ്ഗസംഭോഗിയുടെ കിടപ്പറയിലെ പ്രേമഭാജനം.... അവന്റെ മരണത്താൽ ആർക്കും കാര്യമായൊന്നും നഷ്ടപ്പെട്ടില്ല. എന്നിട്ടും തന്റെ ഹൃദയം നോവുന്നതെന്തിന്?

പശ്ചാത്തലപ്രതാപവും പേരും പ്രസിദ്ധിയും തീണ്ടിയിട്ടില്ലാത്ത ഒരു യുവാവുമായി മനോരമ ഒരു വൈകാരികബന്ധം തുടങ്ങുമെന്ന് അവളെ അടുത്തറിയുന്നവർക്കൊന്നും വിശ്വസിക്കാൻ കഴിയില്ല. കാരണം അവൾ പ്രശസ്തരുടെ ചിറകുകൾക്കുകീഴിൽ വിശ്രമം തേടുന്നവളായിരുന്നു. അതുകൊണ്ടാണല്ലോ അവൾ ഒരു കരിങ്കൽക്കോട്ടയായിരുന്ന ആ അപരിചിതവസതിയിലേക്ക് നിക്കലസ് തന്നയച്ച ബ്രീഫ്കേസുമായി കൂസലില്ലാതെ വന്നെത്തിയത്.

നിക്കലസ് പറഞ്ഞിരുന്നു നീ വിശ്വസ്തയാണ്. അതുകൊണ്ടാണ് ഈ ജോലി നിന്നെ ഏല്പിക്കുന്നത്. ഇതിന്റെ താക്കോൽ ഫ്ളെച്ചറിന്റെ കൈവശമുണ്ടാവും. അയാൾ പാരീസിൽ വന്നപ്പോൾ മറന്നിട്ടുപോയ കടലാസുകളാണ്. ഇനിയത്തെ നോവലിന്റെ മാനുസ്ക്രിപ്റ്റ്. ആ പെട്ടിയുടെ ഘനത്തെപ്പറ്റിയോ അതിനാൽ വന്നുഭവിക്കുന്ന അസൗകര്യങ്ങളെക്കുറിച്ചോ താൻ ചിന്തിച്ചതുമില്ല. നിക്കലസ് പറഞ്ഞതെന്തും അനുസരിക്കാൻ അവൾ തയ്യാറായിരുന്നു. നിക്കലസാണ് അവൾക്കുവേണ്ടി ബാങ്കോക്കിലും സിങ്കപ്പൂരിലും ശ്രീലങ്കയിലും ഓരോ ഫാഷൻ ഷോ ഏർപ്പെടുത്തിയത്. പാരീസിലേക്ക് മടങ്ങും വഴി ഒരാഴ്ച ഇന്ത്യയിൽ തങ്ങാനുള്ള അനുവാദം അയാൾ അവൾക്കു നല്കി. കൊളംബോവിലെ പുരാതനമായ ഗാൾഫേസ് ഹോട്ടലിലാണ് അവൾ താമസിച്ചത്. കടലിനെ അഭിമുഖീകരിക്കുന്ന റൂം നമ്പർ 224ൽ. എല്ലാ രാവിലെയും ഫ്ളാനലിന്റെ ഒരു ഷിഫ്റ്റ്[6] മാത്രം ധരിച്ച് അവൾ കടൽക്കരയിൽ നടന്നു. ഫാഷൻ ഷോവെല്ലാം അവസാനിച്ച് പബ്ലിസിറ്റിയുടെ മനംമടുപ്പിക്കുന്ന മഴ തോർന്നപ്പോൾ മാത്രമേ അവൾ ഫ്ളെച്ചർ എന്ന എഴുത്തുകാരന്റെ

5. ലങ്കയിലെ ഡച്ചുവംശജർ

6. ഞൊറികളില്ലാത്ത ഒഴുക്കൻ ഒരു കുപ്പായം

പെട്ടിയെപ്പറ്റി ഓർമ്മിച്ചുള്ളൂ. ബുദ്ധമതക്കാരുടെ മന്ദിരങ്ങളും അനുരാധപുരവും പോലെ വിശിഷ്ടമായ ഒരു കാഴ്ച വസ്തുവാണ് ഫ്ളെച്ചർ എന്നു മനോരമക്ക് തോന്നി. ലോകവിഖ്യാതിയും കോടി ക്കണക്കിനുള്ള സമ്പത്തും തന്റെ കൃതികളാൽ അയാൾ നേടി ക്കഴിഞ്ഞിരുന്നു. എല്ലാ വർഷവും 'നീസിൽ' താമസിക്കാൻ അയാൾ വരാറുണ്ടായിരുന്നു. അന്ന് അവിടെവെച്ചായിരിക്കണം നിക്കലസ് അയാളുടെ സുഹൃത്തായിത്തീർന്നത്.

കറുത്ത വാൽനട്ട് മരംകൊണ്ടു നിർമ്മിക്കപ്പെട്ട പുറം വാതിൽക്കൽ അന്ന് മനോരമ ഒരു നിമിഷം സംശയിച്ചു നിന്നു. അകത്തും പുറത്തും നിശ്ശബ്ദത. മുറ്റത്തെ മരങ്ങൾ നിറയെ പൂക്കളുണ്ടായിരുന്നു. പക്ഷേ, വണ്ടുകളുടെ മന്ത്രാരവം അവൾ കേട്ടില്ല. പക്ഷികളുടെ കൂജനവും കേൾക്കാനുണ്ടായിരുന്നില്ല. തന്റെ വയസ്സ് ഇരുപത്താറായതുകൊണ്ടും ഇളംനീല പട്ടുകുപ്പായവും വെളുത്ത ജീൻസും തന്റെ ശരീരഘടനയ്ക്ക് യോജിച്ച വേഷമായതുകൊണ്ടും അവൾക്ക് ഒരിക്കൽക്കൂടി ബെല്ലടി ക്കുവാൻ ധൈര്യം കിട്ടി. അഴിച്ചിട്ട തലമുടിയിൽനിന്ന് ആപ്പിൾ ഷാംപൂ വിന്റെ മണം കാറ്റിൽ പടർന്നു. വാതിൽ തുറക്കപ്പെടുന്നതിന്റെ മുമ്പു തന്നെ വശ്യമായ ഒരു മന്ദഹാസം തന്റെ ചുണ്ടുകളിൽ ഒതുക്കി നിർത്തി. പടിഞ്ഞാറുഭാഗത്ത് എങ്ങോ അദൃശ്യമായി സ്ഥിതി ചെയ്യുന്ന സമുദ്ര ത്തിൽ നിന്ന് തണുത്തൊരു കാറ്റ് സടകുടഞ്ഞെഴുന്നേറ്റു. അത് അവളുടെ ചുമലുകളെ ആശ്ലേഷിക്കുകയും തലമുടിയിഴകളെ ഉയർത്തിപ്പറപ്പി ക്കുകയും ചെയ്തുകൊണ്ടിരുന്നു. ഒരു വിജയിയുടെ കൊടിക്കൂറപോലെ യാണ് തന്റെ മുടിയെന്ന് ഒരിക്കൽ നിക്കലസ് പറഞ്ഞത് മനോരമ ഓർമ്മിച്ചു. താറുമാറായിക്കിടക്കുന്ന രണഭൂമിയെ അനുസ്മരിപ്പിക്കുന്ന ചുളിഞ്ഞ പട്ടുകിടക്കയിൽ കിടന്നുകൊണ്ട് തന്നെ നോക്കുകയായിരുന്നു അയാൾ. താനോ ജനവാതിലിനരികിൽ നിന്ന് മുടി ചീകുകയും.

ഫ്ളെച്ചർക്ക് അറുപത് വയസ്സ് തികഞ്ഞിരിക്കുമോ? ഏതു രാജാവിനും കാഴ്ചവെയ്ക്കുവാൻ പറ്റിയ അനർഘപാരിതോഷികമായ തന്റെ ശരീരം അയാളെ ആകർഷിക്കുമോ? അയാളെ സന്തുഷ്ടിപ്പെടുത്തുവാനാണോ നിക്കലസ് തന്നെ പെട്ടിയുമായി ശ്രീലങ്കയിലേക്ക് അയച്ചിരിക്കുന്നത്? ഒരു പക്ഷേ, അയാളിൽനിന്നും വല്ലതും നേടുവാൻ നിക്കലസ് പ്ലാനിട്ടിരിക്ക യാവാം.

വെളുത്ത യൂണിഫോം ധരിച്ച ഒരു പരിചാരകൻ വാതിൽ തുറന്നു.

'മിസ്റ്റർ ഫ്ളെച്ചർ ഇതേവരെ എഴുന്നേറ്റിട്ടില്ല.'

'ഞാൻ കാത്തിരിക്കാം.'

പച്ചപ്പരവതാനിയും വെളുത്ത ചൂരൽഫർണിച്ചറുമുള്ള ഒരു വരാന്ത യിലേക്ക് അവൾ ആനയിക്കപ്പെട്ടു. ഒരു ചുവരിൽ കാട്ടുപോത്തിന്റെ രണ്ട് തലകൾ മരക്കൂട്ടിൽ ബന്ധിച്ച് തൂക്കിയിരുന്നു. സോഫമേൽ തലയുള്ള

ഒരു പുലിത്തോൽ അശ്രദ്ധമായി വിരിച്ചിരുന്നു. പെട്ടെന്ന് പർദ്ദ വലിച്ചു നീക്കി പാശ്ചാത്യരീതിയിൽ വസ്ത്രധാരണം ചെയ്ത ഒരു യുവാവ് പ്രത്യക്ഷപ്പെട്ടു. മനോരമയ്ക്ക് അയാളിൽനിന്ന് തന്റെ കണ്ണുകളെ വലിച്ചെടുക്കുവാൻ പ്രയാസം തോന്നി.

ആ നിറവും ആ കണ്ണുകളും ബദാംകുരുവിന്റെ ആകൃതിയിലുള്ള കൈനഖങ്ങളും അവൾ ആ വീട്ടിൽ പ്രതീക്ഷിച്ചിരുന്നില്ല. വാർധക്യത്തിന്റെ മനംമടുപ്പിക്കുന്ന മധുര മണം ഉയർത്തുന്ന തലയോട്ടിൽ എലിവാൽപോലെ മിനുക്കിവെച്ച വെളുത്ത മുടിയുള്ള ഒരാളെയാണ് താൻ പ്രതീക്ഷിച്ചത്. ഇതാണോ നിക്കലസിന്റെ ചിരകാലസുഹൃത്ത് സ്റ്റീഫൻ ഫ്ളെച്ചർ?

'ഞാൻ മിസ്റ്റർ ഫ്ളെച്ചറുടെ സെക്രട്ടറിയാണ്. കൈയൊപ്പ് വാങ്ങാനാണ് വന്നതെങ്കിൽ ഞാൻ അത് വേഗത്തിൽ മേടിച്ചുകൊണ്ടു വന്നു തരാം. ഇന്ന് അദ്ദേഹത്തിന് തിരക്കുള്ള ദിവസമാണ്. സന്ദർശകരെ കാണുകയില്ല.'

അവൾ ഉറക്കെ പൊട്ടിച്ചിരിച്ചു.

'ഞാൻ കൈയൊപ്പിനു വന്നവളല്ല. പാരീസിൽനിന്ന് നിക്കലസ് കൂവെ മിസ്റ്റർ ഫ്ളെച്ചറിന് തന്നയച്ച ബ്രീഫ്കേസ് ഇവിടെ ഏൽപ്പിച്ചു പോവാൻ മാത്രം വന്നതാണ് ഞാൻ.'

'ക്ഷമിക്കണം. ഞാൻ തെറ്റിദ്ധരിച്ചു. അദ്ദേഹത്തിന് വയസ്സ് അറുപത്തഞ്ചായി. പണ്ടത്തെപ്പോലെ ആരോഗ്യമില്ലതാനും. സന്ദർശകരുടെ സംഖ്യ ഞാൻ കരുതികൂട്ടി നിയന്ത്രിക്കുകയാണ്. ഞാൻ വീണ്ടും മാപ്പ് ചോദിക്കുന്നു. എന്റെ പേര് ജെറിയെന്നാണ്.'

അയാൾ മനോരമയുടെ കൈയിൽനിന്ന് പെട്ടിവാങ്ങാനായി കൈനീട്ടി.

'ഫ്ളെച്ചറിന്റെ കൈവശം ഏൽപ്പിക്കാനാണ് നിക്കലസ് എന്നെ നിർദ്ദേശിച്ചത്. എന്റെ പേര് മനോരമ ജെന്നിഫർ കെല്ലി എന്നാണ്. കഴിഞ്ഞ ആഴ്ച ഇവിടെ നടന്ന ഇന്റർനാഷ്ണൽ ഫാഷൻ പരേഡിൽ പങ്കെടുക്കുവാൻ പാരിസിൽനിന്ന് വന്നതാണ് ഞാൻ.'

'ഞാൻ വർത്തമാന കടലാസുകളിൽ വായിച്ചു, അതിനെപ്പറ്റി. ഫോട്ടോയും കണ്ടതായി ഒരോർമ്മയുണ്ട്.'

'നിങ്ങളെയും മിസ്റ്റർ ഫ്ളെച്ചറേയും ആ ബാൻക്വെറ്റിൽ[7] കണ്ടില്ല. കൊളംബോവിലെ പ്രധാനികളെല്ലാം സന്നിഹിതരായിരുന്നുവെന്ന് കാര്യദർശികൾ എന്നോടുപറഞ്ഞു.'

'മിസ്റ്റർ ഫ്ളെച്ചർ സാധാരണയായി വിരുന്നുസൽക്കാരങ്ങൾക്കൊന്നും പോവാറില്ല...... ഞാൻ പോയി അദ്ദേഹത്തെ ഇവിടെ വിളിച്ചു

7. അത്താഴവിരുന്ന്

കൊണ്ടുവരാം, മിസ് കെല്ലി. നിങ്ങൾ സൽക്കാരമുറിയിലേക്ക് മാറിയിരിക്കുക. വരാന്തയിൽ ചൂടായിരിക്കും.'

ഏകദേശം നൂറടി വ്യാസമുള്ള ആ മുറിയുടെ ചുമരുകൾ സാറ്റിൻ വുഡ് കൊണ്ട് നിർമ്മിച്ചവയായിരുന്നു. കൊത്തുപണികൾക്കിടയിൽ ദ്വാരങ്ങളുണ്ടെന്നും അവയിൽക്കൂടി പല നേത്രങ്ങളും തന്നെ നോക്കി പഠിക്കുകയാണെന്നും മനോരമയ്ക്കു തോന്നി. ഗാർഫേയ്സ് ഹോട്ടലിൽ വെച്ച് ഒരു വ്യവസായി തന്നോട് ഫ്ളെച്ചറെപ്പറ്റി പറഞ്ഞ കാര്യങ്ങൾ വീണ്ടും ഓർമ്മ വന്നു. അയാൾ ഒരു വൻശക്തിയുടെ മുഖ്യ ചാരനാണെന്നും പുസ്തകങ്ങളുടെ റോയൽറ്റി എന്ന പേരിൽ കോടിക്കണക്കിന് വന്നുകൊണ്ടിരിക്കുന്ന പണം ഉയരാൻ ശ്രമിക്കുന്ന ചെറുരാജ്യങ്ങളിൽ ആഭ്യന്തരവിപ്ലവങ്ങൾ ജനിപ്പിച്ച് അവയെ ദുർബലപ്പെടുത്തുവാനാണ് അയാൾ ഉപയോഗിക്കുന്നത് എന്നും, അങ്ങനെയാണ് അവൾ അറിഞ്ഞത്. അതൊക്കെ സത്യമായിരിക്കുന്നു? എന്നാൽ അത്തരമൊരു വ്യക്തിയുമായി നിക്കലെസ് എന്തിനായി അടുത്തു? നിക്കലെസിന് രാഷ്ട്രീയമില്ലല്ലോ. സ്റ്റീഫൻ ഫ്ളെച്ചറിന്റെ അവിശ്വസനീയമായ ജീവിതവിജയത്തിന്റെ രഹസ്യം അയാളുടെ തൂലികയുടെ മിടുക്കല്ല എന്ന് വരുമോ? അവൾ ഒരൊറ്റ പുസ്തകങ്ങളും വായിച്ചിരുന്നില്ല, പക്ഷേ, കിക്കാൻ മസാരയുടെ മകൻ ഫ്ളെച്ചറിന്റെ ഒരാരാധകനായിരുന്നു. മനുഷ്യരെപ്പറ്റിയല്ല അയാളുടെ കഥാപാത്രങ്ങൾ എന്ന് ആ കുട്ടി ഒരിക്കൽ തന്നോട് പറഞ്ഞതായി അവൾ ഓർത്തു. മറ്റേതോ ഗ്രഹത്തിൽ നിന്ന് ഭൂമിയിൽ വന്നെത്തി, മനുഷ്യനെന്ന അഭിനയത്തോടെ ചാരപ്രവൃത്തി നടത്തുന്ന ഒരു വിചിത്ര ജിവിയാവുമോ ഫ്ളെച്ചർ.

'ഗുഡ്മോർണിങ്ങ് മിസ് കെല്ലി., നിങ്ങൾ എനിക്കുവേണ്ടി വളരെ ബുദ്ധിമുട്ടി. സ്റ്റീഫൻ ഫ്ളെച്ചർ. വാതിൽക്കൽ ഒരു ഭീമാകാരം. ഏതോ ഭൂഖണ്ഡത്തിന്റെ വർണ്ണഛായപടം പോലെ വിസ്തീർണ്ണവും ചേതോഹരവുമായ മാർവിടം പ്രത്യക്ഷപ്പെടുത്തികൊണ്ടും നിൽക്കുന്ന മനുഷ്യനെ നോക്കി മനോരമ ആശ്ചര്യഭരിതയായി. ഏകദേശം മുന്നൂറു റാത്തലെങ്കിലും അയാൾക്ക് തൂക്കം വരും. നീണ്ടു വെളുത്ത മുടി ഒരു മൃഗരാജന്റേതെന്നപ്പോലെ ചുമലുകളിൽ ചിതറിക്കിടക്കുന്നു. ചുവന്ന ഷർട്ടിന്റെ കുടുക്കുകൾ അഴിഞ്ഞതിനാൽ കഴുത്തിൽ ധരിച്ച പ്ലാറ്റിനം ചങ്ങലയും അതിൽ തൂങ്ങുന്ന കുരിശും അവൾക്ക് കാണാമായിരുന്നു. കുരിശിന്റെ നടുവിൽ ഒരു രക്തത്തുള്ളിപോലെ വിലപിടിച്ച ഒരു റൂബി തിളങ്ങികൊണ്ടിരുന്നു.

'ഗുഡ്മോണിങ്ങ് മിസ്റ്റർ ഫ്ളെച്ചർ ഞാൻ ഇത് നിങ്ങളെ ഏൽപ്പിക്കുവാൻ സമയം വൈകിച്ചു. എനിക്ക് തിരക്കായിരുന്നു. ഫാഷൻ പരേഡും മറ്റുമായി ശ്വാസം വലിക്കാൻ കൂടി സമയം കിട്ടിയിരുന്നില്ല, ഇന്നുവരെ.'

'നിക്കലസ് എനിക്ക് എഴുതിയിരുന്നില്ല മിസ് കെല്ലി. അല്ലെങ്കിൽ ഞാൻ ഉടനെതന്നെ നിങ്ങൾ താമസിക്കുന്ന ഹോട്ടലിലേക്ക് വരുമായിരുന്നു. ഇത്ര കനമുള്ള ഈ പെട്ടി നിങ്ങൾക്ക് തനിച്ചെടുക്കേണ്ടി വന്നുവല്ലോ. അതാലോചിക്കുമ്പോഴാണ് എനിക്ക് വ്യസനം.' പ്രാതൽ കഴിക്കുമ്പോഴാണ് ഫ്ളെച്ചർ മനോരമയോട് തന്റെ സെക്രട്ടറിയായ ജെറിയെപ്പറ്റി സംസാരിച്ചത് അനാഥാലയം നടത്തിവരുന്ന ഒരു സ്ക്കൂളിന്റെ വാർഷികോത്സവത്തിൽ പങ്കെടുക്കുവാൻ ചെന്ന തന്നെ ജെറി എതിരേറ്റതും പിന്നീട് അവിടെനിന്ന് ഓടിപോയി തന്റെ താമസസ്ഥലത്ത് അഭയം പ്രാപിച്ചതും ഫ്ളെച്ചർ വിവരിച്ചു. അന്ന് ജെറിക്ക് വെറും പതിനഞ്ച് വയസ്സ്. ഇപ്പോൾ ഇരുപത്തിയഞ്ച്. 'ഈ ലോകത്തിൽ വെച്ച് മിടുക്കനായ സെക്രട്ടറി ജെറിയാണെന്ന് ഞാൻ ഉറച്ചുപറയാം.'

മനോരമയെ ഹോട്ടലിൽ കാറിൽ കൊണ്ടുപോയാക്കാൻ ഫ്ളെച്ചർ കൽപ്പിച്ചപ്പോൾ ജെറി സസന്തോഷം അതിന് തയാറായി. വളരെ പതുക്കെയാണ് അയാൾ കാറോടിച്ചത്. ഏറ്റവും സുഖകരമായ ഒരു പ്രവൃത്തിയായതു കൊണ്ട് അതിന്റെ സമയം ദീർഘിപ്പിക്കുകയാണ് അയാൾ എന്ന് മനോരമയ്ക്കു തോന്നി. അവൾ ചോദിച്ചു:

'നിങ്ങളുടെ ഒഴിവുസമയം എപ്പോഴാണ്? ഇന്നു രാത്രിയും ഗാർഫേസ് ഹോട്ടലിൽ വെച്ച് ഒരു ഡിന്നർ പാർട്ടി നടക്കുന്നുണ്ട്. ഡാൻസുമുണ്ടാവും. ഒരു കൂട്ടുകാരനെ കൊണ്ടുവരാനുള്ള അധികാരം എനിക്കുണ്ട്. വരുന്നോ?'

'നിങ്ങൾ എത്ര ദയവോടെ സംസാരിക്കുന്നു. മിസ് കെല്ലി.! എനിക്ക് ഒഴിവുസമയം എന്നൊരു ലക്ഷ്വറി ജീവിതത്തിലില്ല. രാവിലെ അഞ്ചരയ്ക്ക് ഉണർന്നാൽ പിന്നെ ഫ്ളെച്ചർ ഒരു മണിക്ക് വായന കഴിഞ്ഞ് കിടക്കുന്നതു വരെയും ഞാൻ അദ്ദേഹത്തിന്റെ സെക്രട്ടറിയായി ജോലി നോക്കുന്നു. എനിക്ക് വരാൻ സാധിക്കില്ല, മിസ് കെല്ലി. ഞാൻ സ്വതന്ത്രനല്ല.'

സ്റ്റിയറിംഗ് വീലിൻമേൽ വെച്ചിരുന്ന കൈവിരലുകളുടെ പേശികൾ മുറുകി. അയാൾ അവളുടെ മുഖത്തുനോക്കാൻ തുനിഞ്ഞില്ല. ഹോട്ടലിൽ എത്തിയപ്പോൾ അവൾ ചോദിച്ചു:

'ജെറീ, എന്റെയൊപ്പം ഒരു കപ്പ് കാപ്പി കുടിക്കൂ. ഇല്ലെങ്കിൽ ഫ്ളെച്ചറിനു ഞാൻ ഈ ജന്മം മാപ്പ് കൊടുക്കുകയില്ല.'

ജെറി അവളെ അനുഗമിച്ചു. ഗാൾഫേസ് ഹോട്ടലിൽ, പടിഞ്ഞാറു വശത്തെ വരാന്തയിൽ ആ നേരത്തെ അതിഥികളാരും തന്നെ ഉണ്ടായിരുന്നില്ല. വെളുത്ത ചൂരൽ കസേരകൾ ഒഴിഞ്ഞുകിടക്കുന്നു. കടൽതീരത്ത് വരിവരിയായി കിടന്നിരുന്ന വെള്ള ചൂരൽക്കട്ടിലുകളിലൊന്നിൽ തലേന്നാൾ ആരോ മറന്നിട്ടുപോയ ഒരു ചുവന്ന ടർക്കിടവ്വൽ കിടന്നിരുന്നു. ഞണ്ട്, ലോബ്സ്റ്റർ മുതലായ സമുദ്രോൽപ്പന്നങ്ങൾ വിളമ്പാറുള്ള സീഫുഡ് നാവികന്റെ വേഷം ധരിച്ചു വിഷണ്ണനായി നിന്നിരുന്നു. കടൽ

വെളുത്ത ചാട്ടവാറുകൾപോലെ ഇരമ്പികൊണ്ട് തൂണുകളെ അവിശ്രമം പ്രഹരിച്ചുകൊണ്ടിരുന്നു.

'ഇതെത്ര മനോഹരമായ കാഴ്ചയാണ്!'

'ഏത്?'

'ഈ കടൽ. ഈ പുൽത്തകിടി. എന്റെ മേശപ്പുറത്ത് കൈനീട്ടിയാൽ തൊടാവുന്ന ദൂരത്ത് നിങ്ങളും'

'ജെറി, നിങ്ങൾ ഒരു കുട്ടിയെപ്പോലെ സംസാരിക്കുന്നു.'

എത്രയോ കാലം മുമ്പ് പരിചയപ്പെട്ടവരെപ്പോലെ അവർ കടൽകരയിൽ കൈകോർത്തു നടന്നു. തൂണിന്റെ ചുറ്റും സിംഹള വേഷം ധരിച്ചു നിന്നിരുന്ന ഹോട്ടൽ പരിചാരികകൾ അവരെ അസ്വസ്ഥരായി നോക്കി നിന്നു. അവർ രണ്ടുപേരുടെയും ശരീരസൗഭാഗ്യം അവരിലോരോരുത്തരെയും അസൂയാലുക്കളാക്കി.

'സ്റ്റീഫന് സ്ത്രീകളെ അവജ്ഞയാണ്' ജെറി പറഞ്ഞു: 'തന്റെ സ്വന്തം അമ്മയെക്കൂടി. നിന്റേയും എന്റെയും അമ്മകൾ പശുക്കളായിരുന്നുവെന്ന് പലതവണ അദ്ദേഹം പറഞ്ഞിട്ടുണ്ട്. എന്റെ അമ്മ പഠിപ്പില്ലാത്ത ഒരു തമിഴത്തിയായിരുന്നു. അമ്മയുടെ ജാരസന്തതിയായിരുന്നു ഞാൻ. ഒരു ബർഗറുടെ നിറം നേടിയവനായതുകൊണ്ട് ചിത്രാലെയിനിലുള്ള എന്റെ കുടിലിൽ കഴിയാൻ പ്രയാസമായിത്തീർന്നു. അമ്മയെ പരിഹസിക്കുന്നതു കേട്ട് എന്റെ മനം നൊന്തു. അതാണ് അമ്മ എന്നെ അനാഥാലയത്തിൽ കൊണ്ടുപോയാക്കിയത്. പിന്നീട് അവരെ ഞാൻ കണ്ടിട്ടുമില്ല.

'മുകളിൽ എന്റെ മുറിയിലേക്ക് പോവുക. നമുക്ക് അവിടെയിരുന്ന് അൽപ്പം വിശ്രമിക്കാം. എനിക്ക് ഇത്രയധികം ചൂടുള്ള വെയിലിൽ നടന്ന് ശീലമില്ല.'

ഫ്ളെച്ചറേയും തന്റെ ഉത്തരവാദിത്തങ്ങളേയും മറന്ന് ജെറി അവളെ പിന്തുടർന്നു. മുറിയിൽവെച്ച് അവർ പരസ്പരം ആലിംഗനം ചെയ്തു. വൈദ്യുതാഘാതത്താലെന്നപോലെ അവർ ഞെട്ടി. നിശ്ചലരായി.

ഒരു സ്ത്രീശരീരത്തിന്റെ രഹസ്യങ്ങളൊന്നും തന്നെ അതുവരെ മനസ്സിലാക്കാത്ത ജെറിയെ വാൽസല്യത്തോടെ മനോരമ തന്നോടടുപ്പിച്ചു. പഴുക്കാത്ത ആപ്പിളിന്റെ മണമായിരുന്നു അയാളുടെ ചുണ്ടുകൾക്ക്.

'നിനക്ക് എന്റെകൂടെ പാരീസിലേക്ക് വരാൻ ആഗ്രഹമുണ്ടോ?' അവൾ ജെറിയോട് ചോദിച്ചു: 'എന്റെ സെക്രട്ടറിയായി എന്നോടൊത്ത് ജീവിക്കുവാൻ'

തന്നെ ദാരിദ്ര്യത്തിൽ നിന്നും അതിന്റേതായ അപമാനങ്ങളിൽ നിന്നും മോചിപ്പിച്ച സ്റ്റീഫനെ വഞ്ചിക്കുവാൻ സാധ്യമല്ലെന്ന് ജെറി പറഞ്ഞു.

ഫ്ളെച്ചറിന്റെ ജീവിതം അവസാനിക്കുമ്പോൾ മനോരമയ്ക്ക് അന്ന് അയാളെ ആവശ്യമുണ്ടാവുമെങ്കിൽ അയാൾ വരാൻ തയ്യാറാണ്.

'പാവം സ്റ്റീഫൻ, മരണപത്രപ്രകാരം സകലസ്വത്തുക്കൾക്കും എന്നെ അവകാശിയാക്കിയിരിക്കുകയാണ്.'

'നീ സെക്രട്ടറിമാത്രമല്ല. എന്ന് എനിക്ക് തോന്നുന്നു. നീ അയാളുടെ പ്രേമഭാജനമാണ്, അല്ലേ?'

ജെറി അവളിൽ നിന്ന് തലതിരിച്ചു. കുറേ നേരം, മറ്റുള്ളവരുമായി പങ്കിടാൻ വയ്യാത്ത മൗനത്തിൽ അവർ മുഴുകി

അവർ വീണ്ടും വസ്ത്രം ധരിച്ച് പുറത്തുവന്നപ്പോൾ ലോബിയിൽ വെച്ച് ഹോട്ടലിലെ ഉദ്യോഗസ്ഥനായ ബാർത്തലോമിയോ സ്വരം താഴ്ത്തി കൊണ്ടു പറഞ്ഞു:

'മിസ് കെല്ലി, നിങ്ങളെ അന്വേഷിച്ച് മിസ്റ്റർ ഫ്ളെച്ചർ വന്നിരുന്നു. എനിക്ക് ഫോൺ ചെയ്ത് അറിയിച്ചുതരാൻ സമയം കിട്ടിയില്ല. നിങ്ങളുടെ മുറിക്കു നേർക്കു നടന്നു രണ്ടുമിനിട്ടിൽ മടങ്ങുകയും ചെയ്തു.'

ജെറിയുടെ മുഖം പെട്ടെന്ന് വിളർത്തു. ആ നിമിഷത്തിൽതന്നെ മരണം അവനെ ആക്രമിച്ചിരുന്നിരിക്കണം. കാരണം, തന്റെ കൈ പിടിയിൽ ഒതുക്കി വെച്ചിരുന്ന ആ കൈവിരലുകൾ വിയർത്ത് ഐസ്പോലെ തണുത്തു.

'ജെറി നിനക്ക് സുഖമില്ലേ?'

'ഞാൻപോവുന്നു.'

'ഇനി എന്നാണ് കാണുക?'

'അറിഞ്ഞുകൂടാ ഒരു പക്ഷേ, നിന്റെകൂടെ ഞാനും പാരീസിലേക്ക് വന്നേക്കാം.'

'ഞാൻ കാത്തിരിക്കും. ജെറി ചിരിച്ചുകൊണ്ട് ഒരു നേരം പോക്കെന്ന പോലെ പറഞ്ഞ ആ വാക്കുകൾ അവളെ പിന്നീട് പീഡിപ്പിച്ചു. ആദ്യ ത്തേതും അവസാനത്തേതുമായ ആ ആലിംഗനത്തിൽ നിന്ന് ഒരിക്കലും മനോരമയ്ക്ക് മോചനം ലഭിച്ചില്ല.

പിറ്റേ ദിവസം പുറത്തേക്ക് ഇറങ്ങുവാൻ ടാക്സി വിളിച്ചു വരുത്തിയ പ്പോൾ ബാർത്തലോമിയോ പറഞ്ഞു:

'മിസ് കെല്ലി, ഇന്നുപുറത്തുപോകുന്നത് അപകടമാണ്. ഇന്നലെ ജാഫ്നയിൽവെച്ച് തമിഴ് തീവ്രവാദികൾ പതിമൂന്ന് സിംഹളയോദ്ധാ ക്കളെ കൊന്നിരുന്നു. അവരുടെ ശവങ്ങൾ ഇന്ന് കൊളംബോവിലേക്ക് കൊണ്ടു വരുമ്പോൾ ഇവിടെ വർഗ്ഗീയലഹള നടക്കാനിടയുണ്ട്.

'അസംബന്ധം. എനിക്ക് ഒരു ലഹളയേയും പേടിക്കാനില്ല. ഞാൻ തമിഴത്തിയുമല്ല, സിംഹളക്കാരിയുമല്ല.

ഫ്ളെച്ചറിന്റെ വീടിന്റെ മുറ്റത്ത് പോലീസ് വണ്ടികൾ നിന്നിരുന്നു. അകത്ത് പോലീസ് ഉദ്യോഗസ്ഥൻമാർ ആ എഴുത്തുകാരനെ ചോദ്യം ചെയ്യുകയായിരുന്നു.

'എന്റെ ബട്ട്ളറാണ് ആ കാഴ്ച ആദ്യം കണ്ടത്.' അയാൾ പറഞ്ഞു: 'ആരോ തലതല്ലിത്തകർത്തിരുന്നു. അവൻ തമിഴനായിരുന്നു. അതു കൊണ്ടാവാം ഈ കൊലപാതകം നടന്നത്.'

മനോരമയുടെ കൺമുന്നിൽ അന്ധകാരം വന്നെത്തി. അവളെ അപ്പോൾ മാത്രമേ ഫ്ളെച്ചർ കണ്ടുള്ളു.

'ക്ഷമിക്കണം മിസ് കെല്ലി, എനിക്ക് നിങ്ങളോട് സംസാരിക്കാൻ ഇന്ന് സൗകര്യമില്ല. എന്റെ സെക്രട്ടറിയെ ആരോ ഇന്നലെ രാത്രി തല്ലികൊന്നി രിക്കുന്നു.'

ഫ്ളെച്ചറെ ജെറിയുടെ മാതാവെന്ന സ്ത്രീ താമസിക്കുന്ന ചിത്രാ ലെയിനിലേക്ക് കൊണ്ടുപോയി. എന്നിട്ടും മനോരമ അവിടെ നിന്നും നീങ്ങിയില്ല.

'നിങ്ങൾ കൊണ്ടുവന്ന പെട്ടിയാണ് ഇതിനൊക്കെ കാരണം.' ബട്ട്ലർ പറഞ്ഞു: 'ജെറി ആ പെട്ടി രഹസ്യമായി അലമാരിയിൽ നിന്നും മാറ്റി കാർ ഷെഡിൽ കൊണ്ടുപോയി വയ്ക്കുന്നത് ഞാൻ കണ്ടു. അതിനെപ്പറ്റി അപ്പോഴൊന്നും ആലോചിച്ചതുമില്ല.'

'എന്നിട്ട് ആ പെട്ടിയെവിടെ?'

'അത് യജമാനന്റെ സെല്ലറിൽ വീഞ്ഞുകുപ്പികളുടെ പിന്നിൽ ഒളിഞ്ഞി രിപ്പുണ്ട്.'

'നിങ്ങൾ എന്തുകൊണ്ട് ഈ വിവരങ്ങളൊന്നും പോലീസുകാരെ അറിയിച്ചില്ല.'

'ഞാൻ വലിയവരുടെ കാര്യങ്ങളിൽ തലയിടാറില്ല.'

പിന്നീട്, ടാക്സിയിൽ കയറിയിരുന്നപ്പോൾ മനോരമയുടെ മനസ്സിൽ സംശയങ്ങൾ വന്നുനിറഞ്ഞു. ആ പെട്ടിയിൽ പണമായിരുന്നുവോ? നിക്കലസും ഫ്ളെച്ചറും ഒരു സമ്പന്നരാഷ്ട്രത്തിനു വേണ്ടി ചാരപ്രവൃത്തി ചെയ്യുന്നവരാണോ? ജെറി ആ പെട്ടിയുമെടുത്ത് രക്ഷപ്പെടുവാൻ ശ്രമിക്കുകയായിരുന്നുവോ? തനിക്കും അവന്റെ കൊലയിൽ ഉത്തരവാദി ത്തമുണ്ടെന്ന് മനോരമയ്ക്ക് തോന്നി.

ലങ്കയിലെ പത്രങ്ങൾ പിറ്റേ ദിവസം ആ യുവാവിന്റെ മരണത്തെപ്പറ്റി റിപ്പോർട്ട് ചെയ്തില്ല. നാടുനീളെ നടന്ന കൊലപാതകങ്ങളെപ്പറ്റി പത്രക്കാർക്ക് ഒന്നും പറയാനുണ്ടായിരുന്നില്ല. ഭാഗ്യവശാൽ തനിക്ക് വിമാനത്താവളത്തിലേക്ക് പോവാൻ അനുവാദം പോലീസ് തന്നു. വഴിയിൽ തന്നോടൊപ്പം നീങ്ങിയ പുകച്ചുരുൾ കാണാതിരിക്കുവാൻ

വേണ്ടി മനോരമ കണ്ണുകളടച്ചു. പീടികകളും ആഭരണശാലകളും വണ്ടികളും കത്തിയെരിയുകയാണ്. സൗന്ദര്യമുള്ള ദ്വീപേ വിട തരിക, അവൾ പറഞ്ഞു. നിന്റെ സൗന്ദര്യത്തോടും നിന്റെ കിനാക്കളോടും ഞാൻ യാത്ര പറയുന്നു.....

'ജെന്നീ നീ എത്രനേരമായി സോഫയിൽ മിണ്ടാതെ കിടക്കുന്നു. നേരം പതിനൊന്നായി. അകത്തുപോയി ഉറങ്ങൂ. ഐവി നിന്റെ പഴയ മുറി നിനക്കായി വൃത്തിയാക്കി ഒരുക്കിവെച്ചിരിക്കുന്നു.'

'ശരി വീല്ലി, ഞാൻ ഉറങ്ങട്ടെ.'

പിറ്റേ ദിവസം പത്രപ്രവർത്തകർ അവളോട് ജെറിയെപ്പറ്റി ചോദിച്ചപ്പോൾ അവൾ പൊട്ടിച്ചിരിച്ചുകൊണ്ടു പറഞ്ഞു:

'അതൊക്കെ കെട്ടുകഥകൾ! ഞാൻ ആ ചെറുപ്പക്കാരനെ കണ്ടതായി ഓർമ്മിക്കുന്നതുപോലുമില്ല. ഫ്ളെച്ചറിന്റെ വീട്ടിൽ പരിചാരകരായി പലരും നിന്നിരുന്നു. അതിൽ അയാളും ഉണ്ടായിരുന്നിരിക്കണം.'

'നിങ്ങളുമായി ജെറി പ്രേമബന്ധത്തിലാണെന്നുംകൂടി ഞങ്ങൾ കേട്ടിരുന്നു മിസ് കെല്ലി.'

'എന്നെ അങ്ങനെ തരംതാഴ്ത്തരുത്. എനിക്ക് പ്രേമിക്കാൻ ഫ്ളെച്ചറിന്റെ ശമ്പളക്കാരിലൊരുത്തനെ മാത്രമേ കിട്ടുകയുള്ളു?'

ഇടത്തെ കവിളത്ത് ഒരു നുണക്കുഴി തെളിഞ്ഞു. സ്വർണ്ണവാറുകളുള്ള പാദരക്ഷയാൽ അലംകൃതമായ ഒരു കൊച്ചു കാലടി അവൾ മെല്ലെ തന്റെ മുൻവശത്തേക്ക് നീട്ടി.

'രാജവീഥികളിൽ മാത്രം നടന്ന് ശീലിച്ചവളാണ് ഞാൻ.'

അവളുടെ കാലടിത്തുമ്പിൽ ചുംബിക്കുവാൻ പത്രപ്രതിനിധികൾക്ക് ആഗ്രഹം തോന്നി.

'ഞങ്ങൾക്കു മാപ്പു തരണം.' അവർ വിനീതരായി പിറുപിറുത്തു.

■

പാതിവ്രത്യമെന്ന സമസ്യ

അർദ്ധരാത്രിയിൽ അയാൾ ഉറങ്ങിക്കഴിഞ്ഞയുടനെ അവൾ എഴുന്നേറ്റു കുളിമുറിയിൽ കടക്കുന്നു. അയാളുടെ ചീഞ്ഞ മോണയിൽനിന്ന് ചുംബനവേളയിൽ ഒഴുകുന്ന ചലം തന്റെ വായിൽനിന്നു നിശ്ശേഷം കഴുകി മാറ്റുവാനായി ബ്രഷിൽ പേസ്റ്റ് തേച്ച് പല്ലുകളിൽ ശക്തിയായി ഉരസുന്നു. ദേഹത്തിൽ അയാളുടെ കൈനഖങ്ങൾ വരുത്തിവെച്ച നഖക്ഷതങ്ങൾ വെള്ളം തട്ടുമ്പോൾ നീറിപ്പുകയുന്നു. എന്നിട്ടും ക്ഷമയോടെ ഷവറിന്റെ കീഴിൽ അവൾ എത്രയോ നേരം കണ്ണുകളുമടച്ചു നിലകൊള്ളുന്നു. കൊടുംതപസ്സു നടത്തുന്ന നഗ്നയായ യോഗിനിയെപ്പോലെ. അവൾക്കു മുണ്ടാവില്ലേ ന്യായാനുസൃതമായ ഒരു മോക്ഷം! ഇന്നെനിക്ക് അയാളിൽ നിന്നു വല്ല പകർച്ചവ്യാധിയും ലഭിച്ചിരിക്കുമോ? അവൾ തന്നത്താൻ ചോദിക്കുന്നു. ശങ്കയ്ക്ക് കാരണമുണ്ട്. താൻ നാട്ടിലായിരുന്നപ്പോൾ അയാൾ പല കാമുകന്മാരുള്ള വേലക്കാരിയുമായി ശയിച്ചിരിക്കണം. അവർ അന്യോന്യം നോക്കുമ്പോൾ പ്രത്യക്ഷപ്പെടുന്ന ശൃംഗാരചേഷ്ടകൾ എത്രയോ തവണ തന്റെ കണ്ണിൽപെട്ടിരിക്കുന്നു. എന്നിട്ടും ആ വിഷയത്തെപ്പറ്റി ഉരിയാടുവാൻ തന്റെ അഭിമാനം അനുവദിക്കുന്നില്ല. അയാളെ വിട്ടു മറ്റൊരിടത്തേയ്ക്കു താമസം മാറ്റിയാൽ നാട്ടുകാർ തന്നെ മഹാപാപിയെന്നും കുലടയെന്നും വിളിക്കും. വാർദ്ധക്യം ബാധിച്ച ഭർത്താവിനെ ഉപേക്ഷിച്ച് യുവാക്കന്മാരെ തേടിപ്പോയതാണെന്നേ അവർ പറയുകയുള്ളൂ. അയാൾ നിന്നെ സ്നേഹിക്കുന്നുവല്ലോ എന്ന് അവർ അവളോടു പറയും. എല്ലാ സ്ത്രീകൾക്കും വേണമല്ലോ സ്നേഹം.

അയാളുടെ സ്നേഹത്തിനു പഴകിയ വിയർപ്പിന്റെയും ശുക്ലത്തിന്റെയും മണമാണ്. ചലവും ശുക്ലവും മദ്യവും കൂട്ടിച്ചേർത്തുണ്ടാക്കിയ ഒരു രാസ വസ്തുവാണ് സ്നേഹം. അതിൽനിന്നു മാത്രമേ അവൾക്കു രക്ഷപ്പെടേണ്ടതുള്ളു. പക്ഷേ, അതിൽനിന്നു മാത്രമേ അവൾക്ക് രക്ഷപ്പെടാൻ സാധിക്കാതെ വരികയുള്ളു.

ഇത്തരം ചിന്തകൾ തന്റെ മനസ്സിൽ അങ്കുരിക്കുന്നതുകൊണ്ടാവാം അവൾ എല്ലാ മാസാരംഭത്തിലും പണ്ടങ്ങൾ വിറ്റിട്ടെങ്കിലും പണമുണ്ടാക്കി

കൊടുക്കുന്നത്. കിടക്കയിൽ വേണ്ടത്ര ആവേശം പ്രദർശിപ്പിക്കാൻ വയ്യാത്തതുകൊണ്ട് ഒരു നഷ്ടപരിഹാരമെന്ന നിലയിൽ ഒരായിരം രൂപയുടെ ഒറ്റനോട്ട്.

അയാളുടെ പണക്കൊതി വർദ്ധിച്ചുവരുന്നു. പണ്ടങ്ങൾ വിറ്റു തീർന്നതു കൊണ്ടു വെള്ളിസ്സാമാനങ്ങൾ എടുത്തുകൊണ്ടു പോയി അവൾ വിറ്റു. വീട്ടു ചെലവിനാണല്ലോ എന്ന ന്യായീകരണത്തോടെ അയാൾ അവളുടെ സകല വസ്തുക്കളും കൈവശപ്പെടുത്തി, ഇന്ത്യൻ വിസ്കി നിർത്തിവെച്ചു. സ്കോച്ച് വാങ്ങി കുടിച്ചുതുടങ്ങി. ഇപ്പോൾ തലവേദനയില്ല, അയാൾ ചിരിച്ചുകൊണ്ടു പറഞ്ഞു: ബീഭത്സവും പ്രാകൃതവുമായ മുഖഭാവത്തോടെ സൽക്കാരമുറിയിൽ ഇരുന്നുകൊണ്ട് അതിഥികളെ ഭയപ്പെടുത്തി മടക്കിയോടിച്ചു. തന്റെ മേലുദ്യോഗസ്ഥന്മാരോടു മാത്രം എളിമയിൽ പെരുമാറാൻ അയാൾക്ക് അറിയുമായിരുന്നു. അവർ തരുന്ന ചുംബനങ്ങൾ സന്തോഷത്തോടെ സ്വീകരിക്കുവാൻ അയാൾ അവളെ പ്രേരിപ്പിച്ചു. ഒരുമ്മ കൊടുക്കാനിത്ര മടിയോ? അയാൾ ചോദിച്ചു. നീ അത്ര വലിയ പതിവ്രതയൊന്നുമല്ലല്ലോ. ഒരിക്കൽ മറ്റൊരാളുമായി പ്രേമബന്ധത്തിൽപ്പെട്ടവളല്ലേ നീ? അതൊക്കെ ഇത്ര വേഗം മറന്നുവോ?

തന്റെ ഇരുണ്ട നഗ്നതയെ കുഴിച്ചെടുക്കുന്ന ഒരു നിക്ഷേപത്തെയെന്ന പോലെ വെളിപ്പെടുത്തിക്കൊണ്ട് അയാൾ ഉറങ്ങിക്കിടക്കുമ്പോൾ അവൾ വല്ലാത്തൊരസുഖത്തോടെ മുഖം തിരിക്കുന്നു. മുറിയുടെ മൂലയിൽ ഈശ്വര വിഗ്രഹത്തിനു മുമ്പിൽ കത്തുന്ന വിളക്കിന്റെ നാളത്തിനും ക്ഷീണം പറ്റിയതായി അവൾക്കു തോന്നുന്നു. കാമക്കൂത്തിനു സാക്ഷി നിൽക്കുവാൻ അഗ്നിക്കും സങ്കോചമോ? എല്ലാമറിയുന്ന അഗ്നിക്ക്?

ഒരിക്കൽ അയാൾ ചിരിച്ചുകൊണ്ടു പറഞ്ഞു, എന്റെ സ്നേഹിതൻ വാസു പറഞ്ഞു.... നിന്നെപ്പോലെ സദാചാരബോധമില്ലാത്ത ഒരു ഭാര്യയെ വെച്ചു പുലർത്തുന്ന എനിക്ക് അവൻ ഒരു സ്വർണ്ണമെഡൽ തരാനുദ്ദേശിക്കുന്നുവെന്ന്. എന്താണു നിന്റെ അഭിപ്രായം?

അവളും പുഞ്ചിരി തൂകി. വാസു തരട്ടെ, അവൾ പറഞ്ഞു, നമുക്കു പിന്നത്തെ മാസത്തിൽ അതു വിറ്റ് കാശാക്കാമല്ലോ.

■

രാധയുടെ കത്ത്

എന്റെ ഓമനേ;

എന്നെ വിട്ടുപോവുന്നതിന്റെ തലേന്നാൾ നീ എന്നെ സമാശ്വസിപ്പിച്ചു കൊണ്ട് പറഞ്ഞു: 'എല്ലാ പുരുഷന്മാരിലും എന്നെ കാണുവാൻ നീ പഠിക്കണം.'

അന്നു രാത്രി നിന്നെ വിട്ട് ഞാൻ വീട്ടിൽ മടങ്ങിയെത്തിയപ്പോൾ എന്റെ ഭർത്താവ് ഉണർന്നു കിടക്കുകയായിരുന്നു. അദ്ദേഹം പറഞ്ഞു: 'നീ മടങ്ങിയെത്താൻ വളരെ വൈകിച്ചു. നിനക്കെന്തു പറ്റിയെന്നു ആലോചിക്കുക യായിരുന്നു ഞാൻ.'

'നക്ഷത്രങ്ങൾ കാർമേഘങ്ങൾക്കു പിന്നിൽ മറഞ്ഞതുകൊണ്ട് എനിക്കു വഴിതെറ്റിപ്പോയി.' എന്നോ മറ്റോ വേറെയൊരിക്കൽ ഞാൻ പറയുമായിരുന്നു. പക്ഷേ അന്ന് ആ വക നുണകൾ പറയുവാൻ എന്തുകൊണ്ടോ എനിക്കു കഴിഞ്ഞില്ല. നനഞ്ഞ വക്കുകളുള്ള എന്റെ പുടവ അഴിച്ചു മാറ്റി ഞാൻ ധൃതിയിൽ ഉറങ്ങുവാൻ കിടന്നു. അദ്ദേഹത്തിന്റെ ആശ്ലേഷത്തിൽ ഞാനാകെ മരവിച്ചുപോയി. ഞാൻ മരിച്ചുകഴിഞ്ഞിരുന്നു. എന്റെ കൃഷ്ണാ! നിന്നോട് യാത്രപറഞ്ഞു പിരിഞ്ഞ ആ നിമിഷം മുതൽ ഞാൻ ചലിക്കുന്ന ഒരു ജഡം മാത്രമായിക്കഴിഞ്ഞിരുന്നു.

അദ്ദേഹം ചോദിച്ചു: രാധേ, എന്റെ ചുംബനങ്ങൾ നിന്നെ വെറുപ്പിക്കു ന്നുവോ?

'ഇല്ല,' ഞാൻ മന്ത്രിച്ചു. 'ഇല്ല, ഇല്ല'

ഒരു ശവത്തിന് അതിനെ കൊത്തിവലിക്കുന്ന പറവകളോടും കരണ്ടു തിന്നുന്ന പുഴുക്കളോടും വെറുപ്പു തോന്നാറുണ്ടോ?

എന്റെ ഭർത്താവിന്റെ ആശ്ലേഷത്തിൽ ഞാൻ വീണ്ടും ഒരു വ്യഭിചാരിണിയായി. വസ്ത്രങ്ങൾക്കും ഭക്ഷണത്തിനും വേണ്ടി ഒരാൾക്ക് കീഴടങ്ങുന്നളാണല്ലോ യഥാർത്ഥ വ്യഭിചാരിണി. ഞാൻ എല്ലാറ്റിനു മുപരിയായി സ്നേഹിക്കുന്ന നിന്റെ കൈകൾക്കുള്ളിൽ ഞാനെന്നും

നിർമ്മലയായിരുന്നു. ചാരിത്ര്യവതിയായിരുന്നു. ശാരീരികമായ ഒരു സ്പർശനത്തിനുവേണ്ടി മാത്രമായിരുന്നില്ല ഞാൻ നിന്നോടടുത്തത്. എന്റെ ഉള്ളിൽ തൊലിക്കും മാംസത്തിനും എല്ലിനും കീഴിൽ എവിടെയോ ഏകാകിയും ഭേദ്യവുമായ എന്തോ ഒന്ന് ഒരു സ്പർശനം കാത്തുകിടക്കുന്നുവെന്നു എനിക്കു തോന്നിയിരുന്നു. എന്നെങ്കിലും അതു സ്പർശിക്കപ്പെടുമെന്നും അതിന്നുശേഷം ഈ ജീവിതചലനങ്ങൾക്കെല്ലാം തന്നെ ഒരർത്ഥം വയ്ക്കുമെന്നും എനിക്കു വിശ്വാസമുണ്ടായിരുന്നു. നീ എന്റെ മീതെ കിടക്കുമ്പോൾ, നീലിമയും ചാരുതയുമുള്ള നിന്റെ ശരീരം തന്നെ ആകാശമായിത്തീരുന്നു. അതിനുകീഴിൽ കൂടുതൽ അക്ഷമയും ശക്തയുമായിത്തീരുന്നു. ഈ ഭൂമിയുടെ കൊടിയ, വന്യമായ വിശപ്പ് ഞാനും അപ്പോൾ അനുഭവിക്കുന്നു. രണ്ടു മേഖലകൾക്കുമിടയിൽ അച്ചുതണ്ടെന്ന പോലെയുള്ള നിന്റെ പൗരുഷം കുറച്ചു നിമിഷങ്ങൾക്കു ഭൂമിയുടെ ഭ്രമണം തന്നെ നിർത്തുന്നു....

നീ പറഞ്ഞു: 'രാധേ, നീ ഒരു കാട്ടുതീയാണ്. ഞാനോ, ഒരു പാവം കാട്. എനിക്കു കത്തുവാൻ മാത്രമെ കഴിവുള്ളു.'

പക്ഷെ, കത്തിയടങ്ങി, തീരെ മങ്ങിക്കിടക്കുന്ന കനലിന്റെ മുകളിൽ ചാമ്പലെന്നപോലെ ലാഘവത്തോടെ നീ എന്റെ മീതെ ശയിച്ചു. 'ഭൗതികമായ അഗ്നി. നീ ജ്വലിക്കൂ! ഞാൻ എന്നോടുതന്നെ പറഞ്ഞു. ജ്വലിക്കൂ. ജ്വലിക്കൂ. ഒടുവിൽ നിത്യവും ശാശ്വതവുമായ അവന്റെ ആ ശരീരത്തിന്റെ നദികൾ ചൂടുപിടിച്ച ജീവന്റെ ലഹരിയോടെ എന്നിലേക്കു പ്രവഹിക്കട്ടെ.

ഒരിക്കലും നീയില്ലാത്ത ഒരു ഭാവിയെപ്പറ്റി അന്ന് ഞാനോർത്തില്ല. സ്നേഹത്തിൽപ്പെട്ട സ്ത്രീയുടെ ദർശനം എത്ര പരിമിതമാണ്! നിന്റെ ശരീരത്തിന്റെ അതിർത്തികൾക്കപ്പുറത്ത്, ആ തണുത്ത കാൽവിരൽത്തുമ്പുകൾക്കുമപ്പുറത്ത്, പൊള്ളയായും അനന്തമായും നീണ്ടു നീണ്ടു കിടക്കുന്ന ഒരു ലോകത്തെ എനിക്കു കാണണമെന്നുണ്ടായിരുന്നില്ല. എന്റെ ലോകം എന്നുമെന്നും നിന്റെ ആറടിയിൽ ഒതുങ്ങുന്നതായിരിക്കണമെന്ന് ഞാനാശിച്ചു. എന്റെ ശരീരത്തിന്നു ഉത്തരവാദിത്തബോധത്തോടെ താങ്ങുവാൻ കഴിയുന്ന ഒരു കൊച്ചുലോകം.

ആദ്യകാലത്ത് നീ ഒരു പ്രശ്നമായിരുന്നു. ഞാൻ സ്നേഹത്താൽ വലഞ്ഞു. ക്ഷീണിതയും ദയനീയയുമായിത്തീർന്നപ്പോൾ നീ തന്നെ പരിഹാരമായി രൂപാന്തരപ്പെട്ടു. നീ എന്നെ സ്നേഹിക്കുന്നില്ലേ എന്നു ഞാൻ അന്നെല്ലാം എത്ര തവണ നിന്നോടു ചോദിച്ചു! പക്ഷേ സ്നേഹത്തെപ്പറ്റി ചോദിക്കുമ്പോഴൊക്കെ നീ നിന്റെ കാമാർത്തികൊണ്ട് എന്നെ മൂകയാക്കിക്കൊണ്ടിരുന്നു.

ഒരിക്കൽ കരഞ്ഞുകൊണ്ടു ഞാൻ ചോദിച്ചു: 'ഇപ്പോഴെങ്കിലും പറയൂ, നീ എന്നെ സ്നേഹിക്കുന്നില്ലേ.'

നിന്റെ ചുണ്ടുകൾ എന്റെ കാലിന്റെ തുടമേൽ ചുവന്ന ഒരു വാക്ക് വരച്ചു വെച്ചു. അത് 'ഉവ്വ്' എന്നായിരുന്നുവൊ? ആർക്കറിയാം? എനിക്ക് ഒരിക്കലും മനഃസമാധാനം കിട്ടിയിരുന്നില്ല. സൂര്യനെപ്പോലെ പ്രകാശിക്കുന്നതെങ്കിലും ഭയാനകമായ സ്നേഹത്തിന്റെ മാത്രമായ ഈ ലോകത്തിൽ എത്തിവീണതിനുശേഷവും എനിക്കു വിശ്രമം കിട്ടിയിട്ടില്ല. നീ സംതൃപ്തി വരുത്തിക്കഴിഞ്ഞ എന്റെ ശരീരത്തിൽനിന്ന് അസ്വസ്ഥമായ ആത്മാവ് ഇടയ്ക്ക് ഉയിർത്തെഴുന്നേറ്റു എന്റെ കണ്ണുകളിലേയ്ക്ക് ഉറ്റുനോക്കും. 'രാധേ. ഇതാണോ നീ സ്വപ്നം കണ്ടിരുന്ന ആനന്ദം?' അതു ചോദിക്കും. ഈ ബന്ധം ശാശ്വതമാണോ?

നിന്റെ ശരീരത്തെ പലതവണയും കീഴടക്കിക്കഴിഞ്ഞുവെന്നതുകൊണ്ട് ഞാൻ ഒരു വിജയിയായിരുന്നു. പക്ഷേ, ഒരു കാവൽക്കാരന്റെ ജാഗ്രതയോടെ, ഞാൻ തട്ടിയെടുത്ത കോട്ട അവിശ്രമം ചുറ്റുകയായിരുന്നു ഞാൻ ചെയ്തിരുന്നത്. ഏതെങ്കിലും ഒരു നിമിഷത്തിൽ ലൗകികജ്ഞമായ ഒരു ക്രൂരവിവേകം നിന്നോട് എന്നെ ഉപേക്ഷിച്ചു പോരുവാൻ ഉപദേശിക്കുമെന്ന് എനിക്ക് അറിയാമായിരുന്നു. അതുകൊണ്ട് പലപ്പോഴും ഞാൻ നിന്റെ കണ്ണുകളെ അടച്ചു ചുംബിച്ചു. നിന്റെ മുഖം എന്റെ മാറിടത്തിൽ ഒളിപ്പിച്ചു. ഞാനല്ലാതെ മറ്റൊന്നും നിന്റെ ദൃഷ്ടിയിൽ പെട്ടുപോവരുതെന്നും നിന്റെ ലോകം ഞാനായിത്തീരണമെന്നും ഞാൻ കലശലായി ആഗ്രഹിച്ചു.

ഒരു കാമുകിയായിത്തീർന്നപ്പോൾ ഞാൻ സുന്ദരിയായി. നിന്റെ കൈസ്പർശം തട്ടി എന്റെ തൊലി, തിരുമ്മിമിനുക്കിയ പിച്ചളവിളക്കുകൾ പോലെ തിളങ്ങി. നിന്റെ വിരലുകൾ എത്ര വാത്സല്യത്തോടെയാണ് എല്ലായിടത്തും ഓടിനടന്നത്! ഒരു ദിവസം ഞാൻ എന്റെ ശരീരത്തിലാകെ ചന്ദനത്തൈലം പുരട്ടിക്കൊണ്ടു നിന്നെക്കാണുവാൻ വന്നു. പക്ഷേ അന്നു നീ നമ്മുടെ രഹസ്യസങ്കേതത്തിൽ വന്നതേ ഇല്ല. ആ സന്ധ്യയ്ക്ക് യമുനയുടെ തീരത്ത് വിഷണ്ണയായി ഇരിക്കുമ്പോൾ എനിക്കുതോന്നി, ഈ ലോകത്തിൽ എത്ര വസ്തുക്കൾ വ്യർത്ഥങ്ങളായിപ്പോവുന്നു എന്ന്. എത്ര ചന്ദനത്തൈലം. സൗരഭ്യങ്ങൾ പ്രതിനിധീകരിക്കുന്ന സ്ത്രീയുടെ സത്ത. എന്തെല്ലാം വ്യർത്ഥമായിപ്പോവുന്നു.

പിറ്റെ ദിവസം ഞാൻ നിന്നോട് ചോദിച്ചു: 'നിനക്ക് മറ്റൊരു കാമുകിയുണ്ടോ?'

അസൂയയുടെ മേഖല എനിക്ക് അന്നുവരെ അപരിചിതമായിരുന്നു. അതുകൊണ്ട് അവിടെ ഒരൽപമതിയുടെ ഇടറിയ കാൽവെയ്പുകളോടെ മാത്രമേ എനിക്ക് നടക്കുവാൻ കഴിഞ്ഞുള്ളു. നീ എന്റെ ചോദ്യത്തിനു മറുപടി പറഞ്ഞില്ല. പക്ഷെ ചിരിച്ചുകൊണ്ടു ചോദിച്ചു: 'രാധേ, നിനക്കു ഞാൻ പോയിക്കഴിഞ്ഞാൽ വേറെ കാമുകന്മാരുണ്ടാകില്ലേ?'

'അതെങ്ങനെയാണ്?' ഞാൻ ചോദിച്ചു. 'നീയാണ് പാതയുടെ അറ്റം. നിനക്കുശേഷം മറ്റൊന്നുമില്ല.'

ഞാൻ നിന്റെ മടിയിൽ തലവെച്ചു കിടക്കുകയായിരുന്നു. നീ പറഞ്ഞു: 'രാധേ, ഞാൻ മറ്റൊരുത്തിയെ ആശ്ലേഷിച്ചാൽ അതിനും കാരണക്കാരി നീയായിരിക്കും. കാരണം, നിന്റെ ആസക്തി മാത്രമായിരിക്കും അവളെ എന്റെ കരവലയത്തിലേക്ക് ഓടിപ്പിക്കുന്നത്. പുരുഷനെ പ്രാപിക്കുന്ന ഏതു സ്ത്രീയും വാസ്തവത്തിൽ നീയായിരിക്കും. ലോകാവസാനം വരെ ഏതു കാമുകിയുടെ ശരീരവും നിന്റെ അടങ്ങാത്ത ബുഭുക്ഷയുടെ വാസസ്ഥലമായിത്തീരും.'

നിന്റെ വാക്കുകൾ എനിക്ക് സമാധാനം തന്നില്ല. അതുകൊണ്ട് അപക്വമായ എന്റെ മനസ്സിന്റെ ഉപദേശം മാത്രം ഞാൻ കേട്ടു. അതു മന്ത്രിച്ചു:

'അവനെ നിന്നിലേയ്ക്ക് അടുപ്പിക്കൂ. അവന്റെ ശരീരത്തെ എങ്കിലും വീണ്ടും വീണ്ടും രമിപ്പിച്ചു കീഴടക്കുക.'

ഞാൻ പല്ലുകൾകൊണ്ടും നഖങ്ങൾകൊണ്ടും തുടിക്കുന്ന കൈകാലുകൾ കൊണ്ടും നിന്നെ വേദനിപ്പിച്ചു. എന്നിട്ട് മുറിപ്പെട്ട ആ മനോഹാരിതയെ ഒരു ജേതാവിന്റെ ഗർവ്വോടെ നോക്കിക്കണ്ടതിനുശേഷം വീണ്ടും ഞാൻ നിരഹങ്കാരിണിയായി. നിന്നോട് കരുണ കാണിക്കുവാൻ വേണ്ടിമാത്രം ഞാൻ ക്രൂരയായി, ഇടയ്ക്കിടയ്ക്ക്. പിന്നീട് എളിമയോടെ നിന്റെ മുറിവുകളിൽ ചുംബിച്ച്, ഞാൻ കണ്ണുനീർ വീഴ്ത്തി...

ഒരു ദിവസം നിന്റെ കൈകളിൽ വിശ്രമിച്ചുകിടക്കുമ്പോൾ ഞാൻ പറഞ്ഞു:

'കൃഷ്ണാ, നമുക്ക് ഒരു വീടുണ്ടാക്കണം നമ്മുടെ രണ്ടാളുടേയും സ്വന്തമായ ഒരു വീട്, അതിനുചുറ്റും ചൂടിലും നശിക്കാത്ത കള്ളിച്ചെടികൾ നട്ടുവളർത്തണം. ചുവന്ന് രോമാവൃതങ്ങളായ ഇതളുകളുള്ള വനപുഷ്പങ്ങൾ അവിടെ വിരിയും. രാവിലെ സൂര്യൻ ജനലിൽക്കൂടി വന്നെത്തുമ്പോൾ നിന്റെ ഇരുണ്ട ശരീരംകൊണ്ട് നീ എന്റെ നഗ്നതയെ ഒളിപ്പിക്കും. പറയൂ, ഓമനേ, അങ്ങനെ ഒരു വീട് നമുക്ക് ഒരിക്കൽ ഉണ്ടാവുകയില്ലേ?'

'അങ്ങനെയൊരു വീട് ഇപ്പോൾത്തന്നെ എവിടെയൊ ഉണ്ടായിരിക്കണം. അവിടെ ഈ സമയത്ത് നീ എന്റെ കരവലയത്തിൽ കിടന്നുറങ്ങുകയായിരിക്കും. ആ കള്ളിച്ചെടികളിൽ ഇപ്പോൾ നിലാവു വീഴുന്നുണ്ടാവണം. ഇതെല്ലാം സംഭവിക്കുന്നില്ലയെന്ന് നിനക്കെങ്ങനെ അറിയാം.'

അപ്പോൾ ഞാൻ ചോദിച്ചു: 'ഞാൻ മരിച്ചുപോയാലും ആ വീട്ടിലെ രാധ മരിച്ചുപോവില്ലേ?'

'ഇല്ല' നീ പറഞ്ഞു 'അവിടെയുള്ള രാധയ്ക്കും അവളുടെ കൃഷ്ണനും മരണമില്ല. അവർ നിന്റെ സ്വപ്നങ്ങളാണ്. സ്വപ്നങ്ങൾക്കു

മരണമില്ല. അവ മാത്രമെ ശാശ്വതങ്ങളായി ഈ ലോകപര്യന്തത്തെ അതിജീവിക്കുകയുള്ളു.'

എന്തുകൊണ്ടോ, അന്നു ഞാൻ സമാധാനത്തോടെ നിന്നോടു ചേർന്നു കിടന്ന് ഉറങ്ങിപ്പോയി. ഉറങ്ങിയെഴുന്നേറ്റപ്പോൾ നിലാവു മറഞ്ഞു കഴിഞ്ഞിരുന്നു. കാട്ടിലെ ഇരുട്ടും എന്റെ കരവലയത്തിലെ ഭീമാകാരമായ ശൂന്യതയും എന്നെ ഭയപ്പെടുത്തി. മരങ്ങൾക്കിടയിൽക്കൂടി നദിയുടെ തീരത്ത്, വീട്ടിലേയ്ക്കുള്ള വഴികൂടി അറിയാതെ കരഞ്ഞുകൊണ്ട് ഞാൻ വളരെനേരം അലഞ്ഞുനടന്നു......

ഓ, സൗന്ദര്യവാനായ കൃഷ്ണാ, നീ എന്റെ സന്തോഷമായിരുന്നു. എന്റെ വേദനയും. സന്തോഷം എന്നിൽനിന്നു വേർപെട്ടു പൊയ്ക്കഴിഞ്ഞു. പക്ഷേ, ഒരിക്കലും ഈ വേദനയെ എന്നിൽനിന്നു നീക്കരുത്. ഇതു നിലനിൽക്കുമ്പോൾ നീ എന്റെ പുരുഷനാണ്. നൂറുനാഴികയ്ക്കപ്പുറത്തു സമ്പൽസമൃദ്ധമായ ആ മധുരയിൽ ലാവണ്യവതികളായ നിന്റെ രാജ്ഞിമാരുമായി ക്രീഡിക്കുമ്പോഴും നിഗൂഢമായവിധത്തിൽ നീ എന്റേതാണ്. എന്റെ സ്നേഹമാണ് ആ സുന്ദരികളെ നിന്നിലേക്ക് അണയിപ്പിക്കുന്നത്. എന്റെ അടങ്ങാത്ത അഭിലാഷവും.

ഇന്നു രാവിലെ യമുനാതീരത്തുവെച്ച് ഒരുത്തി എന്നെ നോക്കി ചിലരോട് പറയുന്നതുകേട്ടു. 'ആ പോവുന്നവളാണ് രാധ. രാജാവിന്റെ പണ്ടത്തെ കാമുകി. അവളുടെ കണ്ണുകളിലേയ്ക്കു മാത്രം നിങ്ങൾ നോക്കിപ്പോവരുത്. അവയ്ക്കുള്ളിൽ അവളുടെ ആത്മാവ് മരിച്ചു കിടക്കുകയാണ്. ഉപേക്ഷിക്കപ്പെട്ട കവാടങ്ങളിൽ മാറാലയെന്നപോലെ വിഷാദം ആ കണ്ണുകളിൽ മൂടൽ ചാർത്തി യിരിക്കുന്നു.'

അപ്പോൾ യൗവ്വനത്താൽ ഗർവ്വിഷ്ഠയായിത്തീർന്ന ഒരു സുന്ദരി ചോദിച്ചു: 'അവളെന്തിന്ന് ജീവിക്കുന്നു? അവൾക്കു മരിച്ചുകൂടെ?'

ശരിയാണ്. എനിക്കു മരിക്കാമായിരുന്നു. നീ ഇനിയൊരിക്കലും എന്നെ അന്വേഷിച്ച് ഈ ഗ്രാമത്തിലെ നദീതീരത്തേയ്ക്കു വരികയില്ല. ഇനി ഒരിക്കലും ഞാൻ നിന്നെ കാണുകയില്ല.

എന്നിട്ടും നിന്റെ രാധ ജീവിക്കുന്നു. കാരണം മനുഷ്യജീവിതം ദൈർഘ്യമുള്ളതായിപ്പോയി.

■

കൃഷ്ണന്റെ വേഷം

രാത്രിയുടെ മുക്കാൽഭാഗവും അവസാനിക്കാറായപ്പോൾ ഒഴിഞ്ഞു കിടക്കുന്ന അരങ്ങത്തേയ്ക്ക് ഒരു യുവാവ് സങ്കോചത്തോടെ കയറി ച്ചെന്നു.

ഇടത്തെ സൈഡ് കർട്ടന്റെ അടുത്ത് സ്വിച്ച് കേടുവന്ന ഒരു ബൾബ് മാത്രം മങ്ങിക്കത്തിക്കൊണ്ടിരുന്നു. വിജനമായ നാടകശാലയിൽ മൂന്നാം വരിയിൽ ഒരു മദ്യപാനി തന്റെ തല നെഞ്ചിൽച്ചായ്ച്ച് കിടന്നുറങ്ങി ക്കൊണ്ടിരുന്നു.

എല്ലാ വാക്കുകളും ഉച്ചരിക്കപ്പെട്ടു കഴിഞ്ഞു.
എല്ലാ നൃത്തങ്ങളും അവസാനിച്ചു.
എല്ലാ ഗാനങ്ങളും നിലച്ചു.
കാണികളും പൊയ്ക്കഴിഞ്ഞു.
ഈ അസമയത്ത് നീ എന്തിനുവന്നു.

മഹാവേഷങ്ങൾ പൊട്ടിച്ചിരിച്ചും അട്ടഹസിച്ചും ഗർജ്ജിച്ചും കൊടു ങ്കാറ്റുപോലെ മുറവിളി കൂട്ടിയും ശബ്ദായമാനമാക്കിയിരുന്ന ഈ സ്റ്റേജിൽ ശാന്തനും യുവാവുമായ നീ എന്തിനു വന്നു?

ചുമരിന്മേൽ ചുവന്ന തുപ്പൽക്കറകൾ. നിലത്ത് സിഗരറ്റുകുറ്റികൾ അണിയറയിൽ തട്ടിപ്പോയ കുറിക്കൂട്ടുകൾ. നാടകശാലയിൽ മദ്യപാനി യുടെ കൂർക്കംവലി. കാറ്റിൽ അടർന്നുവീഴുവാൻ തയ്യാറെടുക്കുന്ന മേൽക്കൂരയുടെ ഞരക്കങ്ങൾ.

നീ ഇത്ര വൈകിയത് എന്തിനാണ്? നീ ഏതു വേഷമാണ് അഭിനയി ക്കാൻ ഉദ്ദേശിക്കുന്നത്?

നിന്റെ കയ്യിൽ ആയുധങ്ങളില്ല.
നിന്റെ തലയിൽ കിരീടമില്ല.
നിന്റെ മുഖത്ത് ചായങ്ങളില്ല.
നിന്നെ കണ്ടാൽ ഒരു നടനാണെന്ന് ആരും പറയുകയില്ലല്ലോ.

നിന്റെ പേരെന്താണ്?

ഞാൻ കൃഷ്ണനാണ്.

ഞാൻ ഞാനായിത്തന്നെ അഭിനയിക്കുന്നു. നിന്നെ എവിടെയോ വെച്ച് പണ്ടൊരിക്കൽ കണ്ടിട്ടുണ്ടെന്ന് എനിക്ക് തോന്നുന്നു.

പക്ഷേ, അത് സാദ്ധ്യമല്ല. നിനക്ക് ചെറുപ്പമാണ്. ഈ മുഖം ഞാൻ കണ്ടിട്ടുണ്ടോ? കഷ്ടം! എനിക്ക് ഓർമ്മ വരുന്നില്ലല്ലോ.

പക്ഷേ, ഒരു കാര്യം തീർച്ചയാണ്. നിന്റെ പേര് ഞാൻ പണ്ട് എവിടെയോ വെച്ച് കേട്ടിട്ടുണ്ട്.

■

കഥകൾ അന്വേഷിക്കുമ്പോൾ

ഞാൻ ഒരു കഥ എഴുതുവാൻവേണ്ടി എത്ര നേരമായി ഈ മേശയ്ക്കരികെ ഇരിക്കുന്നു. എന്റെ പേനയുടെ ആലസ്യം എന്നെ അത്ഭുതപ്പെടുത്തുകയാണ്. എന്റെ മനസ്സും ഒരു തളർച്ച ബാധിച്ചപോലെ അടങ്ങിക്കിടക്കുന്നു... കഥാപാത്രങ്ങൾ ഇല്ലാതെയല്ല, എഴുതുവാൻ കഥകളുമില്ലാഞ്ഞിട്ടല്ല. പക്ഷേ, എനിക്ക് ഉണ്ടായിരുന്ന ആത്മവിശ്വാസം നശിച്ചുതുടങ്ങിയിരിക്കുന്നു. കഥ എഴുതി വരുമ്പോൾ അതു സെന്റിമെന്റലാവുമോ, അതു തീരെ കനമില്ലാത്തതായി ത്തീരുമോ എന്നൊക്കെയാണ് എന്റെ ശങ്കകൾ.

ഈ മേശയെ ഒരു അരങ്ങുപോലെയാണ് ഞാൻ കരുതുന്നത്. കടലാസുകൾ അടക്കിവെച്ചിരിക്കുന്നു. മഷിക്കുപ്പി, രണ്ടുപേനകൾ, ഒപ്പുകടലാസ്, തവിട്ടു നിറമുള്ള ലക്കോട്ടുകൾ എല്ലാമുണ്ട് ഇവിടെ. ഇനി കളി തുടങ്ങുകയേ വേണ്ടു.

ഇത് ഒരു ജനവാതിലിന്റെ അടുത്താണ് കിടക്കുന്നത്. പടിവാതിൽ തൊട്ട് വീടിന്റെ ഉമ്മറപ്പടികൾവരെ നീണ്ടുകിടക്കുന്ന ഒരു കോൺക്രീറ്റു പാതയും അതിന്റെ രണ്ടുവശത്തും നിൽക്കുന്ന വലിയ മരങ്ങളും എനിക്ക് കാണാം. മരങ്ങൾ തണുപ്പുകാലത്ത്, ഇലകൾ വീഴ്ത്തി, തീരെ വികൃതങ്ങളായി നിന്നിരുന്നവയാണ്, അസ്ഥികൂടങ്ങൾ പോലെ. ഇപ്പോൾ അവയ്ക്ക് ജീവൻ വന്നുകഴിഞ്ഞു. ചില കൊമ്പുകളിൽ പൂക്കൾ ജനിച്ചിരിക്കുന്നു. രോഗിണികൾ ഗർഭം ധരിച്ചു കാണുമ്പോൾ തോന്നാറുള്ള ഒരു വല്ലായ്മ ഇവയെ കാണുമ്പോഴും എനിക്കു അനുഭവപ്പെടുന്നു. കൽക്കത്തയിൽ വസന്തം എത്തിക്കഴിഞ്ഞു.

പടിയ്ക്കൽ ചെണ്ടുമല്ലിമാലകൾ വിൽക്കുന്ന ചെറുക്കൻ കാവൽക്കാരനോട് സംസാരിച്ചുകൊണ്ട് നിൽക്കുകയാണ്. ആ മാലകൾ മരിച്ച മാർവ്വിടങ്ങളിൽ ചാർത്തുവാനുള്ളവയാണ്. ഓരോന്നിന് രണ്ടണയാണ് വില. കഴിഞ്ഞ ആഴ്ച തോട്ടി മംഗ്ളൂവിന്റെ ഭാര്യ മരിച്ചപ്പോൾ അവളുടെ മേൽ ഒരു ഉറുപ്പികയുടെ മഞ്ഞപ്പൂമാലകൾ അണിഞ്ഞിരുന്നു. എല്ലാ ആഴ്ചയിലും ഒരിയ്ക്കലെങ്കിലും ഹിസ്റ്റീരിയ പ്രദർശിപ്പിച്ചിരുന്ന ഭാര്യ ആ കറുത്ത കുറ്റിപ്പല്ലുകാരി.... ഇല്ല, കാവൽക്കാരൻ ആ ചെറുക്കനെ

അകത്തേയ്ക്ക് വിടുകയില്ല. അയാൾ അവന്റെ ചുമലുകളിൽ പിടിച്ച് ഉന്തുവാൻ ശ്രമിക്കുന്നു, ശകാരിക്കുന്നു. എല്ലാ ആഴ്ചയിലും ഈ വളപ്പിൽ ഒരു മരണം വേണമെന്നുണ്ടോ? കടന്നു പോ, ഇരപ്പാളിചെക്കാ....

ഇന്നലെ ഇവിടെ വന്നിരുന്ന മിസ്റ്റർ എം. പറഞ്ഞ ഒരു കഥ ഓർമ്മ വരുന്നു. അദ്ദേഹത്തിന്റെ അച്ഛന് ഇപ്പോൾ എൺപത്തിയെട്ടു വയസ്സായിരിക്കുന്നു. മഹാത്മാഗാന്ധി, ടാഗോർ, സരോജിനി നായിഡു മുതലായ പല പ്രസിദ്ധ വ്യക്തികളുടെയും മൈത്രി അനുഭവിക്കുവാൻ അദ്ദേഹത്തിന്ന് കഴിഞ്ഞിട്ടുണ്ട്. ഇപ്പോൾ ഒരു ആത്മകഥ എഴുതിവരികയാണ്. എഴുതുവാൻ പ്രയാസമുള്ളതു കൊണ്ട് എല്ലാദിവസവും രാവിലെ പത്തുമണിക്ക് ഒരു ചെറുപ്പക്കാരൻ ആ വീട്ടിൽ വന്നെത്തുന്നു. അയാൾ ഓരോ ചോദ്യങ്ങൾ ചോദിക്കും. വൃദ്ധൻ ഉത്തരം പറയുമ്പോൾ അതെല്ലാം എഴുതിവെക്കും.... അങ്ങിനെ ഒന്നോ രണ്ടോ മണിക്കൂറുകൾ, എഴുത്ത് നടക്കും

സർദാർപട്ടേൽ എന്തു പറഞ്ഞു? അദ്ദേഹം അന്ന് എന്തുകൊണ്ടു ബറോഡയ്ക്കു വന്നു? അങ്ങനെ ചില ചോദ്യങ്ങൾ. മിസ്റ്റർ 'എം'ന്റെ അച്ഛൻ തല ചികഞ്ഞ് ആലോചിക്കും. ഓർമ്മശക്തി ക്ഷയിക്കുകയാണല്ലോ. എന്നിട്ട് സംഭവിക്കാത്ത സംഭവങ്ങളെപ്പറ്റിയും, നടക്കാത്ത സംഭാഷണങ്ങളെപ്പറ്റിയും മറ്റും തികഞ്ഞ ക്ഷോഭത്തോടെ ആ ചെറുപ്പക്കാരനോടു പറയും. ചിലപ്പോൾ വൃദ്ധൻ ക്ഷോഭിച്ച്, വശംകെട്ട് കിടപ്പുമുറിയിലേക്കു പോവും. സർദാർ പട്ടേൽ അന്ന് പറഞ്ഞ വാക്കുകൾ!

അങ്ങനെ സുപ്രസിദ്ധനായ ഭാരതീയന്റെ ആത്മകഥ വളർന്നു വളർന്നു വരുന്നു....

മിസ്റ്റർ 'എം' അൻപതു വയസ്സു കഴിഞ്ഞ അവിവാഹിതനാണ്. ഇരുപത്തിരണ്ടു കൊല്ലങ്ങൾ ബർമ്മയിൽ കഴിച്ചുകൂട്ടി. ഇവിടെ മടങ്ങിയെത്തിയതിനു ശേഷം, പുതിയ മിത്രങ്ങളെ സമ്പാദിക്കുവാൻ ശ്രമിച്ചു തുടങ്ങി. പക്ഷേ, സ്വതവെയുള്ള ലജ്ജാശീലം മറ്റുള്ളവരുമായി അടുക്കുവാൻ അദ്ദേഹത്തെ അനുവദിച്ചില്ല. പുസ്തകങ്ങൾ നിറച്ച വീട്ടിൽ ഒളിഞ്ഞു ജീവിക്കുകയാണ്. മറ്റന്നാൾ ഈദ് ആണ്. ഒഴിവുദിവസം. നിങ്ങൾ രണ്ടുപേരും എന്റെ വീട്ടിൽ ഉച്ചഭക്ഷണം കഴിയ്ക്കണം മിസ്റ്റർ എം. പറഞ്ഞു. അതു വേണ്ട, എന്റെ ഭർത്താവ് പറഞ്ഞു. നിങ്ങൾ ഇവിടേക്ക് വരികയാണ് നല്ലത്. മിസ്റ്റർ എം. എതിർത്തില്ല. എതിർപ്പു പ്രകടിപ്പിക്കുവാൻ അദ്ദേഹത്തിന്റെ നാവിനു മാത്രമല്ല, കണ്ണുകൾക്കുകൂടി വശമില്ല എന്നു തോന്നുന്നു. മിസ്റ്റർ എം. നിങ്ങളെ കുട്ടികൾ വല്ലാതെ ബുദ്ധിമുട്ടിക്കുന്നു. അവരെ ശകാരിച്ചുകൂടെ? എന്റെ ഭർത്താവ് അദ്ദേഹത്തോടു ചോദിച്ചു. മിസ്റ്റർ എം. തന്റെ പുറത്തു തൂങ്ങിയിരുന്ന പതിമൂന്നു വയസ്സുകാരനെ മെല്ലെ ഇറക്കിവെച്ചു ചിരിച്ചു.

എന്റെ അയൽക്കാരി ഒരു സുന്ദരിയാണ്. അവൾക്കു കുട്ടികളില്ല. എന്നും വിരുന്നുകൾക്കു പോവും, ആഴ്ചയിൽ രണ്ടു തവണ സിനിമ

കാണാൻ പോവും, എല്ലായ്പ്പോഴും ഷോപ്പുകളിൽ കയറിയിറങ്ങും. ഇനി വിദേശ വസ്തുക്കൾ കിട്ടാൻ പ്രയാസമാവും, അവൾ ഇന്നു രാവിലെ ഇവിടെ വന്നു കൊണ്ടു പറഞ്ഞു. ഞാൻ ന്യൂ മാർക്കറ്റിലേക്കു പോവുകയാണ്. പൗഡറും ലിപ്സ്റ്റിക്കും മറ്റും കുറെ വാങ്ങി വെയ്ക്കുകയാണ് നല്ലത്. വരുന്നുവോ? ഞാൻ പോയില്ല ഞാൻ ഉപയോഗിക്കുന്ന സെന്റിന്റെ വിലകൂടിപോയി. എത്രയാണെന്നറിയാമോ, അവൾ ചോദിച്ചു. അൻപത്തിരണ്ടു ഉറുപ്പിക, അൻപതു നയാപ്പൈസ....

ഡ്രൈവറുടെ ഭാര്യ ഏഴാമത്തെ പ്രാവശ്യം ഗർഭം ധരിച്ചിരിക്കുകയാണ്. അമ്മാ ഞാൻ കഷ്ടത്തിലായി, അവൾ പറഞ്ഞു. എല്ലാം കുടിച്ചു കളയുന്നു. എന്നിട്ട് എന്നെയും പിള്ളരേയും വന്നു മർദ്ദിക്കുന്നു. ഒന്നു പറഞ്ഞുനോക്കൂ. ഞാൻ മദിരാശിയിൽ നിന്നു വന്നപ്പോൾ ഇങ്ങനെയൊന്നും ആയിരുന്നില്ല. ഇപ്പോൾ വെറും എല്ലും തോലും മാത്രമായി. ചോറില്ലാഞ്ഞിട്ടല്ല, അമ്മാ, എന്റെ മനസ്സിന്റെ വേദന കാരണമാണ് ഞാനിങ്ങനെ ക്ഷയിച്ചുവരുന്നത്.

കഴിഞ്ഞ ആഴ്ച മിസ്റ്റർ സി. യുടെ പാർട്ടി തുടങ്ങിയത് ഏഴുമണിക്കാണ്. വിസ്കിയും വൈനും തൊട്ടുതുടങ്ങി. അവസാനിച്ചതു രാത്രി മൂന്നുമണിക്കാണ്. കുടിക്കാത്തവരെ നോക്കി മിസ്റ്റർ സി. പറഞ്ഞു. മഹാത്മാഗാന്ധികളാണ് നിങ്ങൾ, അല്ലേ, മഹാത്മാഗാന്ധികൾ നിങ്ങളോടു എനിക്കു കലശലായ അനുകമ്പ തോന്നുന്നു. മിസ്റ്റർ സി. ഒരു വക്കീലാണ്. ഒരു സെമിന്ദാറും. തടിച്ചു റോസാപൂവിന്റെ നിറമുള്ള ഒരു മനുഷ്യൻ. എന്റെ ഹൃദയം ഒരു പനിനീർപ്പൂവാണ്, അദ്ദേഹം പറഞ്ഞു. മാധവി, നിങ്ങളുടെ ഹൃദയം പുകപുരണ്ടു, നിറം മങ്ങിയ ഒന്നാണ്. മിസ്റ്റർ പി.യുടെ ഹൃദയം ഒരു കൽക്കരി ഖനിയാണ്, ഒരു കൽക്കരി ഖനി. ഹ...ഹഹ, ഹഹഹ.... മിസ്റ്റർ സി. റേഡിയോ ഗ്രാമിൻമേൽ ഒരു കൈത്തണ്ട ചായ്ച്ച് വലത്തെ കാൽകൊണ്ടു നിലത്തു താളം പിടിച്ചുകൊണ്ടു ഒരു ബംഗാളിപ്പാട്ട് ഏറ്റുപാടി. നീയ്യുള്ളതുകൊണ്ട് എത്ര വീടുകളിൽ ഞാൻ അപരിചിതനല്ലാതായിത്തീർന്നു........ ഇതുദൈവത്തെപ്പറ്റിയാണ്, അദ്ദേഹം പറഞ്ഞു. മിസ്റ്റിക് കവിത. രബീന്ദ്രനാഥിന്റെ കവിത.

മിസിസ്സ് സി. യുടെ കഴുത്തിൽ വൈരമാല ഉണ്ടായിരുന്നു. അവർ തന്റെ ഭർത്താവിനെ ഇടയ്ക്കിടയ്ക്ക് ബേബി എന്ന് വിളിച്ചുകൊണ്ടേയിരുന്നു. നിങ്ങൾ ഭർത്താവിനെ വല്ലാതെ ലാളിക്കുന്നു, മിസ്റ്റർ വി. അവരോടു പറഞ്ഞു. മിസിസ്സ് സി. ഭംഗിയുള്ള പല്ലുകൾ കാണിച്ചു ചിരിച്ചു.

മിസ്റ്റർ വി. ആന്ധ്രക്കാരനാണ് കിഴക്കൻഗോദാവരി പ്രദേശത്തുനിന്ന് ഉത്ഭവിച്ച ഒരു ബുദ്ധിജീവി. മഴക്കാലത്ത് ഗോദാവരി ഒഴുകുന്നതു പോലെയാണ്, അദ്ദേഹം സംസാരിക്കുക. നിർത്താതെ, ഒരു കനത്ത സ്വരത്തിൽ.... ഞാൻ കഴിഞ്ഞആഴ്ച, ഒരു ജഡ്ജിയുമായി പരിചയപ്പെട്ടു. അദ്ദേഹം പറഞ്ഞു. ആ ജഡ്ജിയുടെ അനുജൻ ലണ്ടനിൽവെച്ച് എന്റെ

സഹപാഠിയായിരുന്നു. ഞങ്ങൾ ഒന്നിച്ചാണ് അന്നൊക്കെ സായാഹ്ന സഞ്ചാരങ്ങൾക്ക് പോയിരുന്നത്. അയാൾ... അതേയോ? മിസ് എം. ചോദിച്ചു. ഇത്ര കാലത്തിനുശേഷം ഒരു സഹപാഠിയെകാണുക! എത്ര സന്തുഷ്ടകരമായ ഒന്നാണത്.... സഹപാഠിയെയല്ല ഞാൻ കണ്ടത്, മിസ്റ്റർ വി. പറഞ്ഞു. സഹപാഠിയുടെ ഏട്ടൻ, ഓ.... ഞാൻ തെറ്റിദ്ധരിച്ചു. മിസ് എം. പറഞ്ഞു. അവർ ഉടനെ മുറിയുടെ മറ്റെവശത്തേക്ക് നീങ്ങി പോയി.

മിസ്റ്റർ പി, നിങ്ങൾ റിട്ടെയർ ചെയ്തു. ഇനിയെങ്കിലും നിങ്ങൾക്ക് ഒരു കല്യാണം കഴിച്ചുകൂടെ? മിസ്റ്റർ സി. ഒരാളോടു ചോദിച്ചു. റിട്ടയർ ചെയ്ത ഒരാളെ ഏത് പെണ്ണാണ് സ്വീകരിക്കുക. മിസ്റ്റർ പി. കണ്ണിന്റെ കോണു കൊണ്ട് മിസ് എം.നെ നോക്കിക്കൊണ്ടു പറഞ്ഞു. മിസ് എം. പറഞ്ഞു, ഞാൻ കഴിഞ്ഞ ആഴ്ച ജ.....ലെ രാജകുമാരനെ അറിയില്ലേ? ഇല്ല, ഞങ്ങൾക്ക് ആർക്കും രാജകുമാരനെ അറിയില്ല, മിസ്റ്റർ പി. പറഞ്ഞു.......

ഇന്നുരാവിലെ ശ്രീമതി ആർ. ഫോൺ ചെയ്തുപറഞ്ഞു, ആന്ധ്ര യിൽ നിന്നു വരുന്ന ലേഖികയോടു പറയൂ, കവയിത്രികളെപ്പറ്റി എഴുതുന്ന പുസ്തകത്തിൽ എന്റെ അമ്മയെപ്പറ്റിയും എഴുതണമെന്ന്. എന്റെ അമ്മ ഒരു പുസ്തകംതന്നെ എഴുതിയിട്ടുണ്ട്. ശ്ലോകങ്ങൾ, വസന്തത്തെ വർണ്ണിച്ചുകൊണ്ട്. പക്ഷേ അച്ചടിപ്പിക്കാൻ അമ്മയ്ക്ക് താൽപ്പര്യമുണ്ടാ യിരുന്നില്ല. ഒരദ്ധ്യായമെങ്കിലും അമ്മയെപ്പറ്റി....

മിസ്റ്റർ ബി. ക്യാമറയുമായ് വന്നെത്തിയത് കഴിഞ്ഞ ആഴ്ചയിലാണ്. ചിരിച്ചുകൊണ്ട് ഇരിയ്ക്കൂ, ഞാൻ ഫോട്ടോ എടുക്കാം, അദ്ദേഹം പറഞ്ഞു. അച്ഛനും അമ്മയും അടുത്തടുത്തിരിക്കുക കുട്ടികൾ പിന്നിൽ നിൽക്കുക, ചിരിച്ചുകൊണ്ട്. മിസ്റ്റർ ബി. ഒരു വൃദ്ധനാണ്. കഴിഞ്ഞകൊല്ലം മുത്തു മണികൾകൊണ്ട് പണസഞ്ചികളുണ്ടാക്കലായിരുന്നു അദ്ദേഹത്തിന്റെ ഹോബി. ഇക്കൊല്ലം കളർഫോട്ടോകൾ എടുക്കലാണ്. മാധവി ബെന, അദ്ദേഹം പറഞ്ഞു. കേരളസ്ത്രീകളുടെ വേഷത്തിൽ, ഈ വരാന്തയിൽ വന്നു നിൽക്കൂ, ഞാൻ ഒരു ഫോട്ടോ എടുക്കട്ടെ. നിങ്ങളുടെ അച്ഛനും അയച്ചുകൊടുക്കാമല്ലോ.

മിസ്റ്റർ ആറും ഭാര്യയും വന്നിരുന്നു. ഭാര്യ പറഞ്ഞു, എന്നെ എങ്ങോട്ടും കൊണ്ടുപോവില്ല, സിനിമകണ്ടിട്ട് കൊല്ലം മൂന്നായി. അറിയുമോ? നീ മിണ്ടാതിരിക്കൂ, മിസ്റ്റർ ആർ. പറഞ്ഞു. നിന്നെ എങ്ങനെ കൊണ്ടുപോവും? എവിടെ വെച്ചും എന്നെ അപമാനിയ്ക്കലല്ലെ നിന്റെ ജോലി? എന്റെ ഭർത്താവ് അവരോടു പറഞ്ഞു. ഞാൻ കൊണ്ടുപോവാം നിങ്ങളെ ഒരു സിനിമയ്ക്ക്. സമ്മതമാണോ? തീർച്ചയായിട്ടും, അവർ പറഞ്ഞു, നിങ്ങൾ എന്റെ സഹോദരനെപ്പോലെയാണല്ലോ. ഞാൻ നിങ്ങളുടെ കൂടെ എവിടെ വേണമെങ്കിലും വരാം. മിസ്റ്റർ ആർ

സോഫമേൽ കിടന്ന്, കാലുകൾ മടക്കിവെച്ച്, ഉറക്കം നടിച്ചു. എന്റെ ഈ ജോർജ്ജറ്റ് സാരി കണ്ടുവോ? മിസ്സിസ് ആർ എന്നോട് ചോദിച്ചു. ഇത് പത്തുകൊല്ലം പഴക്കം ചെന്ന സാരിയാണ്. അതെയോ? കണ്ടാൽ പുത്തൻപോലെയുണ്ട്. പുത്തൻ! ഹും! അവർ ഭർത്താവിനെ അവജ്ഞ യോടെ നോക്കി പുത്തൻ സാരി വാങ്ങുന്നു! എന്റെ ഭർത്താവ് പുത്തൻ സാരി വാങ്ങിത്തരുന്നു! അതു ഉണ്ടാവും!!

കഥ എഴുതാൻ ഇരിക്കുമ്പോൾ ഇവരെല്ലാവരുമാണ് എന്റെ മനസ്സിൽ വന്നെത്തുന്നത്. ഇവരെപ്പറ്റി കഥകൾ എഴുതാൻ പാടില്ലല്ലോ. എല്ലാവരും മിത്രങ്ങളാണ്. ഇടക്കിടയ്ക്ക് ഞാൻ കാണുന്നവരാണ്. പിന്നെ ആരെപ്പറ്റി യാണ് ഞാൻ കഥ എഴുതുക? രണ്ടുമാസങ്ങൾക്കു മുമ്പു ഒരു മലയാളി പ്പാർട്ടിയിൽവെച്ചു ഞാൻ ഒരു മൂലയിൽ ഒതുങ്ങിയിരുന്നിരുന്ന ഒരു സ്ത്രീയെ കണ്ടു. ചാരനിറത്തിലുള്ള ഒരു മദ്ധ്യവയസ്ക. അവർ എന്നോടു പറഞ്ഞു. 'കഥ എഴുതാറ്ണ്ട്ന്ന് കേട്ടൂലോ. ദാ.... ഇന്നെപ്പറ്റി കഥ എഴുദരുത്.... ട്ടാ....' അവരാരാണെന്നു എനിക്കറിയില്ല, അവരുടെ നാടും വീടും ഒന്നുമറിയില്ല. എന്നിട്ടും അവർ ഒരുവിരൽ എന്റെ മുഖത്തേക്കു ചൂണ്ടി കൊണ്ടു പറഞ്ഞു. ഇന്നെപ്പറ്റി എഴുദരുത്....ട്ടാ....

അതുകൊണ്ടു അവരെപ്പറ്റിയും എഴുതുന്നില്ല.

അപരിചിതരായ കഥാപാത്രങ്ങളെ, നിങ്ങൾ എവിടെ ഒളിച്ചിരിക്കുക യാണ്? ഇന്നല്ലെങ്കിൽ, നാളെയോ മറ്റന്നാളോ ഞാൻ നിങ്ങളെ കണ്ടെത്തും.

അതുവരെ നിങ്ങളുടെ വിഹാരരംഗമാവാൻ പോവുന്ന ഈ മേശ വിശ്രമിക്കട്ടെ. പേന മഷിക്കുപ്പിയിൽതന്നെ കിടക്കട്ടെ

നേരം അഞ്ചുമണിയായി. ഞാൻ എഴുത്ത് അവസാനിപ്പിച്ചു. വിളക്കുകൾ കത്തിയ്ക്കുവാൻ പോവുകയാണ്.

■

ഏകാന്തതയുടെ കവാടങ്ങൾ

തന്റെ വളർത്തുപട്ടി മീനുവിന്റെ മരണത്തിനുശേഷം പരമേശ്വരൻ നായർ രാവിലെ നടക്കാൻ പോവാറില്ലായിരുന്നു. അതുകൊണ്ടാവാം അന്ന് മഫ്ളറും വടിയും മറ്റുമായി അയാൾ പുറത്തേക്ക് ഇറങ്ങിയപ്പോൾ കിടക്കയിൽ കിടന്നുകൊണ്ടു തന്നെ കമലാക്ഷിയമ്മ വിളിച്ചുപറഞ്ഞത് "നേരം പുലർന്നിട്ട് പോയാൽ മതി. വല്ല പേപ്പട്ടിയും ഓടിവന്ന് കടിച്ചാൽ വയറ്റത്ത് പതിനാല് കുത്തിവെപ്പ് നടത്തേണ്ടിവരും."

"കമലാക്ഷിക്ക് അറീല്യ കാലം മാറീന്ന് പതിനാല് കുത്തിവെപ്പ് വയറ്റത്ത് എടുക്കേണ്ട കാലം മാറീട്ടോ. ഇപ്പോ അഞ്ച് തവണ കുത്തി വെച്ചാ മതി. അതും കയ്യ്മ്മ്ല്." അയാൾ ഗേറ്റിലേക്ക് നടക്കുമ്പോൾ തിരിഞ്ഞു നോക്കാതെ പറഞ്ഞു. കാറ്റിന് എതിരായിട്ടാണ് അയാൾ നടന്നത്. അതു കൊണ്ട് അയാളുടെ വാക്കുകൾ കമലാക്ഷിയമ്മ കേട്ടില്ല. അവർ വാതിൽ പൂട്ടിയതിനുശേഷം വീണ്ടും ഒരു ഞരക്കത്തോടെ കട്ടിലിലേക്ക് ചാഞ്ഞു.

രാത്രി മുഴുവനും അയാൾ തന്റെ പട്ടിയെ സ്വപ്നം കണ്ടു. ഉണർന്നപ്പോഴും അവളുടെ മണം അയാൾക്ക് അനുഭവപ്പെട്ടു. തന്റെ സ്വപ്നത്തിന്റെ തുടർച്ച പോലെയാണ് ആ നടത്തമെന്ന് പെട്ടെന്ന് അയാൾക്ക് തോന്നി. മീനുവെന്ന് പേരുള്ള തന്റെ ഡോബർമൻ അദൃശ്യയായി തന്നെ വലിച്ചു കൊണ്ടു പോവുന്നോ? ഇരുട്ടിലേക്ക് നോക്കി അയാൾ വിളിച്ചു "മീനു"

ജീവിച്ചിരുന്നപ്പോൾ ആ ഒരൊറ്റ വിളി മതിയായിരുന്നു ഏത് ഗാഢനിദ്രയിൽ നിന്നും അവളെ ഉണർത്തുവാൻ. താൻ രാത്രിയിലെങ്ങാൻ കുളിമുറിയിലേക്ക് നടന്നാൽ ഉടനെ അവൾ ശരീരം കുടഞ്ഞ് എഴുന്നേറ്റ് തന്നെ അനുഗമിച്ചിരുന്നു. പരമേശ്വരൻ നായർ ഓർത്തു. തന്റെ രക്ഷാകർത്രിയാണെന്ന ഭാവമായിരുന്നു അവൾക്ക് എല്ലായ്പ്പോഴും.

മീനുവിനെ ഓർത്തപ്പോൾ അയാളുടെ കണ്ണുകൾ നനഞ്ഞു. തന്റെ അമ്മ മരിച്ചെന്ന് വിവരം കിട്ടിയപ്പോഴും താൻ കരഞ്ഞില്ല, അയാൾ ഓർമിച്ചു. പക്ഷേ, മീനു രണ്ടോ മൂന്നോ തവണ കിതച്ച്, ഒടുവിൽ നാവ്

അമർത്തിക്കടിച്ച് ജീവൻ ത്യജിച്ചപ്പോൾ താൻ ഒരു കുഞ്ഞിനെപ്പോലെ തേങ്ങിക്കരഞ്ഞു. ആ കറുത്ത പട്ടി തന്റെ ആത്മമിത്രമായിരുന്നു. പിറക്കാത്ത പുത്രിയായിരുന്നു....

ആകാശത്തിൽ ഒരു വെള്ളിക്കനിപോലെ ധ്രുവനക്ഷത്രം തൂങ്ങിക്കിടക്കുന്നത് അയാൾ കണ്ടു. സമയം എന്തായിരിക്കും? വാച്ച് എടുക്കുവാൻ മറന്നുപോയെന്ന് കൈ തപ്പിയപ്പോൾ അയാൾക്ക് മനസ്സിലായി. സമയം ആറോട് അടുത്തിരിക്കുമെന്ന് കരുതിയാണ് താൻ പുറത്തിറങ്ങിയത്. അയാൾ ഓർത്തു. നിരത്തിലും രണ്ടുവശത്തും നിശ്ശബ്ദത മാത്രം. പക്ഷികൾ ഉണർന്നിരുന്നില്ല.

നടത്തം നിർത്തി വീട്ടിലേക്ക് ഉടനെ മടങ്ങുവാൻ അയാൾക്ക് ആഗ്രഹമുണ്ടായിരുന്നില്ല. കമലാക്ഷിയുടെ നിദ്രയെ വീണ്ടും തകർക്കുക ഒരു ക്രൂരകൃത്യമായാണ് അവൾ വ്യാഖ്യാനിക്കുക. എന്നിട്ട് ക്രൂശിക്കപ്പെട്ട മിശിഹായുടെ മുഖഭാവം എടുത്ത് അണിഞ്ഞുകൊണ്ട് അവൾ കുളിമുറിയിലേക്കോ അടുക്കളയിലേക്കോ നടക്കും. ഇല്ല, ആ രക്തസാക്ഷീഭാവം തനിക്ക് വീണ്ടും കാണുവാൻ വയ്യ. കമലാക്ഷിക്ക് ജീവിതം വിരസമായിത്തീർന്നിരിക്കുന്നു എന്ന് അയാൾ ശങ്കിച്ചു. ഇല്ലെങ്കിൽ അവൾ ചിരിക്കുമായിരുന്നു. തന്നോട് ധനസംബന്ധങ്ങളായ വിഷയങ്ങളെപ്പറ്റി മാത്രം സംസാരിക്കുന്ന സ്വഭാവം ചില നിമിഷങ്ങളിലെങ്കിലും ഉപേക്ഷിക്കുമായിരുന്നു. ദീർഘകാലനിക്ഷേപം, യൂണിറ്റ് ട്രസ്റ്റ്, ഐ.ഡി.ബി.ഐ ബോണ്ടുകൾ മുതലായ വിഷയങ്ങൾ മാത്രമേ അവൾ സംഭാഷണത്തിൽ അവതരിപ്പിച്ചിട്ടുള്ളു. പക്ഷേ, പണ്ട്, പണ്ട് കമലാക്ഷി ഇത്തരക്കാരിയായിരുന്നില്ല. ഇരുട്ടിലൂടെ ഏതോ അജ്ഞാതശക്തിയാൽ വലിക്കപ്പെട്ട പോലെ നീങ്ങുമ്പോൾ അയാൾ തന്നത്താൻ പറഞ്ഞു. സ്വപ്നത്തിൽ നിന്ന് മോചനം ലഭിക്കണമെങ്കിൽ വീട്ടിൽചെന്ന് മൂന്നു കപ്പ് ചായ കുടിക്കണം, ഹിന്ദുവും മാതൃഭൂമിയും കൈയിലെടുത്തുകൊണ്ട് കക്കൂസിൽ പോവണം. എന്നാൽ മാത്രമേ തനിക്ക് യാഥാർത്ഥ്യങ്ങളുടെ ലോകത്തിൽ നിന്ന് കേടുപാടുകൾ കൂടാതെ മടങ്ങിയെത്താൻ സാധിക്കുകയുള്ളു.

അയാൾ കണ്ണുകൾ ഇറുക്കിക്കൊണ്ട് തന്റെ ചുറ്റും നോക്കി. കണ്ണടയും താൻ മറന്നിരിക്കുന്നു. ഒന്നും വ്യക്തമായി കാണുന്നില്ല. പടിക്കൽത്തന്നെ സ്ഥിതി ചെയ്തിരുന്ന സിംഹപ്രതിമകളെ തനിക്ക് കാണുവാൻ സാധിച്ചില്ല. കാൽ ഫർലോങ്ങ് ദൂരെ പുതുതായി നിർമ്മിക്കപ്പെട്ട ഏഴുനിലക്കെട്ടിടം? അതും കാണാനില്ലെന്നോ? പടിഞ്ഞാറോട്ടു തിരിയുന്നതിനു പകരം താൻ കിഴക്കോട്ട് തിരിഞ്ഞിരിക്കണം. ശാസ്തമംഗലം എന്ന് പേരുള്ള പ്രദേശം വിട്ട് നിമിഷങ്ങൾക്കിടയിൽ താൻ അപരിചിതമായ ഒരു ദിക്കിൽ വന്നെത്തിയോ? തന്റെ ചെരിപ്പുകൾ നിരത്തിന്റെ പരിചിതമായ കാഠിന്യത്തെയല്ല സ്പർശിക്കുന്നത് എന്ന് അയാൾ ആശ്ചര്യത്തോടെ മനസ്സിലാക്കി. തന്റെ കാലുകൾ മൃദുലമായ

മണ്ണിൽ താഴുകയാണ്. മഞ്ഞുവീണ് കുതിർന്ന ആർദ്രമായ മണ്ണിലൂടെയാണ് അതിന്റെ മണവും ശ്വസിച്ചുകൊണ്ട് താൻ നടക്കുന്നത്. ഇത് നിരത്തല്ല, താഴോട്ട് പോകുന്ന ഒറ്റയടിവഴിയാണ്. മഴക്കാലത്ത് പുഴയായി രൂപാന്തരപ്പെടുവാൻ സാധ്യതയുള്ള ഒരു തോട്. അതിന്റെ രണ്ട് പാർശ്വങ്ങളിലും വളർന്നു നിന്നിരുന്ന സസ്യങ്ങളെ ആ നേർത്തുവരുന്ന നിലാവെളിച്ചത്തിൽ അയാൾ തിരിച്ചറിഞ്ഞു. വർഷങ്ങൾക്കു മുമ്പ് തന്റെ ജന്മസ്ഥലമായ വടക്കൻ ഗ്രാമത്തിൽ ഉണ്ടായിരുന്നവ - മുക്കുറ്റി, തുമ്പ, നിലംപന, കറുക, പൂവാംകുറുന്തല - തനിക്ക് പരിചിതർ. അച്ഛനേയും അമ്മയേയും അമ്മാമനേയും മുത്തശ്ശിയേയും ഓർമിപ്പിക്കുന്ന ബാല്യകാല ദൃശ്യങ്ങൾ. "പരമോ" എന്നു തന്നെ വിളിച്ചിരുന്നവരൊക്കെ മരിച്ചു. എന്നിട്ടും ഈ ചെടികൾ ജീവിക്കുന്നു - തുമ്പ, മുക്കുറ്റി, കറുക, പൂവാംകുറുന്തല. അവർക്ക് തന്നെ പരമോ എന്ന് നീട്ടിവിളിക്കാനാവില്ല. പെട്ടെന്ന് ഒരാനാഥത്വം അയാളുടെ ഹൃദയത്തെ ഗ്രസിച്ചു. തനിക്ക് ശ്വാസം മുട്ടുന്നു എന്ന് അയാൾക്ക് തോന്നി. പരമു എന്ന് തന്നെ വിളിക്കുവാനും തന്റെ സാമീപ്യത്തിൽ ആഹ്ലാദിക്കുവാനും ഈ ലോകത്തിൽ ആരെങ്കിലും ജീവിച്ചിരിപ്പുണ്ടോ? കമലാക്ഷി? അവൾക്ക് തന്റെ സാമീപ്യത്തിൽ സന്തോഷമുണ്ടോ? ഇല്ല, യഥാർത്ഥ പരമേശ്വരനെ, ഗ്രാമത്തിൽ മാങ്ങ എറിഞ്ഞുവീഴ്ത്തിയും കുളത്തിൽ തോർത്തു താഴ്ത്തി മീൻ പിടിച്ചും മണ്ണിൽ കുഴിയാനയെ തേടിയും ജീവിച്ച ആ ബാലനെ അവൾക്ക് അറിയില്ല. അവൾക്ക് കെട്ടിടം നിർമ്മിച്ചുകൊടുത്ത ആളാണ് താൻ. അവളുടെ ധനം ബുദ്ധിപൂർവ്വം നിക്ഷേപിച്ച് കൊടുത്ത മനുഷ്യൻ. മുൻ വക്കീൽ. മുൻ ന്യായാധിപൻ. വ്യായാമ മുറകൾകൊണ്ട് വാർധക്യത്തെ മാറ്റി നിർത്തുവാൻ വൃഥാശ്രമങ്ങൾ നടത്തുന്ന വിഡ്ഢി. അവൾ മനസ്സിലാക്കുന്നത് വടിയും വീശി നടക്കാൻ പോവുന്ന ഈ വൃദ്ധനെയാണ്. യൗവനദശയിലും വാർദ്ധക്യത്തെ വിളിച്ചുവരുത്തുവാനുള്ള ഒരു പ്രത്യേക കഴിവ് അവൾക്കുണ്ടായിരുന്നു. അവളുടെ നോട്ടത്തിന് മുമ്പിൽ തന്റെ മന്ദഹാസം മരവിക്കാറുണ്ട്. എത്രയോ തവണ താൻ ആഗ്രഹിച്ചു. അവളോട് ഹൃദയം തുറന്ന് സംസാരിക്കുവാൻ തന്റെ രഹസ്യാഭിലാഷങ്ങൾ അവളെ അറിയിക്കുവാൻ. എന്തൊക്കെയായാലും അവൾ തന്റെ സഹയാത്രിയാണല്ലോ. കമലാക്ഷീ നീ നിന്റെ മോഹങ്ങൾ എന്നോട് പറഞ്ഞുകഴിഞ്ഞു. ഞാൻ അവ സാധിപ്പിക്കുകയും ചെയ്തു. ഇനി നീ എന്റെ മോഹങ്ങൾ ഏതൊക്കെയാണെന്ന് കേൾക്കണം. ഞാൻ ജനിച്ച ഗ്രാമത്തിൽ വീണ്ടും താമസിക്കുക, രണ്ടാഴ്ചക്കാലത്തിനെങ്കിലും വീണ്ടും ആ വീട്ടിൽ താമസിക്കുക, കൈകൊണ്ട് പായലും ചണ്ടിയും നീക്കി കുളത്തിൽ മുങ്ങിക്കുളിക്കുക, ചകിരിമാവിന്റെ മാമ്പഴം തിന്നുക, കൃഷ്ണന്റെ ക്ഷേത്രത്തിൽ ചെന്ന് ദീപാരാധന കാണുക, ആ വിഗ്രഹത്തിനോട് പ്രത്യേകമായി യാതൊരഭ്യർത്ഥനയുമില്ലാതെത്തന്നെ പ്രാർത്ഥിക്കുക.... ആ മോഹങ്ങൾ പ്രകടിപ്പിക്കുവാൻ തനിക്ക് അവസരം

കിട്ടിയില്ല. മലം ഉരുട്ടിക്കൊണ്ട് നടക്കുന്ന പ്രാണികളെപ്പോലെ താനും അവളുംകൂടി അനാകർഷകമായ ഒരു തരം ശാന്തി തങ്ങളുടെ ഗൃഹത്തിൽ ശേഖരിച്ച് വെച്ചിരുന്നു. കമലാക്ഷിയെ മുണ്ടും നേര്യതും ധരിപ്പിച്ച് അമ്പലത്തിൽ താലപ്പൊലിക്ക് കൊണ്ടുപോവാൻ താൻ ആഗ്രഹിക്കുന്നു എന്നു പറഞ്ഞാൽ അവൾ തനിക്ക് ഭ്രാന്ത് പിടിപെട്ടു എന്ന് അഭിപ്രായപ്പെടില്ലേ? തനിക്ക് താനാവാൻ ധൈര്യം കിട്ടാത്തത് ഈ വീട്ടിൽ വെച്ചു മാത്രമാണ്. താൻ നിർമ്മിച്ച മണിമാളികയിൽ. കമലാക്ഷിക്ക് ചേർന്ന ഭർത്താവല്ല താനെന്ന് അയാൾക്ക് എന്നേ അറിഞ്ഞിരുന്നു. അവൾക്ക് ഗ്രാമീണയാവാൻ സാധിച്ചില്ലെങ്കിലും തനിക്ക് ഒരു നാഗരിക യുവാവാകാൻ സാധിക്കുമല്ലോ. അതാണ് ഉണ്ടായതും. താൻ ഇംഗ്ലീഷിൽ സംസാരിക്കുമ്പോൾ തന്റെ ഗ്രാമീണമായ ഉച്ചാരണം അവൾക്ക് പ്രാകൃതമായി തോന്നി. അവൾ പുഞ്ചിരി തൂകി. താൻ ആഴ്ചയിൽ രണ്ടുതവണ എണ്ണ തേച്ചു തിരുമ്മികുളിക്കാറുണ്ടായിരുന്നു. തലയിലെ മെഴുക്ക് കാരണം വിലപിടിച്ച തലയണ ഉറകൾ നശിക്കുന്നുവെന്നും ചുമരിൽ പാടുകൾ വീഴ്ത്തുന്നുവെന്നും അവൾ പിറുപിറുത്തു. ഉള്ളിസ്സമന്തി ഭക്ഷിച്ചപ്പോൾ "എനിക്ക് ആ നാറ്റം സഹിക്കാനാവില്ല" എന്ന് അവൾ പറഞ്ഞു. ഒരിക്കൽ താൻ അവളോട് ചോദിച്ചു:

''കമലാക്ഷിക്ക് എന്നെ കല്യാണം കഴിച്ചതിൽ വെഷമം തോന്ന്ണ്ടോ?"

അവൾ മറുപടി പറഞ്ഞില്ല. അവൾ ബുദ്ധിമതിയും സംസ്കൃതചിത്തയും കുലീനയുമായിരുന്നു. എന്നെ വേദനിപ്പിക്കുന്ന വാക്കുകൾ ഉച്ചരിക്കുവാൻ അവൾ വൈമനസ്യം പ്രകടിപ്പിച്ചു.

താൻ നടക്കുന്ന വഴി അവസാനിക്കുന്നയിടത്ത് ഒരു പുകപടലം പോലെ മഞ്ഞ് ഉരുണ്ടുകൂടിയിരുന്നു. അദൃശ്യനായ ഒരു നാടൻ കോഴി കൂവി. ആകാശത്തിൽ നക്ഷത്രങ്ങൾ വിളർത്തു. മഞ്ഞാണെന്ന് അറിഞ്ഞിട്ടും അത് ഭേദിച്ചുകൊണ്ട് അയാൾ മുന്നോട്ട് നടന്നു. തന്റെ കാൽമുട്ടുകളിൽവരാറുള്ള വേദന നിശ്ശേഷം മാറിക്കഴിഞ്ഞുവെന്ന് അയാൾക്ക് മനസ്സിലായി. ഇടവഴിയുടെ അറ്റത്ത് ഒരു തെങ്ങിൻതോപ്പും ഒരു ക്ഷേത്രവും ഒരമ്പലച്ചിറയും കാണപ്പെട്ടു. ചിറയുടെ കരയ്ക്ക്, കാഞ്ഞിരമരത്തിന്റെ കീഴിൽ ചില പെൺകുട്ടികൾ ഈറൻവസ്ത്രങ്ങൾ ധരിച്ചുകൊണ്ട് തീകായുന്നുണ്ടായിരുന്നു. ചുള്ളിയും ചകിരിയും ഉണങ്ങിയ ഇലകളും കത്തുമ്പോൾ അവയുടെ ഞരമ്പുകൾ ചൂടിൽ പൊട്ടി. ആ നനുത്ത ശബ്ദം ശ്രദ്ധിച്ചു കൊണ്ട് അയാൾ അരനിമിഷം തരിച്ചുനിന്നു. കവിളുകളിൽ തീനാളങ്ങളെ പ്രതിഫലിക്കുന്ന പെൺകുട്ടികൾ അയാളെ ഇമവെട്ടാതെ നോക്കിക്കൊണ്ട് ഇരുന്നു. വെള്ളത്തിൽ നിന്ന് തിരുവാതിരപ്പാട്ട് ഉയർന്നു. വൃദ്ധകളുടെ ചിലമ്പിച്ച സ്വരവും ശ്രദ്ധിച്ചുകേട്ടു.

നനഞ്ഞ ബോഡീസും നനഞ്ഞ ഒന്നരയും നനഞ്ഞ മുണ്ടും ധരിച്ച ഒരു പെൺകുട്ടി തീ കായുന്നത് നിർത്തി എഴുന്നേറ്റു നിന്നു. അവളുടെ നുണക്കുഴികൾ തെളിഞ്ഞു.

“അല്ല, പരമോട്ടനല്ലേ ഇദ്?” അവൾ ചോദിച്ചു.

പരമോട്ടൻ! അമ്മിണി മാത്രമേ തന്നെ അങ്ങനെ വിളിച്ചിരുന്നുള്ളു. ഇവൾ അമ്മിണിയാണോ? താൻ കോളേജിൽ വെച്ച് അവളുടെ മരണ വാർത്തയുമായി വന്ന തപാൽ ശിപായിക്ക് ഒരു രൂപ കൊടുത്തത് അയാൾക്ക് ഓർമവന്നു. അതു തെറ്റായി മരണവാർത്ത കൊണ്ടു വരുന്നവർക്ക് പണം സമ്മാനിക്കുകയോ? തേങ്ങൽ നിയന്ത്രിച്ചുകൊണ്ട് ഒരു യന്ത്രപ്പാവയുടെ കനത്ത ചലനങ്ങളോടെ താൻ പേഴ്സ് തുറന്ന് രൂപായെടുത്ത് അയാൾക്ക് നീട്ടി, എന്നിട്ട് ഫുട്ബോൾ ഫീൽഡിൽ കളിക്കുന്ന തന്റെ സതീർത്ഥ്യരെ നോക്കികൊണ്ട് കുറെ നേരം നിന്നു. അവളെ ദഹിപ്പിക്കുന്നത് കാണുവാൻ പോയതുമില്ല.

“പരമോട്ടൻ നേരെ വീട്ടിലേക്ക് പൊയ്ക്കോളോ. അവടെ എല്ലാരും കാത്തിരിയ്ക്ക്ണ്ട്.” ആ പെൺകുട്ടി പറഞ്ഞു.

“അമ്മിണി?”

“അതെ. പിന്നെ ഞാൻ ആരാന്നേ വിചാരിച്ച്?”

അവൾ പൊട്ടിച്ചിരിച്ചു. പരമേശ്വരൻ നായർ അവൾ ചൂണ്ടിക്കാണിച്ച ദിക്കിലേക്ക് നടന്നു.

“നരനായിങ്ങനെ ജനിച്ചുഭൂമിയിൽ നരകവാരിധി നടുവിൽ ഞാൻ.”

ചിറയിൽ തിരുവാതിരക്കുളി കുളിക്കുന്നവർ ഉറക്കെ പാടി.

തന്റെ കാൽമുട്ടിന്റെ വേദനയില്ലാത്ത സ്ഥിതി, യൗവനപ്രതീതി..... ഇതെല്ലാം സ്വപ്നാവസ്ഥയാണോ, അയാൾ തന്നോട് തന്നെ ചോദിച്ചു. തന്റെ ഓരോ രോമകൂപത്തിലൂടെയും ചേതോഹരമായ ഒരാനന്ദം ആവാഹിക്കപ്പെടുകയാണെന്ന് അയാൾക്ക് തോന്നി. ഈ ഗ്രാമം അതാണ്. ഇതിലെ തോടുകളും പാമ്പിൻകാവുകളും ക്ഷേത്രവിളക്കുകളും നനഞ്ഞ് ആർദ്രമായ മണ്ണും മൂടൽമഞ്ഞും പക്ഷികളുടെ ചിലയ്ക്കലും എല്ലാം ചേർന്നാണ് താൻ മനുഷ്യനായി നിർമ്മിക്കപ്പെട്ടത്. ഇവയെല്ലാം തന്റെ ശരീരമാണ്, അയാൾ ഓർത്തു. ഈ ശരീരം നശിച്ചുകഴിഞ്ഞാലും, അതിൽ ഏകാകിയായി വസിച്ച ആത്മാവിനെയും ഈ ഗ്രാമം സ്വന്ത മാക്കാൻ ശ്രമിക്കും.

ഇതൊരു സ്വപ്നമാണോ? ഒരു സ്വപ്നത്തിന്റെ രണ്ടാം ഖണ്ഡം? ഈ മനോഹാരിതകൾ ഒരു സ്വപ്നത്തിന്റെ ഘടകങ്ങൾ മാത്രമാണോ? എന്താണ് സംഭവിച്ചത്? തികച്ചും സാധാരണമായ ഒരു സായാഹ്നത്തിനു ശേഷം താൻ ഭാര്യയുടെ കൂടെ ഉറങ്ങുവാൻ കിടന്നു. തന്റെ പട്ടി, ആ സ്വപ്നം നിറഞ്ഞു നിന്നു. ഉണർന്നിട്ടും അവളുടെ മണം തന്റെ

നാസാരന്ധ്രങ്ങളിൽ തങ്ങി നിന്നു. സമയം എന്തെന്ന് നോക്കാതെ താൻ വസ്ത്രധാരണം ചെയ്ത് നടക്കുവാൻ ഇറങ്ങി. കമലാക്ഷി പേപ്പട്ടികളെ പ്പറ്റി തനിക്ക് താക്കീതു നല്കി. എന്നിട്ട് നിരത്തിൽകൂടി സഞ്ചരിക്കു മ്പോൾ തനിക്ക് വഴി തെറ്റി. മുക്കുറ്റിയും തുമ്പയും കറുകയും നിലം പനയും പൂവാംകുറുന്തലയും വളർന്നു നിൽക്കുന്നത് താൻ കണ്ടു. മൂടൽ മഞ്ഞിന്റെ പിറകിൽ അമ്പലവും ചിറയും പെൺകുട്ടികളെയും അവരുടെ കണ്ണുകളിൽ പ്രതിഫലിച്ച തീനാളങ്ങളേയും താൻ കണ്ടു. "പരമ്വോട്ടാ" അമ്മിണി വീണ്ടും അവളുടെ സംബോധനയുമായി വന്നെത്തി. താൻ എന്നെങ്കിലും, കമലാക്ഷിയുടെ ഭർത്താവ് ആയിരുന്നോ? എന്നെങ്കിലും വക്കീലായിരുന്നോ? മൂടൽമഞ്ഞ് തന്റെ മസ്തിഷ്കത്തിൽ പ്രവേശിച്ച് അസുഖകരങ്ങളായ സ്മരണകളെ മരവിപ്പിച്ചു എന്ന് അയാൾക്ക് തോന്നി. കിഴക്കെ മുറ്റത്തെ കൂവളമരവും കിണറും മുല്ലവള്ളിയും വീണ്ടും കണ്ടപ്പോൾ അയാളുടെ ഹൃദയം ശക്തിയായി മിടിച്ചു.

"ഇവിടെ ആരൂല്ല്യേ?" തൊണ്ടയനക്കിയതിനുശേഷം അയാൾ വിളിച്ചു ചോദിച്ചു.

"പരമു ആണോ?" അകത്തുനിന്ന് അമ്മ ഉറക്കെ ചോദിച്ചു.

അമ്മ കോലായിൽ പ്രത്യക്ഷപ്പെട്ടപ്പോൾ അയാൾ ആദ്യം നോക്കിയത് അവരുടെ കാലടികളെയാണ്. ഇല്ല, നീരില്ല, കാലിലും നീരില്ല, മുഖത്തും നീരില്ല. മൂത്രത്തിനുള്ള തടസ്സം മാറിയിരിക്കണം.

"അമ്മ ഇവിടെ ഉണ്ടാവും എന്ന് ഞാൻ വിചാരിച്ചില്ല്യ." അയാൾ പറഞ്ഞു. അകത്തുനിന്ന് വന്നവരിൽ അച്ഛനേയും അമ്മാവനേയും മുത്തശ്ശിയേയും അയാൾ ആഹ്ലാദത്തോടെ തിരിച്ചറിഞ്ഞു. അവരുടെ കൂടെ തന്റെ വളർത്തു പട്ടിയേയും കാണാൻ കഴിഞ്ഞപ്പോൾ അയാൾ ഉറക്കെ വിളിച്ചു പറഞ്ഞു: "മീനു ഇവിടെയുണ്ടോ?"

"പിന്നെ അവള് എവിടെപ്പോവും" അമ്മ ചോദിച്ചു.

പണ്ട് യുധിഷ്ഠിരൻ സ്വർഗ്ഗത്തിലേക്ക് പോവുമ്പോൾ ഒരു നായ അദ്ദേഹത്തെ അനുഗമിച്ചത് അമ്മാമൻ ഓർമ്മപ്പെടുത്തി. ആ കഥയിലെ ഗുണപാഠം എന്താണെന്ന് താൻ ആരാഞ്ഞപ്പോൾ അമ്മാമൻ പൊട്ടി ച്ചിരിച്ചു. ഗുണപാഠങ്ങളെ അന്വേഷിക്കുന്നത് പരമവിഡ്ഢിത്തമാണെന്ന് അമ്മാമൻ പറഞ്ഞു.

"മരണത്തിൽ എന്തു ഗുണപാഠം!" അമ്മാമൻ ചോദിച്ചു.

"ജീവിതത്തിൽ എന്താണൊരു ഗുണപാഠം?" അമ്മ ചോദിച്ചു.

മരച്ചില്ലകളിൽ പക്ഷികൾ ശബ്ദിച്ചു. അവയാണോ അമ്മയാണോ തന്നോട് ജീവിതത്തെപ്പറ്റി സംസാരിച്ചതെന്ന് അയാൾ തന്നത്താൻ ചോദിച്ചു. അതോ, അമ്മയുടെ സ്വരം കുയിലുകളുടെ സ്വരംപോലെ നേർത്ത് സുന്ദരമാവുകയാണോ?

"ഭൂമിക്ക് എണ്ണാൻ കഴിയാത്ത അത്ര വക്രതങ്ങൾ മാത്രം" അമ്മാമൻ പറഞ്ഞു.

മീനു പരമേശ്വരൻ നായരുടെ കാൽക്കൽ വെറും മണ്ണിൽ ഉരുളുകയും തന്റെ മുറിഞ്ഞ വാൽ ദ്രുതഗതിയിൽ ചലിപ്പിക്കുകയും ചെയ്തു. കണ്ണുനീർ കാരണം അയാൾക്ക് കുറേനേരത്തിന് യാതൊന്നും കാണുവാൻ കഴിഞ്ഞില്ല.

"കേറി ഇരിക്ക് പരമോ" അമ്മ പറഞ്ഞു.

അയാൾ ശങ്കിച്ച് മുറ്റത്തുതന്നെ നിന്നു. ആ വീട്ടിലേക്കുള്ള പ്രവേശം അനധികൃതമായേക്കാമെന്ന ചിന്ത അയാളെ അലട്ടി. ഭൂതകാലത്തേക്ക് യാത്ര ചെയ്യുമ്പോൾ ആ യാത്രയ്ക്കുവേണ്ടി ചില അവകാശപത്രികകൾ, വിസ, പാസ്പോർട്ട്..... തന്റെ കൈവശം ഒന്നുമില്ല, ഈ പഴയ വടി ഒഴികെ. താൻ അമ്മയ്ക്ക് എന്താണ് സമ്മാനിക്കുക? കീശയിൽ പേഴ്സ് ഉണ്ടെങ്കിൽ ആയിരമോ രണ്ടായിരമോ അമ്മയുടെ കൈത്തലത്തിൽ വെച്ചു കൊടുക്കാ മായിരുന്നു. അത്രയധികം പണം അമ്മ ഒരിക്കലും ഒന്നിച്ച് കണ്ടിരുന്നില്ല. അമ്മ എന്നും ദരിദ്രയായിരുന്നു. തേങ്ങ ചുട്ട് പുളിയിലയും മുളകുംകൂട്ടി ചമ്മന്തി അരച്ച് അവർ കഞ്ഞികുടിക്കുമായിരുന്നു. പിലാവില കൊണ്ട് കഞ്ഞി കോരിക്കുടിക്കുമ്പോൾ തന്നെ ഇടതുകൈകൊണ്ട് അടുപ്പിക്കുമായിരുന്നു. തേഞ്ഞ പല്ലുകൾ കാട്ടി ചിരിക്കുമായിരുന്നു. അവരുടെ ശരിയായ പേര് എന്തായിരുന്നു? സ്വന്തം അമ്മയുടെ പേര് താൻ എങ്ങനെ മറന്നു? ഓർക്കുവാൻ ശ്രമിക്കുമ്പോൾ കമലാക്ഷിയുടെ അമ്മയുടെ പേരാണ് ഓർമ്മ വരുന്നത്. മഹേശ്വരിയമ്മ. തന്റെ ഗ്രാമത്തിൽ ഒരു മഹേശ്വരിയമ്മയുണ്ടായിരുന്നില്ല. അവിടെ ലക്ഷ്മിയും മാതുവും കാളിയും വള്ളിയും അമ്മുവും അമ്മിണിയും ഉണ്ടായിരുന്നു. പക്ഷേ, മഹേശ്വരിമാർ അവിടെ ഉണ്ടായിരുന്നില്ല. തന്റെ വിവാഹത്തിനുശേഷം അമ്മയെ കാണുവാൻ മൂന്നുതവണ മാത്രമേ താൻ ഗ്രാമത്തിലേക്ക് പോയുള്ളു അയാൾ ഓർത്തു. ആ ഓർമ്മയോടൊപ്പം കനത്ത ഒരപരാധബോധവും അയാളെ തളർത്തി. താൻ ധനികനായ അഭിഭാഷകനായപ്പോഴും പ്രബലനായ ന്യായാധിപനായപ്പോഴും അമ്മയ്ക്ക് തന്നെക്കൊണ്ട് യാതൊരു പ്രയോജനവുമുണ്ടായില്ല. അമ്മയ്ക്ക് ഒരു മരുന്നുകുപ്പിപോലും വാങ്ങിക്കൊടുക്കുവാൻ താൻ മിനക്കെട്ടില്ല. അത്രകണ്ട് കമലാക്ഷിയുടെ കൂടുംബക്കാരുമായി താൻ ഇഴുകിച്ചേർന്നു കഴിഞ്ഞിരുന്നു.

പക്ഷികൾ ചിലച്ചു. തൊഴുത്തുകളിൽ നിന്ന് പശുക്കൾ കരഞ്ഞു.

"ഇനിയും ഞാൻ വരാം" അയാൾ തന്റെ അമ്മയോട് പറഞ്ഞു. വാർദ്ധക്യത്തിന്റെ ചിഹ്നങ്ങളൊന്നും തന്നെ അയാൾ തന്റെ അമ്മയിൽ കണ്ടില്ല. അവരുടെ മുഖം തുടുത്തിരുന്നു. മുടി കറുത്തിരുന്നു. മടക്ക

യാത്രയിൽ തന്റെ വീടിന്റെ ഗേറ്റിന് അടുത്തെത്തിയപ്പോൾ അയാൾ മീനുവിന്റെ കുര കേട്ടു. ചുറ്റും നോക്കിയെങ്കിലും അവളെ എങ്ങും കാണുവാൻ സാധിച്ചില്ല. ആദ്യത്തെ ബസ് കുലുങ്ങിക്കുലുങ്ങി യാത്ര പുറപ്പെടുന്നതും പാൽവിൽക്കുന്നവൻ സൈക്കിൾ ബെല്ലുകൾ ശബ്ദി പ്പിച്ച് ഗൃഹനായികമാരെ ഉറക്കമുണർത്തുന്നതും അയാൾ കണ്ടു. കിടപ്പു മുറിയിലേക്ക് പ്രവേശിച്ചപ്പോൾ കാൽമുട്ടിന്റെ വേദന മടങ്ങിയെത്തിയ തായി അയാൾ മനസ്സിലാക്കി. ഭാര്യ കിടന്നയിടത്തു നിന്ന് എഴുന്നേൽ ക്കാതെ ചോദിച്ചു:

"ഇന്ന് എന്തേ നേരത്തെ മടങ്ങിയത്?"

അയാൾ മറുപടി പറഞ്ഞില്ല. ആ സ്ത്രീയോട് അകാരണവും ശക്തവു മായ ഒരു വെറുപ്പ് തന്നിൽ വളർന്നുവരുന്നുണ്ടെന്ന് ആ നിമിഷത്തിൽ അയാൾ മനസ്സിലാക്കി.

∎

ഹംസധ്വനി

ആയിരം കുടന്ന വെള്ളം കോരിയെടുക്കുവാനുള്ള ആവേശത്തോടെ നീയാകുന്ന തടാകത്തിൽ ഞാൻ വീണ്ടും വീണ്ടും ദാഹഭരിതയായി ഇറങ്ങുന്നു.

എന്റെ കൈകളിൽ മാത്രമല്ല ശരീരത്തിന്റെ മറ്റു ഭാഗങ്ങളിലും വെയിൽ തട്ടിയ ജലത്തിന്റെ ഊഷ്മളത ഞാൻ അനുഭവിച്ചറിയുന്നു. ദാഹിക്കുന്ന രോമകൂപങ്ങൾ നിന്നെ സ്വീകരിക്കുന്നു. സന്ധ്യയുടെ വർണ്ണമുള്ള തടാകത്തിന്റെ മദ്ധ്യത്തിൽ വിരിയാത്ത താമരമൊട്ട്..... ഹാ ലാവണ്യമേ നീ എന്റെ ഉത്സവമാണ്. ഞാൻ നിന്റെയും. സ്ത്രീപുരുഷ ബന്ധത്തിൽ അശ്ലീലതയുണ്ടെന്ന് പറഞ്ഞു പരത്തിയ ആദ്യ മത പണ്ഡിതൻ ആരാണ്? ഏത് മൂഢസമൂഹമാണ് ആ വികലധ്വനി ഏറ്റു പാടിയത്?

ജീവിതത്തിന്റെ മധുരിമ എന്റെ പേശികളെ ചലിപ്പിക്കുന്നു. രക്തധമനികളെ വികസിപ്പിക്കുന്നു. എന്റെ ഹൃദയാന്തർഭാഗത്ത് പിച്ചള സ്തനങ്ങളുള്ള പറയൻകാളികൾ തലയിട്ടടിച്ച് നൃത്തം വെക്കുന്നു. എന്റെ നട്ടുച്ചകളുടെ മൗനം പറയരുടെ കുഴൽനാദം അലങ്കോലപ്പെടുത്തുന്നു. ആ കുഴൽ വിളി എന്റെ രക്തപ്പുഴകളിൽ തീഷ്ണനൊമ്പരം പോലെ നീങ്ങിക്കൊണ്ടിരിക്കുന്നു. കുഗ്രാമക്ഷേത്രങ്ങളിലെ ശ്രീഭഗവതിമാരുടെ കാൽച്ചിലങ്കകൾ ഒടുങ്ങാത്ത പൊട്ടിച്ചിരിപോലെ, കിലുങ്ങുന്നു, കിലുങ്ങിക്കിലുങ്ങി തകരുന്നു....

ധർമ്മസംഹിതകൾ, എഴുതപ്പെട്ടവയും എഴുതപ്പെടാത്തവയും മരവിക്കുന്നോ? ശിക്ഷിക്കുവാൻ മാത്രം കാംക്ഷിക്കുന്ന അജ്ഞാത പഥികരേ, കാണികളേ, ശ്രോതാക്കളേ, ദൃക്സാക്ഷികളേ കണ്ണുനീർ വറ്റി എന്നോ വരണ്ടുപോയ കണ്ണുകളോടെ എന്റെ നേർക്ക് നോക്കരുതേ, മൃത്യുവിന്റെ മരവിപ്പ് പ്രതിഫലിക്കുന്ന ആ കണ്ണുകളേ ഞാൻ ഭയപ്പെടുന്നു. ചത്തുമലച്ച മത്സ്യങ്ങളുടെ വെള്ളിനിറമുള്ള കീഴ്ഭാഗങ്ങളെ അവ എന്നെ ഓർമ്മിപ്പിക്കുന്നു. ഞാൻ ഒരു രണ്ടാമൂഴമാണ്, അപ്രതീക്ഷിതമായ ഒരു പുനർജന്മമാണ്, കരിങ്കൽഭിത്തിയിൽ പൊട്ടിമുളച്ച

പേരാൽക്കുരുന്നാണ്, ശിശിരത്തിലെ വസന്തശോഭയാണ്. ഞാൻ വളരും വീണ്ടും വീണ്ടും തളിരിടും. പൗർണ്ണമികൾ ആവർത്തിക്കപ്പെടും. ഞാൻ പ്രണയിനിയാണ്. പ്രണയപാത്രമാണ്. എന്റെ നേത്രങ്ങൾക്ക് ഉന്മാദത്തിന്റെ തിളക്കമുണ്ടെന്ന് പിറുപിറുക്കുന്നവർ ആരാണ്? അവർക്ക് മാന്യനാമധേയങ്ങൾ ഉണ്ടോ? യോഗ്യങ്ങളായ മേൽവിലാസങ്ങൾ ഉണ്ടോ? ജീർണ്ണതയുടെ പുതുപര്യായങ്ങളേ നിങ്ങളോട് എനിക്ക് വൈരമില്ല. അനുകമ്പ മാത്രം അനുഭവപ്പെടുന്നു. മായാമൃഗത്തെപ്പോലെ സ്വതന്ത്രയായി വിഹരിക്കുന്ന ഈ ലോകത്തിലേക്ക് നിങ്ങൾക്ക് ഒരിക്കലും പ്രവേശനം ലഭിക്കുകയില്ലല്ലോ. നിങ്ങൾ സ്വശരീരങ്ങളെ അപമാനിതരാക്കുന്നു. കനത്ത ഗുണപാഠങ്ങളുടെ ഭാരം വഹിച്ച നിങ്ങളുടെ ശരീരങ്ങൾ വികലങ്ങളായി രൂപാന്തരപ്പെടുന്നു. ജീവിതം ഒരു പേക്കിനാവായി മാറുന്നു. ആളൊഴിഞ്ഞ നൃത്തശാല. എവിടെപ്പോയൊളിച്ചു നർത്തകികൾ? എങ്ങനെ മൂകമായി സംഗീതജ്ഞവൃന്ദം? ചക്രവാളസീമയിൽ ആകാശംമുട്ടെ വളർന്ന് മതങ്ങളുടെ ഭീമാകാരങ്ങൾ നിലകൊള്ളുന്നു. മറ്റേതോ ഉന്മാദത്തിന് അടിപ്പെട്ടവരുടെ സൃഷ്ടികൾ. ഉന്മാദം പശിമയുള്ള മണ്ണാണ്. വരമ്പുകളോ വേലികളോ ഇല്ലാത്ത ഭൂമി. അതിൽ നിന്ന് ചേതോഹരങ്ങളായ പുഷ്പങ്ങൾ മാത്രമല്ല വിഷക്കനികളും. പണ്ഡിതർ സാവധാനത്തിൽ പ്രദക്ഷിണം വയ്ക്കുന്നു. അവരുടെ കാലടികളുടെ കീഴിൽ ആണികളും രണ്ടുവശങ്ങളിലും കറുത്ത വിള്ളലുകളും ഉണ്ടാവും. വേദന കൊണ്ടാവാം അവരുടെ പ്രദക്ഷിണം ആകർഷണീയമല്ലാതാവുന്നത്. കണ്ണുകളിലെ ക്രൗര്യം ദർശിച്ചിട്ടോ കാക്കകൾ ദേവാലയ നടയിൽ ചിറകിട്ടടിച്ച് ബോധരഹിതരായി നിലംപതിക്കുന്നത്? ഈ ചോദ്യം ഞാൻ പലതവണ ചോദിച്ചിട്ടുണ്ട്. ഉത്തരം ആരും തന്നിട്ടില്ല. ഈശ്വരാനുഗ്രഹം നിലാവാണ്. സ്നേഹത്തിൽപ്പെട്ടവർക്കു വേണ്ടിയാണോ അവസാനം കാണാത്ത ഈ തേജസ്സ്? ഈ വിഷുക്കൈനീട്ടം? ഈ തണ്ണീർപ്പന്തൽ? ഈ ആളിരമ്പുന്ന ദേശസദ്യ?

∎

പാരതന്ത്ര്യം

മദ്യപാനം നിർത്തിക്കിട്ടുവാനായി ഒരു മാസക്കാലം ഭാര്യയുടെ നിർബന്ധം മൂലം ശ്രീനിവാസൻ ബാംഗ്ലൂരിൽ ചിലവഴിച്ചു. മദ്യത്തിൽ നിന്നും മയക്കുമരുന്നുകളിൽ നിന്നും യുവാക്കളെ മോചിപ്പിക്കുവാൻ അദ്ധ്വാനിക്കുന്ന ചില ഭിഷഗ്വരന്മാർ നടത്തുന്ന ഒരു സ്ഥാപനത്തിലാണ് അയാൾ ചെന്നു പെട്ടത്. ശാന്തപ്രകൃതമുള്ള ഒരപരിചിതനായിട്ടാണ് തന്റെ ഭർത്താവ് വീട്ടിലേയ്ക്ക് മടങ്ങിയതെന്ന് പ്രേമ സ്നേഹിതൻമാരോട് പറഞ്ഞു. മദ്യഗന്ധം വായുവിൽ പരത്താതെ, തെറിവാക്കുകൾ ഉപയോഗിക്കാതെ അയാൾ കടന്നുവന്നപ്പോൾ താൻ ആഹ്ലാദിച്ചുവെന്ന് അവൾ അവരെ അറിയിച്ചു.

"ഒരു സന്ന്യാസിയുടെ ഭാവമായിരുന്നു ശ്രീനിയുടെ മുഖത്ത്. വാസവദത്തയുടെ ഉപഗുപ്തന്റെ ഛായ." പ്രേമ പറഞ്ഞു. മദ്യപാനിയായിരുന്ന കാലത്ത് അയാൾ അവളെ പ്രഹരിക്കുക മാത്രമല്ല, ലാളിക്കുകയും ചെയ്തിരുന്നു. അയാൾ തന്നെ ആശ്ലേഷിക്കുമെന്നു കരുതി അവൾ വാതിൽക്കലേക്ക് നീങ്ങി. പക്ഷേ, ഒരു സന്ദർശകന്റെ ഗാംഭീര്യത്തോടെ അയാൾ ഒരു സോഫയിൽ ഇരുന്നു. വർത്തമാനക്കടലാസുകൾ ഓരോന്നായി വായിച്ചു.

"എന്നെ കാണുവാൻ ആരൊക്കെയാണ് വന്നത്?" അയാൾ ചോദിച്ചു.

ഫിലിം നിർമാതാക്കളെയാണ് അയാൾ ഉദ്ദേശിക്കുന്നത് എന്ന് പ്രേമയ്ക്ക് മനസ്സിലായി. എന്നിട്ടും അവൾ പറഞ്ഞു. "സൈനുദ്ദീൻ വന്നിരുന്നു. ഒരു മാസത്തിനകം കടം തിരിച്ചുകൊടുക്കണമെന്ന് പറഞ്ഞു. അയാളുടെ മകളുടെ കല്യാണം ഉറപ്പിച്ചുവത്രെ."

ശ്രീനിവാസന്റെ മുഖം പെട്ടെന്ന് തുടുത്തു.

"അയാൾ ഇങ്ങോട്ട് വരാൻ പാടില്ലായിരുന്നു. ഇതൊക്കെ ആണുങ്ങൾ തമ്മിൽ പറഞ്ഞുതീർക്കേണ്ടതാണ്. നിന്നെ ശല്യപ്പെടുത്തിയത് ഒട്ടും ശരിയായില്ല." അയാൾ പിറുപിറുത്തു.

"അറിഞ്ഞ സ്ഥിതിക്ക് ചോദിക്കുകയാണ്. ശ്രീനി എത്ര രൂപ കടം വാങ്ങി?" അവൾ ചോദിച്ചു.

"നീ അതൊന്നും അറിയണ്ട. ഞാൻ എന്റെ സ്നേഹിതന്മാരിൽ നിന്ന് കടം എടുക്കും. അത് മടക്കുകയും ചെയ്യും. അതൊന്നും നിന്റെ ഉത്തരവാദിത്തത്തിൽ പെടില്ല." അയാൾ മുരണ്ടു.

"വലിയ സംഖ്യയാണോ?" അവൾ ചോദിച്ചു.

അയാൾ എഴുന്നേറ്റു നിന്നു.

"വലിയ സംഖ്യയാണെങ്കിൽത്തന്നെ നീ അതു ചിന്തിച്ചു വിഷമിക്കണ്ട. ഏതെങ്കിലും ഒരു റോൾ എനിക്ക് ഉടനെത്തന്നെ കിട്ടാതിരിക്കില്ല. അഡ്വാൻസ് മേടിച്ച് ഞാൻ കടം തീർക്കുകയും ചെയ്യും. കടം വാങ്ങലൊന്നും ഒരു പുതിയ അനുഭവമല്ല.... ആരും വന്നില്ലേ? ഞാൻ ചിലരെ പ്രതീക്ഷിച്ചിരുന്നു." അയാൾ പറഞ്ഞു.

"ആര് വരും? കഴിഞ്ഞ ചിങ്ങത്തിൽ ഊട്ടിയിൽ ഷൂട്ടിങ്ങ് നടക്കുമ്പോൾ മുഖ്യനടിയുടെ ഭർത്താവിനെ അടിച്ച് വീഴ്ത്തി എന്നൊക്കെ സിനിമാ മാസികയിൽ ഞാൻ വായിച്ചു. കുടിച്ച് ലക്ക് തെറ്റി നടത്തുന്ന കാര്യങ്ങൾ വെണ്ടയ്ക്കാവലിപ്പമുള്ള അക്ഷരങ്ങളിലാണ് പത്രക്കാർ അച്ചടിക്കുന്നത്. എന്നോട് പലരും ചോദിച്ചു. ഞാൻ അറിയില്ല എന്ന് പറഞ്ഞ് ഒഴിഞ്ഞു."

"സിനിമാ മാസിക! ഏത് സിനിമാ മാസികയാണ് നേരുമാത്രം എഴുതുക? നുണക്കഥകൾ പ്രചരിപ്പിച്ചാൽ അവർക്ക് കൂടുതൽ കോപ്പികൾ വിറ്റഴിക്കാം. ഞാൻ മാനനഷ്ടക്കേസ് കൊടുക്കും. ലക്ഷക്കണക്കിന് രൂപ ഞാൻ അവരുടെ കൈയിൽനിന്നു വാങ്ങും." അയാൾ അലറി.

തന്റെ ഭർത്താവ് മദ്യം കുടിക്കാതെത്തന്നെ സിംഹത്തെപ്പോലെ ഗർജിക്കുമെന്ന് മനസ്സിലായതുകൊണ്ടാവാം അവൾ പിന്നീട് മൗനം പാലിച്ചു. അടുക്കളയിൽ പരിപ്പ് വെന്തു കഴിഞ്ഞിരുന്നു. പച്ചക്കറികൾ അരിയുവാൻ അവൾ കത്തി കൈയിലെടുത്തു.

"എവിടെ ആ മാസിക? അയാൾ അടുക്കളയിൽ പ്രവേശിച്ചുകൊണ്ട് ചോദിച്ചു."

"എനിക്കറിയില്ല." അവൾ പറഞ്ഞു.

"നിനക്കറിയാതെ മാസിക എവിടെപ്പോവാനാണ്?" അയാൾ ശബ്ദം ഉയർത്തിക്കൊണ്ട് ചോദിച്ചു.

ഭാര്യ തല ഉയർത്തിയില്ല. തൊലി കളയാത്ത നേന്ത്രക്കായക്കഷണങ്ങൾ ചീനച്ചട്ടിയിൽ ഇളക്കിക്കൊണ്ട് അവൾ നിന്നു. ആലോചനാമഗ്നയായി. "ഞാൻ ചോദിച്ചത് കേട്ടില്ലേ?" അയാൾ ക്രോധത്തോടെ ചോദിച്ചു.

"ഞാൻ ചോദിച്ചത് കേട്ടില്ലേ?" അയാൾ ചോദ്യം ആവർത്തിച്ചു.

"നിങ്ങളുടെ ആരാധികമാരിൽ ആരെങ്കിലും ഒരാൾ എടുത്തുകൊണ്ടുപോയിരിക്കും." പ്രേമ പറഞ്ഞു.

"ആരാധികമാരോ? ആരെപ്പറ്റിയാണ് നീ സംസാരിക്കുന്നത്?" അയാൾ ചോദിച്ചു.

"ടീച്ചർമാർ. കൂടെ കോളെജിൽ പഠിച്ചവർ. പിന്നെ അവിടെയിവിടെ വെച്ച് കണ്ട് പരിചയപ്പെട്ടവർ. എല്ലാവരും അന്വേഷിച്ച് വരാറുണ്ട്." അവൾ പറഞ്ഞു.

"ആരും വന്നില്ലേ എന്ന് ചോദിച്ചപ്പോൾ നീ പറഞ്ഞു സൈനുദ്ദീൻ മാത്രം വന്നുവെന്ന്. എന്നെ കാണാൻ വന്ന സ്ത്രീകളെപ്പറ്റി ആദ്യം പറഞ്ഞില്ല." അയാൾ പറഞ്ഞു. നീരസം അയാളുടെ മുഖം വികൃതമാക്കി. അയാളുടെ മുഖത്തിന്റെ സൗമുഖ്യം ക്ഷയിക്കുമ്പോൾ അവൾ കൂടുതൽ സന്തുഷ്ടയായി.

"കൈയിന്റെ മുട്ടിൽ ചൊറിയുള്ള ആ ടീച്ചർ വന്നു. വിശേഷദിവസങ്ങളിൽ അമ്പലത്തിൽപ്പോയി നിങ്ങൾക്കുവേണ്ടി പുഷ്പാഞ്ജലി നടത്തുന്ന ആ കറുമ്പി. അത് വന്നു. ഇവിടെ ഇല്ല എന്നു കേട്ടപ്പോൾ പ്രസാദവും കൊണ്ട് മടങ്ങി."

"ആ ടീച്ചർക്ക് ചൊറിയൊന്നുമില്ല. നീ എന്തിനാണ് അവരെ ചൊറിക്കാരിയാക്കിയത്?" അയാൾ ചിരിച്ചുകൊണ്ട് ചോദിച്ചു.

"ചൊറി കണ്ടിരിക്കില്ല. നോക്കേണ്ടയിടത്തൊന്നും നിങ്ങൾ നോക്കിയിരിക്കില്ല." അവൾ പിറുപുറുത്തു.

"ആ സ്ത്രീയോട് നിനക്കെന്താണ് ഇത്ര വിരോധം? പാവം സ്ത്രീ. അതിരാവിലെ അമ്പലത്തിൽ പോവും. പ്രാർത്ഥിക്കുന്നതിനിടയിൽ എന്നെ ഓർമിക്കും. ഉടനെ എനിക്ക് വേണ്ടിയും വഴിപാട് നടത്തും. സ്നേഹശീലയാണ് ആ ടീച്ചർ. എന്തൊരു ശാലീനത. തുമ്പ് കെട്ടിയ മുടിയും സെറ്റുമുണ്ടും ചന്ദനക്കുറിയും ഒക്കെക്കണ്ടാൽ തറവാടിയാണെന്ന് ആർക്കും മനസ്സിലാവും." ശ്രീനിവാസൻ പറഞ്ഞു.

"എല്ലാം ഒരു ജാഡ. നിങ്ങൾക്കിതൊന്നും മനസ്സിലാവില്ല. ടീച്ചർക്ക് ഭർത്താവുണ്ട്. കുട്ടികളുണ്ട്. അവർക്കുവേണ്ടി പുഷ്പാഞ്ജലി നടത്തിക്കൊള്ളട്ടെ. നിങ്ങൾക്കുവേണ്ടി വഴിപാടു നടത്തുവാൻ ഞാനില്ലേ?" പ്രേമ ഉദ്വേഗത്തോടെ ചോദിച്ചു. അവൾ ചട്ടുകം അടുക്കളത്തിണ്ണമേൽ വെച്ചു. വിയർപ്പുതുള്ളികൾ മുഖത്തുകൂടി ഒഴുകി.

"നിനക്ക് ഒരു സങ്കുചിത മനസ്സാണ് ഉള്ളത്." അയാൾ പറഞ്ഞു.

"ആയിരിക്കാം" അവൾ പറഞ്ഞു. ആ നിമിഷത്തിൽ ഫോൺ ശബ്ദിച്ചു. അയാൾ ധൃതിയിൽ അതെടുത്ത് "ഹലോ" എന്നു പറഞ്ഞു.

"ജന്മദിനമോ? അതു ഞാൻ ഓർമിച്ചില്ല. അതൊന്നുംവേണ്ട. എനിക്ക് വേണ്ടി ഇങ്ങനെ ബുദ്ധിമുട്ടരുത്. ശരി. ശരി. നിർബന്ധമാണെങ്കിൽ മൃത്യുഞ്ജയഹോമം കഴിച്ചുകൊള്ളു. എനിക്ക് അതിലൊന്നും വിശ്വാസമില്ല." അയാൾ ഫോണിലൂടെ പറഞ്ഞു.

"ടീച്ചർ അല്ലേ?" അവൾ ചോദിച്ചു.

"അതെ. നാളെ എന്റെ പിറന്നാളാണ് എന്ന് പറഞ്ഞു. ഞാൻ ഓർമിച്ചില്ല. നീയും ഓർമിക്കുകയുണ്ടായില്ല. അവർക്ക് അമ്പലത്തിൽപ്പോവണം. എന്റെ പേരിൽ ഒരു മൃത്യുഞ്ജയഹോമം നടത്തണം. പായസത്തിന് ശീട്ടു കൊടുത്തിട്ടുണ്ട്. അതെടുത്ത് ഇതിലെ വരുമെന്ന് പറഞ്ഞു. വേണ്ടെന്ന് പറഞ്ഞിട്ടും അവർ കേൾക്കുന്നില്ല." ശ്രീനിവാസൻ ഒരു പുഞ്ചിരിയോടെ പറഞ്ഞു.

"നാളെ ആ അസത്തിനെ ഞാൻ വീട്ടിൽ കയറ്റില്ല. ഒരു പിറന്നാളായിട്ട് ആ അസത്തിനെ വീട്ടിൽ കയറ്റുന്നത് എനിക്ക് ഇഷ്ടമല്ല." പ്രേമ പറഞ്ഞു.

"നിന്റെ യഥാർത്ഥ സ്വഭാവം പത്രക്കാർക്ക് ഇതേവരെ മനസ്സിലായിട്ടില്ല. ഞാൻ ഒരു ചെകുത്താനും നീയൊരു മാലാഖയുമാണെന്നാണ് അവർ ധരിച്ചുവെച്ചിരിക്കുന്നത്." അയാൾ പറഞ്ഞു. ചിരിക്കുമ്പോൾ ഒരു വശത്തെ എഴുത്താണിപ്പല്ല് ആ ചിരിയുടെ ആകർഷകത്വം കെടുത്തി. അതു ഇമവെട്ടാതെ നോക്കിക്കൊണ്ട് നിൽക്കുമ്പോൾ പ്രേമയ്ക്കു തോന്നി, തന്റെ ഭർത്താവ് ഒരു ചെകുത്താനാണെന്ന്. ഡ്രാക്കുളയുടെ മുഖച്ഛായ.

"ഒരു നടനാവാൻ നിങ്ങൾക്ക് കഴിയും. പക്ഷേ, ഒരു താരമാവാൻ നിങ്ങൾക്ക് കഴിയില്ല. അത്രയ്ക്ക് സൗന്ദര്യം നിങ്ങൾക്കില്ല." പ്രേമ പറഞ്ഞു.

അയാൾ പൊട്ടിച്ചിരിച്ചു. "എനിക്ക് പെൺകുട്ടികൾ എഴുതുന്ന പ്രേമ ലേഖനങ്ങൾ ഞാൻ നിനക്ക് കാണിച്ചുതരാം. മമ്മൂട്ടിക്കും മോഹൻലാലിനും കിട്ടുന്നത്ര കത്തുകൾ എനിക്കും ആരാധകരിൽനിന്നും കിട്ടാറുണ്ട് നിനക്ക് അതും അറിയില്ലെന്നുണ്ടോ?"

പ്രേമ സാരിത്തുമ്പുകൊണ്ട് കണ്ണുകൾ തുടച്ചു. ജനലിൽക്കൂടി നോക്കിയപ്പോൾ മഞ്ഞക്കുടയും ചൂടി നിരത്തിൽക്കൂടി നടന്നുവരുന്ന ടീച്ചറെ അവൾ കണ്ടു.

"എനിക്ക് ജീവിതം തന്നെ മടുത്തു." അവൾ പറഞ്ഞു.

■

അനുബന്ധം
സ്നേഹത്തിന്റെ പച്ചപ്പുനിറഞ്ഞ ഒരു തുരുത്ത്

ഒരു പൊതുപരിപാടിയിൽ പങ്കെടുക്കാൻ കൊച്ചിയിലെത്തിയതാ യിരുന്നു നോംചോംസ്കിയും പത്നിയും. ചടങ്ങിൽ കമലാദാസിനെ ക്ഷണിച്ചിട്ടില്ലെന്നറിഞ്ഞ് അവർ അത്ഭുതപ്പെട്ടു. ഒടുവിൽ ചോംസ്കിയും പത്നിയും മാധവിക്കുട്ടിയുടെ വസതിയിലെത്തി യാണ് സംഭാഷണം തുടർന്നത്.

ഇതൊരു ഒറ്റപ്പെട്ട അനുഭവമല്ല. ലോകമെമ്പാടുമുള്ള എഴുത്തു കാരും ബുദ്ധിജീവികളും കേരളത്തെ തിരിച്ചറിയുന്നത് കമലാദാസ് എന്ന എഴുത്തുകാരിയിലൂടെയാണ്. കമലയുടെ മുഖം സ്നേഹത്തി ന്റേതാണെന്ന് അവർ കരുതുന്നു. സംസ്കാരത്തിന്റെ പൊള്ള ത്തരവും അധികാരത്തിന്റെ കാപട്യവും തുറന്നുപറഞ്ഞ് ഈ എഴുത്തുകാരി സ്നേഹത്തെക്കുറിച്ച് വാചാലയാവുന്നു. രാഷ്ട്ര ങ്ങളുടെ അതിരുകളോ ഭൂഖണ്ഡങ്ങളുടെ വേർതിരിവുകളോ അവരെ ബാധിക്കുന്നില്ല. എന്നിട്ടും മലയാളി, മാധവിക്കുട്ടിയെ തിരിച്ചറിയുന്നില്ല. എഴുത്തിന്റെ ഉന്മാദത്തെ തിരിച്ചറിയാനാവാത്ത രീതിയിൽ മലയാളിസമൂഹം ഒരു മദ്ധ്യവർത്തി സമൂഹമായി അധഃ പതിച്ചതാവാം കാരണം. ലോകാദരം നേടിയ ആ എഴുത്തുകാരി യുടെ സംഭാഷണങ്ങളിലെ ചില ഭാഗങ്ങൾ.

ആദ്യകാല രചനകളുടെ പശ്ചാത്തലം?

ഏതാണ്ട് പതിനെട്ടു വയസ്സാകുമ്പോഴാണ് ഞാൻ മാതൃഭൂമിയിൽ കഥകളെഴുതാൻ തുടങ്ങുന്നത്. എൻ.വി.കൃഷ്ണവാരിയരായിരുന്നു അന്ന് പത്രാധിപർ. പക്ഷേ, അതിനു മുൻപുതന്നെ ഒരെഴുത്തു കാരിയെന്ന നിലയിൽ ഞാൻ അംഗീകരിക്കപ്പെട്ടു കഴിഞ്ഞിരുന്നു. എനിക്ക് പതിനാലര വയസ്സുള്ളപ്പോഴാണ് PENന്റെ ഇന്ത്യൻ എഡിഷന്റെ ഓഫീസ് അന്ന് ബോംബെയിലാണ്. ഒരു പാഴ്സിയെ വിവാഹം കഴിച്ച ഫ്രഞ്ചുകാരി സോഫിയവാഡിയ ആയിരുന്നു എഡിറ്റർ.

പെൻ മാഗസിനിൽ ഞാനൊരു കവിതയെഴുതി. യുദ്ധത്തിൽ ഭൂമിയിലുള്ള എല്ലാവരും മരിച്ചു. പക്ഷേ, ഒരാൾ മാത്രം മരിച്ചില്ല. മരിച്ചവരുടെ പ്രതിനിധിയായി ഒരമ്മ. മരിക്കാത്തയാളെ അഭി സംബോധന ചെയ്യുന്നതായിരുന്നു കവിതയുടെ പ്രമേയം. മരിക്കാതെ ശേഷിച്ച ആൾക്ക് മറ്റാരെയെങ്കിലും സ്നേഹിക്കേണ്ട ബാദ്ധ്യതയുണ്ടായിരുന്നില്ല. അതായിരുന്നില്ലല്ലോ മരിച്ചവരുടെ സ്ഥിതി. അവർ ജീവിച്ചിരിക്കുമ്പോൾ സ്നേഹിക്കാൻ പാടുപെട്ട വരാണ്. അതുകൊണ്ട് മനുഷ്യരാശിയുടെ അവസാനപ്രതിനിധി ഭാഗ്യവാനാണെന്ന് എനിക്ക് തോന്നി. മരിച്ചവർ മരിക്കാത്തയാൾക്ക് ആശംസകൾ നേർന്നു.

പെൻ-ൽ പ്രസിദ്ധീകരിച്ച എന്റെ ആദ്യ കവിത വ്യാപകമായി പ്രശംസിക്കപ്പെട്ടു. ബോംബെയിൽ എഴുത്തുകാരുടെ മാസംതോറു മുള്ള ഒത്തുചേരലിൽ ഞാൻ പ്രിയപ്പെട്ടവളായി. ആദ്യ കവിത കൊണ്ട് തന്നെ എസ്റ്റാബ്ലിഷ് ചെയ്ത എഴുത്തുകാരിയാണ് ഞാൻ. സാധാരണഗതിയിൽ പത്തോ ഇരുപതോ കവിതകൾക്ക് ശേഷമായി രിക്കും ഒരു കവി അംഗീകരിക്കപ്പെടുക. എനിക്ക് ആ ബുദ്ധിമുട്ടുണ്ടാ യില്ല.

അതിനുശേഷമാണ് ഞാൻ മാതൃഭൂമിയിൽ കഥകൾ എഴുതാൻ തുടങ്ങിയത്. എന്റെ വിവാഹം അത്ര അനുഭവമായിരുന്നില്ല. അതിന്റെ സങ്കടങ്ങൾ എനിക്കുണ്ടായിരുന്നു. അമ്മമ്മ-അമ്മയുടെ അമ്മയായിരുന്നു എന്റെ ഡിയറസ്റ്റ്. എന്റെ വിവാഹം പരാജയമാ ണെന്ന് പറഞ്ഞാൽ അത് അമ്മമ്മയ്ക്ക് വിഷമമാകും. എല്ലാം പറയാവുന്ന സുഹൃത്ത് എനിക്ക് സാഹിത്യം മാത്രമായിരുന്നു. എന്റെ സങ്കടങ്ങൾ ഞാൻ എഴുതിതീർക്കുകയായിരുന്നു.

വിവാഹ ജീവിതത്തിന്റെ നിരാശതകൾ എന്റെ ആദ്യകാല കഥകളി ലുണ്ടായിരുന്നു. സന്തോഷകരമല്ലാത്ത വിവാഹജീവിതം സഹിച്ച് ആത്മഹത്യ ചെയ്തപോലെ ജീവിക്കുകയാണോ വേണ്ടത്. അതോ സ്നേഹമുള്ള ഒരാളെ കണ്ടുപിടിച്ച് സന്തോഷത്തോടെ ജീവിക്കുക യാണോ വേണ്ടത്? മരണം വരെ ഒരു നനഞ്ഞ പക്ഷിയെപോലെ ജീവിക്കുന്നതിനേക്കാൾ നല്ലത് ഇഷ്ടമുള്ള ആളോടൊപ്പം സ്നേഹ ത്തോടെ ജീവിക്കുകയാണെന്ന് എനിക്ക് തോന്നി.

ഞാനും ദാസേട്ടനും ഓംബ്രിമേനോന്റെ അച്ഛൻ നാരായണ മേനോനും ഒരുമിച്ച് ഒരിക്കൽ ഒരു സിനിമ കാണാൻ പോയി. എന്റെ സങ്കടങ്ങൾ മനസ്സിലാക്കിയിട്ടാകണം സിനിമ കഴിഞ്ഞ് മടങ്ങിവരും വഴി നാരായണമേനോൻ എന്നോട് ചോദിച്ചു. സിനിമ കണ്ടിരിക്കു മ്പോൾ ദാസേട്ടൻ എപ്പോഴെങ്കിലും ആമിയുടെ കയ്യിൽ തൊട്ടുവോ എന്ന്. ദാസേട്ടൻ അങ്ങനെ ഒരു റൊമാന്റിക് ടൈപ്പല്ല. അപ്പോൾ

അദ്ദേഹം പറഞ്ഞു; ദാസേട്ടൻ ആമിയുടെ കയ്യിൽ തൊട്ടില്ലെങ്കിൽ തിയേറ്ററിൽ അടുത്തിരിക്കുന്ന ആരുടെയെങ്കിലും കയ്യിൽ ആമി സ്നേഹത്തോടെ സ്പർശിക്കണം.

ജീവിതം ഒരിക്കലും ഒരു നനഞ്ഞ പക്ഷിയെപോലെ ആയിരിക്കരുത്. ദാസേട്ടൻ ജോലിക്ക് പോയിക്കഴിഞ്ഞാൽ വീട്ടിൽ ഞാൻ ഏകാകിയാണ്. മറുനാട്ടിലെ ഏകാന്തവാസം. വീട്ടിൽ വയ്പുകാരൻ കൃഷ്ണനുണ്ട്. പിന്നെ, പാലക്കാട്ടു നെന്മാറയിൽ നിന്ന് പഠിക്കാനെത്തിയ രണ്ട് ആൺകുട്ടികളും. അവർ നെന്മാറയിലെ വല്ലങ്കി വേലയെക്കുറിച്ച് പറഞ്ഞുതന്നത് ഇപ്പോഴും എനിക്ക് ഓർമ്മയുണ്ട്.

ഏകാന്തതയുടെ വിരസത ഒഴിവാക്കാൻ ഞങ്ങൾ കാരംസ് കളിക്കാൻ തുടങ്ങി. പക്ഷേ, അടുത്തവീട്ടിലെ രണ്ടുനായർ സ്ത്രീകൾ അതേക്കുറിച്ച് ദാസേട്ടനോട് പരാതി പറഞ്ഞു. അതോടെ കാരംസ് കളി നിന്നു. എന്നാൽ പരാതി പറഞ്ഞ നായർ സ്ത്രീകൾ കാരംസ് കളിക്കാൻ എനിക്ക് കൂട്ടിനു വരുമോ? അതുമില്ല. അങ്ങനെ വീണ്ടും ഏകാന്തത. ഇടയ്ക്ക് ആരും അറിയാതെ പകൽ നേരങ്ങളിൽ ഞാൻ സൈക്കിൾ ചവിട്ടാൻ പോയിട്ടുണ്ട്. അതും അയൽക്കാരികളുടെ പരാതിക്ക് വിഷയമായി.

കൽക്കത്തയിൽ ജനിച്ചു വളർന്ന എന്നെപ്പോലൊരു പരിഷ്ക്കാരി പെണ്ണിനെ ആട്ടുകല്ലിൽ കെട്ടിയിട്ടതിനു തുല്യമായിരുന്നു അക്കാലത്തെ എന്റെ ജീവിതം. വിവാഹത്തിനുള്ള പ്രായമൊന്നും എനിക്കായിരുന്നില്ല. എന്റെ വിവാഹം നേരത്തെയായിരുന്നുവല്ലോ. കുറഞ്ഞത് ഇരുപത്തിയൊന്ന് വയസ്സ് കഴിയാതെ പെൺകുട്ടികളുടെ വിവാഹം നടത്തരുത്. വിവാഹത്തിനുശേഷം പെൺകുട്ടികളുടെ ജീവിതം മുഴുവൻ വിലക്കുകളാണ്. അരുതുകളുടെ ലോകം.

വിവാഹജീവിതത്തിൽ ആനന്ദമില്ലാതിരുന്നതുകൊണ്ട് ഞാനൊരുപാട് കവിതകളെഴുതി. എന്നെ എഴുത്തുകാരിയാക്കിയത് ആ നിരാശതകളായിരുന്നു.

എഴുത്തും വായനയും?

മാതൃഭൂമിയിൽ കഥകളെഴുതാൻ തുടങ്ങിയ കാര്യം ഞാൻ പറഞ്ഞുവല്ലോ. പന്ത്രണ്ടുരൂപയായിരുന്നു അന്ന് കഥയ്ക്ക് പ്രതിഫലം. ആ കഥകൾക്ക് വായനക്കാരുടെ ഇടയിൽ നിന്ന് നല്ല പ്രതികരണങ്ങൾ കിട്ടിയിരുന്നു. പണത്തേക്കാൾ കൂടുതൽ എന്നെ എഴുതാൻ പ്രേരിപ്പിച്ചത് ആ പ്രതികരണങ്ങളായിരുന്നു. കഥ നന്നായിരുന്നുവെന്ന് പത്രാധിപർ എനിക്കെഴുതുന്ന ഒരു കത്തിന് പോലും ഞാൻ വലിയ വില കൽപ്പിക്കാറുണ്ട്. എഴുത്ത് പണത്തിനു വേണ്ടിമാത്രം ചെയ്യുന്ന വേശ്യാവൃത്തിയല്ല. സാഹിത്യത്തിനും

കലയ്ക്കും പ്രതികരണം പ്രധാനമാണ്. എല്ലാറ്റിലും സ്നേഹത്തിന്റെ ഒരു സ്പർശം ഉണ്ടായിരിക്കണം.

വായനയെക്കുറിച്ച് ചോദിച്ചുവല്ലോ. ഒരെഴുത്തുകാരിയായി അറിയപ്പെടാൻ തുടങ്ങുന്നതിനു മുമ്പ്തന്നെ ഞാൻ നല്ലൊരു വായനക്കാരിയായിരുന്നു. പതിനാലു വയസ്സിനു മുൻപ്തന്നെ മിക്കവാറും ക്ലാസിക്കുകൾ വായിച്ചു തീർത്തു. ചാൾസ് ഡിക്കൻസ്, തർജിനിവ്, അനതോൾ ഫ്രാൻസ് തുടങ്ങിയ എഴുത്തുകാരുടെ ക്ലാസിക്കുകൾ വായിക്കാതെ മോഡേൺ റൈറ്റിംഗ് മാത്രം വായിച്ചിട്ട് കാര്യമില്ല എന്നാണെന്റെ വിശ്വാസം.

ദാസേട്ടന്റെ അച്ഛൻ സി.വി. സുബ്രഹ്മണ്യ അയ്യർ വലിയ പണ്ഡിതനായിരുന്നു. അദ്ദേഹത്തിന്റെ വലിയ പുസ്തകശേഖരം എന്റെ അമ്മാവൻ നാലപ്പാട്ട് നാരായണമേനോന്റെ അധീനതയിലായിരുന്നു. അതുമുഴുവൻ ഞങ്ങൾ വായിച്ചുതീർത്തു. ക്ലാസിക്കുകൾ നന്നായി വായിച്ചിരുന്നതുകൊണ്ട് ജീവിതത്തിന്റെ ഒരു പകുതി ക്ലാസിക് കൃതികളിലെ കഥാപാത്രങ്ങളോടൊപ്പമായിരുന്നു. മറ്റേ പകുതി നാലപ്പാട്ടും.

അമ്മാവൻ വിവർത്തനം ചെയ്ത പാവങ്ങൾ വായിച്ചത് മറക്കാനാവാത്ത അനുഭവമായിരുന്നു. വായനയുടെ ഇന്ദ്രജാലം. റൊമാൻസ് എന്നൊക്കെപറയാം. അതൊന്നുമില്ലായിരുന്നെങ്കിൽ ജീവിതം ശുഷ്കമാകുമായിരുന്നു. പിന്നീട് ഓസ്കാർ വൈൽഡ്, ഫ്ളോബേർ, ടോൾസ്റ്റോയ് എന്നിവരുടെ കൃതികളിലൂടെ വായന തുടർന്നു. അമ്മയും നന്നായി വായിച്ചിരുന്നു. മോനും ഒരു ദിവസം ഒരു പുസ്തകം വീതം വായിക്കുന്ന കാലമുണ്ടായിരുന്നു. എനിക്ക് ജീവിതത്തിലെ ഏറ്റവും വലിയ എക്സൈറ്റ്മെന്റ് വായനതന്നെയായിരുന്നു. വായന നമ്മെ ഗുണകരമായി സ്വാധീനിക്കും. കളവിന് മാപ്പു കൊടുക്കാൻ എനിക്കു കഴിയുന്നത് മെഴുകുതിരിക്കാലുകൾ മോഷ്ടിച്ച കള്ളന് പാവങ്ങളിലെ ബിഷപ്പ് മാപ്പ് കൊടുക്കാൻ വായിച്ച അനുഭവമുള്ളതുകൊണ്ടാണ്.

ഇങ്ങനെയൊക്കെ ആയിരുന്നെങ്കിലും അച്ഛൻ പുസ്തകങ്ങൾക്ക് പണം ചെലവാക്കുമായിരുന്നില്ല. പക്ഷേ, ഞങ്ങൾക്ക് ട്യൂഷനു വേണ്ടി എത്ര പണം വേണമെങ്കിലും മുടക്കും! അച്ഛനുമായി താരതമ്യം ചെയ്താൽ ഞങ്ങൾക്ക് വേണ്ടത്ര പണമുണ്ടായിരുന്നില്ല. എന്നിട്ടും മക്കൾക്കു വായിക്കാൻ പുസ്തകങ്ങൾ വാങ്ങിക്കൊടുത്തു. യഥാർത്ഥ വിദ്യാഭ്യാസം അതാണെന്ന് ഞാൻ കരുതുന്നു. അല്ലാതെ അദ്ധ്യാപകർ അവർക്കുതന്നെ വേണ്ടത്ര നിശ്ചയമില്ലാതെ പഠിപ്പിക്കുന്ന കാര്യങ്ങൾ ഏറ്റുപറയുന്നതല്ല വിദ്യാഭ്യാസം.

മലയാളവും മലയാളിയും?

'ഐ ഡോണ്ട് നോ മല്യാലം' എന്ന് സ്റ്റൈയ്ലിൽ സംസാരിച്ചു തുടങ്ങുന്ന പെൺകുട്ടിയോട് ചോദിക്കണം വീടെവിടെയെന്ന്? ഒന്നുകിൽ കൊരട്ടി. അല്ലെങ്കിൽ ചാലക്കുടി. അതുമെല്ലങ്കിൽ കേരളത്തിൽ തന്നെ മറ്റേതെങ്കിലുമൊരിടം. ഇംഗ്ലീഷുകാർ ഭരിച്ചിരുന്ന കാലത്തായിരുന്നുവെങ്കിൽ ഇതിനൊക്കെ എന്തെങ്കിലും ഒരർത്ഥ മുണ്ടായിരുന്നുവെന്നു പറയാം.

ഇന്ന് എന്തിന് ഈ ഗോഷ്ഠി? ലണ്ടനിൽ പഠിച്ച ആൾപോലും തെറ്റില്ലാതെ മലയാളം പറയുമ്പോഴാണ് കേരളത്തിൽ ജനിച്ചു വളർന്ന കുട്ടികൾ ഇങ്ങനെ സംസാരിക്കുന്നത്. ഇവർക്ക് ഇംഗ്ലീഷു മറിയില്ല, മലയാളവുമറിയില്ല എന്നതാണ് സത്യം.

രാഷ്ട്രീയത്തിലുള്ള എന്റെ ഒരു സ്നേഹിത പറഞ്ഞതനുസരിച്ച് ഒരിക്കൽ ഒരു കുട്ടി ഇവിടെ വന്നു. ആ കുട്ടിയുടെ ഇംഗ്ലീഷ് കവിതാ സമാഹാരത്തിന് ഞാനൊരു അവതാരിക എഴുതിക്കൊടുക്കണം. പുസ്തകം പ്രസിദ്ധീകരിക്കുന്നതിന് 40000 രൂപ നൽകാൻ കോളേജ് അധികാരികൾ തയ്യാറാണ്.

ഞാൻ കവിതകൾ വായിച്ചുനോക്കി. സംഗതി പൈങ്കിളി സാഹിത്യ മാണ് അതല്ല എന്നെ ദേഷ്യം പിടിപ്പിച്ചത്, ഇംഗ്ലീഷ് ഭാഷ അൽപ്പം പോലും ആ കുട്ടിയ്ക്ക് അറിയില്ല. അപ്പാടെ പൊട്ട ഇംഗ്ലീഷ്. അപ്പോൾ ഈ കുട്ടിയുടെ കവിത വായിച്ച് പ്രശംസിച്ച കോളേജ് അദ്ധ്യാപകർക്കും ഇംഗ്ലീഷ് അറിയില്ലെന്നു വേണ്ടേ ധരിക്കാൻ? എനിക്ക് ദേഷ്യം വന്നു. ഞാൻ അവതാരിക എഴുതിയില്ല കുട്ടിയോടു പോയി ആദ്യം ഇംഗ്ലീഷ് പഠിച്ചുവരാൻ പറഞ്ഞു.

കുട്ടി പോയതിന്റെ പിന്നാലെ ഫോൺ വന്നു. ഞാൻ പറഞ്ഞു വിട്ടതിന്റെ ദുഃഖം കൊണ്ട് കുട്ടി ബോധംകെട്ട് വീണത്രേ. ഞാൻ ആ കുട്ടിയോട് മോശായി പെരുമാറിയെന്നാണ് ഫോൺചെയ്ത ആളുടെ പരാതി. അവതാരിക വേണമെന്ന ആവശ്യം അയാൾ ആവർത്തിച്ചു. പക്ഷേ ഞാൻ തയ്യാറായില്ല. വേണമെങ്കിൽ ഞാനൊരു സ്വർണ്ണചങ്ങല വാങ്ങി ആ കുട്ടിയ്ക്ക് കൊടുക്കാം. പക്ഷേ, അവതാരിക വയ്യ.

പിന്നീട് തപാലിൽ വരുന്നത് ആ കുട്ടിയുടെ കവിതാ ഗ്രന്ഥത്തിന്റെ പ്രകാശന ചടങ്ങിന്റെ ക്ഷണക്കത്താണ്. ഒരു പക്ഷേ, മറ്റാരെങ്കിലും അവതാരിക എഴുതിക്കൊടുത്തുകാണും.

ഇലസ്ട്രേറ്റഡ് വീക്കിലി, ഫെമിന, പോയറ്റ് തുടങ്ങി പല പ്രസിദ്ധീകരണങ്ങളുടെയും പോയട്രി എഡിറ്ററായി ഞാൻ പ്രവർത്തിച്ചിട്ടുണ്ട്. കവിത ജഡ്ജ് ചെയ്യാൻ എനിക്ക് കഴിവുണ്ടെന്ന്

ലോകം അംഗീകരിച്ചിട്ടുമുണ്ട്. എന്റെ പ്രൊഫഷണൽ ജഡ്ജ്മെന്റ് ലംഘിക്കാൻ എനിക്ക് സാധ്യമല്ല.

വായനക്കാരെ സത്യത്തോടടുപ്പിക്കാനാണ് സാഹിത്യം. പക്ഷേ, നമുക്കിപ്പോൾ അതിലൊന്നുമല്ല താൽപര്യം.

'ടൗൺഹാളിൽ നാളെ സ്വപ്നചന്ത' എന്നൊരു നോവൽ പ്രസിദ്ധീകരിക്കുന്നുവെന്ന് പണ്ടൊരിക്കൽ കുങ്കുമം വാരികയിൽ പരസ്യം വന്നത് ഓർക്കുന്നു. ആ നോവലിന് എന്തുപറ്റി?

എഴുതാൻ കഴിഞ്ഞില്ല. ചില അസൗകര്യങ്ങൾ വന്നുപെട്ടു. അതിന്റെ പ്രമേയം അൽപ്പം നീണ്ടൊരുകഥയായി എഴുതി കുങ്കുമം വാരികയിൽ തന്നെ പ്രസിദ്ധീകരിച്ചു.

കവിതാ കഥാരചനയ്ക്കുള്ള ഊർജ്ജം എവിടെ നിന്നായിരുന്നു?

എന്റെ ചുറ്റുവട്ടത്ത് കണ്ടതാണ് ഞാനെഴുതിയത്. എന്നിട്ടും വിശ്വസിക്കാൻ വിസമ്മതിച്ചവരുണ്ട്. ഉദാഹരണത്തിന് 'സ്വയംവര' മെന്ന കഥ. ഞങ്ങൾ ബോംബെയിൽ താമസിക്കുന്ന കാലത്തെ അനുഭവമാണ്. ചർച്ച് ഗേറ്റിനടുത്തുള്ള പാർക്കിൽ രാവിലെ ഒരു മകൻ അയാളുടെ തള്ളയെ കൊണ്ടുവന്നിരുത്തും. വൈകീട്ട് ജോലികഴിഞ്ഞെത്തിയാൽ അയാൾ അമ്മയെ തിരിച്ചുകൊണ്ട് പോകുകയും ചെയ്യും. അൽപ്പം മാനസിക വിഭ്രാന്തിയുള്ള സ്ത്രീയായിരുന്നു അവർ. പക്ഷേ, ഒരു ദിവസം വൈകീട്ട് അമ്മയെ തിരിച്ച് കൊണ്ടുപോകാൻ മകൻ എത്തിയില്ല. കുഴപ്പക്കാരായ ചില ചെറുപ്പക്കാർ കടലാസുകൊണ്ട് കിരീടം ഉണ്ടാക്കി രാജകുമാരൻമാരായി ഭാവിച്ച് ആ സ്ത്രീയെ ഗാങ്ങ് റേപ്പ് ചെയ്തു കൊന്നു. മാനസിക വിഭ്രാന്തിയുള്ള ആ അമ്മയെ ഒരു രാജകുമാരിയായി തെറ്റിദ്ധരിപ്പിക്കുകയായിരുന്നു ചെറുപ്പക്കാർ. ഈ പ്രമേയം ഉൾക്കൊള്ളാൻ തക്ക അനുഭവപരിസരം കേരളത്തിലെ വിമർശകർക്കെങ്കിലും ഉണ്ടായിരുന്നില്ല.

കഥാകാരിക്ക് നിരീക്ഷണ ശക്തിവേണം. നമ്മൾ മനസ്സിരുത്തി ഒരാളെ പിന്തുടർന്നാൽ അയാളുടെ ചിന്തപോലും നമുക്ക് മനസ്സിലാക്കാൻ കഴിയും.

ബോംബെയിൽ പ്രസിദ്ധ സൈക്യാട്രിസ്റ്റായിരുന്ന ഡോക്ടർ രമൺലാൽ പട്ടേൽ പാതി രോഗം മാറിയ രോഗികളെ പലപ്പോഴും എന്നെ ഏൽപ്പിക്കുമായിരുന്നു. രോഗികൾക്ക് സ്നേഹം മാത്രം മതി. കൈപിടിക്കുക, സ്നേഹിക്കുക, ചിത്രം വരയ്ക്കാൻ സഹായിക്കുക, കവിത എഴുതാൻ പഠിപ്പിക്കുക എന്നിങ്ങനെയായിരുന്നു എന്റെ

പരിചരണം. ക്രിയേറ്റീവായി എന്തെങ്കിലും ചെയ്താൽ ഭ്രാന്തില്ലാതാകും. ജീവിതം പാഴാകുന്നു എന്നുതോന്നുമ്പോഴാണ് ഭ്രാന്ത് വരുന്നത്. ജയിലിലെ അന്തേവാസികളേയും ഞാൻ സന്ദർശിക്കാറുണ്ടായിരുന്നു.

രചനാജീവിതത്തിന്റെ പരിവർത്തനത്തെ എങ്ങനെ കാണുന്നു?

വായനക്കാരെ ആകർഷിച്ച എന്റെ ആദ്യകാല കഥകൾ പ്രധാനമായും സെന്റിമെന്റലാണ്. സെന്റിമെന്റലെന്നത് മൂടൽമഞ്ഞാണ്. സ്വയം അനുകരിക്കാതിരിക്കാൻ ഞാൻ രചനയിൽ ജാഗ്രത പുലർത്താറുണ്ട്. എന്റെ ആദ്യകാല കഥകൾ സെന്റിമെന്റലാണെങ്കിൽ പിൽക്കാലകഥകൾ ക്ലിനിക്കലാണ്. ക്ലിനിക്കുകളിൽ സ്ക്രൂട്ടിനി ചെയ്യും പോലെ അവ കൂറെകൂടി സ്ട്രോങ്ങായിട്ടുണ്ടെന്നാണ് എന്റെ വിശ്വാസം. വെറുതെ കരഞ്ഞാൽ പോര, എഴുത്തിലൂടെ മനുഷ്യാന്തസ്സ് സ്ഥാപിക്കപ്പെടണം. അതിനാണ് ഞാൻ എന്റെ രചനകളിലൂടെ എല്ലായ്പ്പോഴും ശ്രമിച്ചിട്ടുള്ളത്.

കേരളത്തിന്റെ സാംസ്കാരികാന്തരീക്ഷം?

പണമുള്ളവർ അതായത് കേരളത്തിലെ അപ്പർ ക്ലാസ്സ്, മലയാള പുസ്തകങ്ങൾ വായിക്കുകയില്ല എന്നുവെച്ച് അവർ ഇംഗ്ലീഷ് പുസ്തകങ്ങൾ വായിക്കുമോ? അതുമില്ല. ഇംഗ്ലീഷ് അറിയാമെന്ന് അതിഥികളെ തെറ്റിദ്ധരിപ്പിക്കാൻ ഒരിന്ത്യാടുഡേ വാങ്ങും പിന്നെ ഒരു വനിതയും. കേരളത്തിലെ മിഡിൽ ക്ലാസ്സും അപ്പർ ക്ലാസ്സും അജ്ഞതയുടെ കൂടാണ്. അവരുടെ പാമരത്തമാണ് നാടിന്റെ ശാപം. പക്ഷേ, കോളനികളിൽ പാവങ്ങൾപോലും നന്നായി വായിക്കും. ഇവിടെ പെയ്ന്റുചെയ്യാൻ വരുന്ന കുട്ടികളോട് ചോദിച്ചാൽ അത് മനസ്സിലാകും. അവർക്ക് നല്ല വിവരമുണ്ട്.

പക്ഷേ, പാമരൻമാരുടെ കയ്യിലാണ് സമ്പത്ത് അധികാരവും അവരുടെ കയ്യിൽ. അതല്ല, കേരളത്തിനു പുറത്തെ സ്ഥിതി. ബംഗാളിൽ പണമുള്ളവരും നന്നായി വായിക്കും. ഇവിടെ കോളേജിൽ പഠിപ്പിക്കുന്നവർക്കുപോലും ഇംഗ്ലീഷും മലയാളവും ശരിക്കറിയില്ല. വിദേശത്തു പഠിക്കുന്ന മലയാളി പോലും ശരിയായി മലയാളം പറയുമ്പോഴാണ് തേവരയിൽ പഠിക്കുന്ന കുട്ടിക്ക് മലയാളം അറിയില്ലെന്ന പോസ്.

എനിക്ക് സത്യമായും ഭയമുണ്ട്. ആരാണ് നമ്മുടെ കുട്ടികളെ നയിക്കുക? അമ്മമാർക്ക് പ്രാപ്തിയില്ല. അച്ഛൻമാർ കാശുണ്ടാക്കാൻ പരക്കം പായുന്നു. സ്വാഭാവികമായി കുട്ടികൾ ക്രിമിനലാകാനുള്ള സാഹചര്യത്തിൽ അകപ്പെടുന്നു. വായിക്കാത്ത ജനതയുടെ

മനസ്സിൽ അന്ധകാരമാണ്. ആ അന്ധകാരമാണ് നമ്മുടെ നാടിനെ നയിക്കുന്നത്.

ഒരു കല്യാണത്തിനോ സമ്മേളനത്തിനോ നമ്മുടെ നാട്ടിൽ പങ്കെടുക്കുവാൻ കഴിയുമോ? എല്ലാം മാമാങ്കങ്ങൾ. തിന്നുക, തോണ്ടുക. തിന്നുക, തേട്ടുക. അത്ര മാത്രം.

ഒരു വിരുന്നിന് പോകാൻ വയ്യ. ഒരിക്കൽ ലയൺസ് ക്ലബിന്റെ വിരുന്നിൽ ഞാൻ പങ്കെടുത്തു. പട്ടികൾ പോലും ഭക്ഷണത്തിനുമുന്നിൽ ഇത്രയും ആക്രാന്തം കാട്ടാറില്ല. വിരുന്നിനു ചെല്ലുന്നിടങ്ങളിൽ സസ്യഭക്ഷണക്കാർക്കുവേണ്ടി ചെറുതെന്തെങ്കിലും ഒരുക്കിയിരിക്കും. അത് ആദ്യംതന്നെ നോൺവെജിറ്റേറിയൻകാർ കയറി തട്ടും. പിന്നെ നോൺവെജിറ്റേറിയൻ ഭക്ഷണത്തിന് നേർക്കുള്ള ആക്രാന്തമാണ്. ഞാൻ ഇത്ര കോഴിയെ തിന്നു, ഇത്ര മൃഗത്തിനെ തിന്നു വെന്ന മട്ടിലാണ് സംസാരം. അവരുടെ പെണ്ണുങ്ങൾ തിന്നുകൊഴുത്ത് ഗെയ്റ്റ് വേ ഓഫ് ഇന്ത്യ പോലെയിരിക്കുകയാണ്. ഞാൻ ലയൺസ് ക്ലബ്ബുകാരോട് പറഞ്ഞു: നിങ്ങൾ വിരുന്നിനുകൊണ്ട് പോകുന്നതിനു മുമ്പ് ഭാര്യമാർക്ക് കുറച്ച് തൈരും ചോറും കൊടുക്കണം. എങ്കിൽ ഇവിടെ വന്ന് അവർ ഇങ്ങനെ ആക്രാന്തം കാട്ടില്ല.

ക്രിസ്ത്യൻ വേദഗ്രന്ഥത്തിൽ പറയും, ഗ്ലട്ടണി ഇസ് ഏ സിൻ.... ആർത്തി ഒരു പാപമാണ്.

ഇതൊന്നും പാവങ്ങളുടെ കാര്യമല്ല. ദാരിദ്ര്യംകൊണ്ടുള്ള ആർത്തിയുമല്ല. സമ്പന്നരുടെ ആർത്തിയാണ് കേരളത്തെ ഉലയ്ക്കുന്നത്.

ഞാൻ കേരളത്തിന്റെ പഴയകാലം ഓർക്കുകയാണ്. അമ്മമാർ പിടിയരി മാറ്റിവെച്ച് അതുകൊണ്ട് സാധുക്കൾക്ക് കഞ്ഞിപ്പാർച്ച നടത്തിയിരുന്ന കാലം. ഉച്ചയ്ക്ക് ഒരു നേരമെങ്കിലും സാധുക്കൾക്ക് ഭക്ഷണം കിട്ടുമായിരുന്നു. എന്തൊരു മഹത്തായ ഗാന്ധിയൻ ആദർശമായിരുന്നു അത്? അതിലൊക്കെ ദൈവികമായ ഒരു ചന്തമുണ്ട്. തണ്ണീർപന്തലുകെട്ടി വഴിയാത്രക്കാർക്ക് സംഭാരം നൽകുമായിരുന്നു. ഉച്ചയ്ക്കുള്ള ഭക്ഷണം നാലപ്പാട്ട് വരുന്നവർക്കെല്ലാം നൽകുമായിരുന്നു. അതൊന്നും സമ്പത്ത് ഉണ്ടായിട്ടല്ല ചെയ്തിരുന്നത്. ദിവസേന നമുക്ക് സദ്യവേണമെന്ന ആഗ്രഹമുണ്ടായാൽ പിന്നെ സാധുക്കൾക്ക് കൊടുക്കാൻ ഒന്നും ബാക്കിയുണ്ടാവില്ല.

കേരളീയ സംസ്കാരത്തിന്റെ ലാളിത്യം അതെല്ലാമായിരുന്നു. ഇന്ന് ആ സംസ്കാരമൊക്കെ അസ്തമിച്ചിരിക്കുന്നു. ഇപ്പോൾ നമുക്ക് സാംസ്കാരിക വകുപ്പേ ഉള്ളൂ.

സ്വന്തം തലമുറയിലെ കഥാകൃത്തുക്കളുമായി ഉണ്ടായിരുന്ന ബന്ധം?

മഹാമോശം. പലർക്കും എന്നെ ഇഷ്ടമായിരുന്നില്ല. ഞാൻ എന്റെ വഴി തിരഞ്ഞെടുക്കുകയായിരുന്നു.

സ്വയം കോമാളിയായി മലയാളികളുടെ മുന്നിൽ പരിഹാസിയാകുന്ന തിൽ ഒരുതരം ഉത്സാഹം തന്നെ ഉള്ളതായി പലപ്പോഴും തോന്നിയിട്ടുണ്ട്. അതേക്കുറിച്ച്?

മിക്കവാറും കേരളത്തിൽ എനിക്ക് നേരിടേണ്ടിവരുന്ന ചോദ്യങ്ങൾ ഒട്ടു മുക്കാലും വിഡ്ഢിത്തം നിറഞ്ഞവയായിരിക്കും. അതിനുപറ്റിയ വിഡ്ഢിത്തം ഞാൻ മറുപടിയായി പറയുകയും ചെയ്യുന്നു. പൊതുവിൽ ആരെയെങ്കിലും അംഗീകരിക്കുന്ന കാര്യത്തിൽ വൈമുഖ്യമുള്ള ജനതയാണ് മലയാളി. എന്നെ നോബൽ സമ്മാന കമ്മറ്റി ഷോർട്ട് ലിസ്റ്റ് ചെയ്തെന്ന് പറയുന്നതുപോലും കളവാണെന്നാണ് ഇവിടെ മിക്കവരുടെയും വിശ്വാസം. അപ്പോൾ പിന്നെ ഞാൻ സ്വയം ഒരു കോമാളിയാകുന്നതാണ് നല്ലത്. ലോകമെമ്പാടും ഉന്നത ശീർഷരായ എഴുത്തുകാരിൽനിന്ന് എനിക്ക് ആദരവ് ലഭിക്കുന്നുണ്ട്. ആ ആദരവ് മലയാളികളിൽ നിന്ന് കിട്ടണമെന്ന് ആശിക്കുന്നതിൽ അർത്ഥമില്ലല്ലോ.

എഴുത്തുകാരിയെന്ന നിലയിൽ നേരിടേണ്ടിവരുന്ന അന്താരാഷ്ട്ര യാഥാർത്ഥ്യങ്ങളെക്കുറിച്ച് പറയാമോ?

ചിലകാര്യങ്ങൾ പറയാം. ഞാൻ നന്നായി ചരിത്രം ശ്രദ്ധിക്കുന്ന ഒരെഴുത്തുകാരിയാണ്. ചിലപ്പോൾ എന്റെ കഥകളിൽ പ്രവചന സ്വഭാവത്തോടെ ചരിത്രം പ്രത്യക്ഷപ്പെട്ടിട്ടുമുണ്ട്. അന്താരാഷ്ട്ര യാഥാർത്ഥ്യങ്ങളെക്കുറിച്ച് വേണ്ടത്ര ധാരണയില്ലാത്തതുകൊണ്ട് പലപ്പോഴും നമ്മുടെ വായനക്കാർ മനസ്സിലാക്കാതെ പോയിട്ടുമുണ്ട്. കുറേകാലം മുമ്പ് ഞാൻ രണ്ടുവർഷക്കാലം ശ്രീലങ്കയിലുണ്ടായിരുന്നു. ഇന്തോ.... ലങ്കൻ ഫ്രൻഷിപ്പ് അസോസിയേഷന്റെ പ്രതിമാസ യോഗം എന്റെ വസതിയിലാണ് ചേർന്നിരുന്നത്. എതിരവീര ശരത് ചന്ദ്രയെപോലുള്ള എഴുത്തുകാരൊക്കെ സുഹൃത്തുക്കളായത് അക്കാലത്താണ്. അന്നത്തെ എന്റെ ഓർമ്മകളാണ് 'മനോമി' എന്ന നോവലിന്റെ വിഷയം. ഞാൻ അതേക്കുറിച്ച് പറയാനല്ല ഉദ്ദേശിക്കുന്നത്.

അക്കാലത്തൊരു പാശ്ചാത്യസാഹിത്യകാരൻ ശ്രീലങ്കയിൽ താമസിച്ചിരുന്നു. പുസ്തകങ്ങളുടെ റോയൽറ്റി ഇനത്തിൽ കോടികളാണ് അദ്ദേഹത്തിന് ലഭിച്ചിരുന്നത്. പക്ഷേ, അത് പണം വരുന്നതിനുള്ള ഒരു കുറുക്കുവഴി മാത്രമായിരുന്നു. സിംഹള തമിഴ് സംഘർഷങ്ങൾക്ക് വെടിമരുന്നാവുകയായിരുന്നു ആ പണം. എഴുത്തുകാരെ മുന്നിൽ നിർത്തി ഇത്തരം പല പ്രവർത്തനങ്ങളും പാശ്ചാത്യർ നടത്താറുണ്ട്.

ശ്രീലങ്കയുടെ കാര്യത്തിൽ പാശ്ചാത്യർക്ക് അക്കാലത്ത് ചില ഉത്കണ്ഠകൾ ഉണ്ടായിരുന്നു. പൊതുവിൽ തമിഴർക്കിടയിൽ മാർക്സിസ്റ്റ്

അനുകൂല മനോഭാവം ശക്തിപ്പെടുന്ന കാലമായിരുന്നു അത്. അത് അടിച്ചമർത്തുന്നതിനു വേണ്ടി പാശ്ചാത്യർ തന്ത്രപൂർവ്വം സിംഹളരെ ഉപയോഗിച്ചു. അനാവശ്യമായ ധനവിതരണമായിരുന്നു അന്താരാഷ്ട്ര പ്രശസ്തനായ എഴുത്തുകാരന്റെ യഥാർത്ഥജോലി.

അങ്ങനെയിരിക്കുമ്പോൾ ഇന്ത്യാടുഡേയിൽ സംഭ്രമജനകമായ ഒരു റിപ്പോർട്ട് വന്നു. തമിഴ്നാട്ടിൽ ലങ്കൻ തമിഴർക്ക് ഇന്ത്യൻ സൈന്യം പരിശീലനം നൽകുന്നുവെന്നായിരുന്നു വാർത്ത. അക്കാലത്ത് അങ്ങനെയൊന്നും സംഭവിച്ചിരുന്നില്ല. റിപ്പോർട്ട് വായിച്ച ഞാൻ ഇന്ത്യയിലെത്തി എന്റേതായ മാർഗ്ഗങ്ങളുപയോഗിച്ച് അന്വേഷിച്ചു. ശ്രീലങ്കയിലുണ്ടായിരുന്ന പാശ്ചാത്യ എഴുത്തുകാരൻ ഇന്ത്യാടുഡേ റിപ്പോർട്ടറെ സ്വാധീനിക്കാൻ ഇന്ത്യയിലെത്തിയിരുന്നുവെന്ന് എനിക്കുറപ്പായി. ആ റിപ്പോർട്ടാണ് സിംഹളർക്കിടയിൽ പരിഭ്രാന്തി പടർത്തിയത്.

ഞാൻ 'രാജവീഥികൾ' എന്ന കഥയെഴുതി. പിന്നീടുള്ള പത്ത് വർഷത്തെ സംഭവങ്ങൾ കഥയിൽ പറയും പ്രകാരമാണ് സംഭവിച്ചത്. ആ കഥയും പലർക്കും ഉൾകൊള്ളാനായില്ല. നിരൂപകരിൽ ചിലർക്ക് ചരിത്ര യാഥാർത്ഥ്യങ്ങളെക്കുറിച്ച് വേണ്ടത്ര ധാരണയില്ലാത്തതാണ് പ്രശ്നമെന്ന് എനിക്കു തോന്നുന്നു.

രാജീവ് ഗാന്ധിയുടെ വധത്തിനു പിന്നിലുള്ള ഗൂഢാലോചനകളുടെ യഥാർത്ഥ കണ്ണി എൽ.ടി.ടി.ഇക്കും അപ്പുറമാണെന്ന് ഞാൻ കരുതുന്നു. എനിക്ക് എൽ.ടി.ടി.ഇക്കാരെ പരിചയമുണ്ട്. വേലുപിള്ള പ്രഭാകരനോട് എനിക്ക് ബഹുമാനമുണ്ട്. ചതിയിൽപ്പെടുത്തി ആളെ കൊല്ലുന്നത് അവരുടെ ശൈലിയല്ല. രാജീവ് വധത്തിനു പിന്നിലുള്ള കണ്ണികൾ ശ്രീലങ്കയ്ക്ക് പുറത്തും ഇന്ത്യയിലെ ഒരു രാഷ്ട്രീയ കക്ഷിക്കകത്തും പ്രബലമാണെന്ന് ഞാൻ കരുതുന്നു.

ശ്രീലങ്കയുടെ ദുരന്തം അവർ ബുദ്ധമതത്തെ മാനിച്ചില്ല എന്നതാണ്. അവർ ബുദ്ധമതത്തെയല്ല ബുദ്ധഭിക്ഷുക്കളെയാണ് ആരാധിച്ചത്. ഒരു കാർപെറ്റ് വൃത്തികേടായാൽ നമ്മൾ അത് മാറ്റികളയും. പക്ഷേ മതങ്ങളുടെ കാര്യത്തിൽ നമുക്കാ ജാഗ്രതയില്ല. ശ്രീലങ്കൻ പ്രശ്നത്തിന് പരിഹാരം ബുദ്ധമതത്തിൽ തന്നെയുണ്ട്. അഹിംസ ആചാരിക്കുകയെന്ന പ്രാചീനമായ പ്രതിവിധി.

പക്ഷേ, എന്തുചെയ്യാം. നമ്മൾ അന്തരാഷ്ട്രഗൂഢാലോചനകളുടെ പരീക്ഷണ മൃഗങ്ങൾ മാത്രമാണ്.

ശ്രീലങ്കയിൽ കുഴപ്പങ്ങളുണ്ടാക്കുന്നതിന് പ്രവർത്തിച്ച എഴുത്തുകാരൻ ആർതർ ക്ലാർക്കായിരുന്നുവോ?

ക്ഷമിക്കണം ഈ ചോദ്യത്തിന് മറുപടിയില്ല.

അന്താരാഷ്ട്ര ഗൂഢാലോചനയുടെ ഏതെങ്കിലും ചരടുകൾ എഴുത്തു കാരി എന്ന നിലയിൽ സ്വന്തം ജീവിതത്തെ സ്പർശിച്ചിട്ടുണ്ടോ?

ഒരിക്കൽ മാത്രം ജർമ്മനിയിൽ ഫ്രാങ്ക്ഫർട്ട് റെയിൽവേ സ്റ്റേഷന്റെ സമീപത്തുവച്ചാണ് ഞാൻ പങ്കസ്സ് എന്ന പേരിലറിയപ്പെടുന്ന നിയോനാസി മൂവ്മെന്റ് പ്രവർത്തകരെ പരിചയപ്പെടുന്നത്. ആ പ്രദേശത്ത് ആരും പോകാൻ ധൈര്യപ്പെടാറില്ല. വേശ്യാലയങ്ങളും മയക്കുമരുന്ന് സംഘങ്ങളും മാഫിയ സംഘങ്ങളും അവിടെ സജീവ മാണ്.

നിയോനാസി പ്രവർത്തകരിൽ ചിലർ ആദ്യം എന്നോട് ദേഷ്യ പ്പെട്ടുവെങ്കിലും പിന്നീട് ഞാൻ എഴുത്തുകാരിയാണെന്നും ഇന്ത്യ ക്കാരിയാണെന്നും ഹിന്ദുവാണെന്നും മനസ്സിലായപ്പോൾ അവർ സംസാരിക്കാൻ തയ്യാറായി. അവരുടെ ചില കേന്ദ്രങ്ങൾ ഞാൻ സന്ദർശിച്ചിട്ടുണ്ട്. നിയോനാസിസം പഠിക്കാനാഗ്രഹിക്കുന്ന ഒരെഴുത്തുകാരിയെന്നാണ് ഞാൻ സ്വയം പരിചയപ്പെടുത്തിയി രുന്നത്.

നിയോനാസി അനുഭവത്തെക്കുറിച്ച് അക്കാലത്ത് മാതൃഭൂമിയിൽ രണ്ടുലക്കങ്ങളിലായി ഞാനെഴുതിയിരുന്നു. ആരും അത് വിശ്വസി ച്ചില്ല. പിന്നീട് രണ്ടുവർഷം കഴിഞ്ഞപ്പോഴാണ് നിയോനാസി പ്രസ്ഥാനത്തെക്കുറിച്ചുള്ള ചില വാർത്തകൾ ഇന്ത്യൻ മാധ്യമ ങ്ങളിൽ പ്രത്യക്ഷപ്പെട്ട് തുടങ്ങിയത്.

ഫ്രാങ്ക്ഫർട്ടിൽ വെച്ച് ഒരു പ്രമുഖനെന്നെ കാണാൻ വന്നു. ഇന്ത്യയെ വിഴുങ്ങാൻ ക്രിസ്തുമതം അന്താരാഷ്ട്ര തലത്തിൽ തന്നെ ഗൂഢപദ്ധതികൾ ആസൂത്രണം ചെയ്തു വരികയാണെ ന്നായിരുന്നു അയാളുടെ വാദം. അതിൽ ചിലർക്ക് എതിർപ്പുണ്ടാ യിരുന്നു. അതുകൊണ്ട് ഇന്ത്യയിൽ ഹിന്ദുമതത്തിനു വേണ്ടി ഞാൻ പ്രവർത്തിക്കുമെങ്കിൽ എനിക്ക് പണം തരാൻ തയ്യാറാണെന്ന് അവർ അറിയിച്ചു. പക്ഷേ, ഞാൻ അതിൽ കുടുങ്ങിയില്ല.

ഇന്ന് ഹിന്ദു മതത്തിന്റെ പേരിൽ നടക്കുന്ന പ്രവർത്തനങ്ങൾക്ക് വിദേശത്തുനിന്നും കണക്കില്ലാത്ത അളവിൽ പണം വരുന്നുണ്ടെന്നു തന്നെയാണ് ഞാൻ അനുമാനി ക്കുന്നത്.

ഞാൻ ചരിത്രം മണക്കുന്ന എഴുത്തുകാരിയാണ്. പലരും അത് തിരിച്ചറിയുന്നില്ലെന്ന് മാത്രം. എനിക്ക് ചരിത്രം ഇഷ്ടമാണ്. ചരിത്ര സംഭവങ്ങൾ എനിക്ക് പ്രവചിക്കാൻ കഴിയും. എപ്പോഴും വിജയി ക്കണമെന്നില്ല. ഒരു നോട്ടുപുസ്തകത്തിൽ ഞാൻ സാധ്യതകൾ എഴുതിവെക്കും. ചരിത്രത്തിൽ ചരിത്രകാരൻമാർ ഉപേക്ഷിച്ചു പോയ ഇടങ്ങളുണ്ട് അത് എഴുത്തുകാർ പൂരിപ്പിക്കണം.

ഹിന്ദുത്വവാദികൾക്ക് മാത്രമല്ല ഇസ്ലാം തീവ്രവാദികൾക്കും ക്രിസ്ത്യൻ തീവ്രവാദികൾക്കും ഇന്ത്യയിൽ പ്രവർത്തിക്കുന്നതിന് വിദേശ സഹായം ലഭിക്കുന്നുണ്ട് എന്നത് ഇന്നൊരു രഹസ്യമല്ല. അതേക്കുറിച്ച് എന്തു പറയുന്നു?

ഞാൻ എന്റെ അനുഭവങ്ങളാണ് പറയുന്നത്. മുസ്ലിം തീവ്രവാദികളുടെ പ്രവർത്തനങ്ങൾക്കു വേണ്ടിയോ ക്രിസ്ത്യൻ തീവ്രവാദികളുടെ പ്രവർത്തനങ്ങൾക്കുവേണ്ടിയോ ആരും എന്നെ സമീപിച്ചിട്ടില്ല. എനിക്ക് പണം വാഗ്ദാനം ചെയതിട്ടുമില്ല. എനിക്ക് അനുഭവമില്ലാത്ത കാര്യങ്ങളെ ആസ്പദമാക്കി ഞാൻ നിഗമനങ്ങളിൽ എത്തുന്നത് ശരിയായിരിക്കയില്ല.

ശീതയുദ്ധകാലത്ത് സോവിയറ്റ്ലാൻഡ് അവാർഡ് രഹസ്യമായി വാഗ്ദാനം ചെയ്യപ്പെട്ടെങ്കിലും അത് സ്വീകരിച്ചില്ലെന്ന് കേട്ടിട്ടുണ്ട്. അതേക്കുറിച്ച്?

'മൈ സ്റ്റോറി' പ്രസിദ്ധീകരിച്ച് ആറുമാസം കഴിഞ്ഞിട്ടുണ്ടാകും. ഒരു ദിവസം എഴുത്തുകാരായ കിഷൻ ചന്ദും കെ.എ. അബ്ബാസും എന്റെ വസതിയിൽ വന്നു. എനിക്ക് സോവിയറ്റ് ലാൻഡ് അവാർഡ് നൽകാൻ തീരുമാനമായിട്ടുണ്ടെന്നും ഞാനത് സ്വീകരിക്കണമെന്നും അവർ അഭ്യർത്ഥിച്ചു. പക്ഷേ, ഞാൻ വിസമ്മതിച്ചു. എന്റെ വസതിയിൽ അമേരിക്കൻ കോൺസെൽ പതിവായി വരാറുണ്ട്. ഞാൻ സോവിയറ്റ്ലാൻഡ് അവാർഡ് വാങ്ങുന്നുവെന്നറിഞ്ഞാൽ പിന്നെ അദ്ദേഹം വരില്ല. എനിക്ക് രണ്ടുകൂട്ടരും വേണം. ഞാൻ ഒരു ലോബിയുടെയും ആളല്ല. ഞാൻ ഒരു എഴുത്തുകാരിയാണ്. രണ്ടുപക്ഷത്തും ഞാനില്ല. എന്റെ മേൽ ആർക്കും ഉടമസ്ഥാവകാശം അനുവദിക്കാനും ഞാൻ തയ്യാറല്ല. അതുകൊണ്ട് ആ പുരസ്കാരം ഞാൻ വേണ്ടെന്ന് വെച്ചു.

വിദേശയാത്രകൾ?

ലോകത്തിലെ പല രാജ്യങ്ങളും ഞാൻ സന്ദർശിച്ചിട്ടുണ്ട്. ജർമനിയിലെ നാല് യൂണിവേഴ്സിറ്റികളിൽ ഞാൻ കവിത ചൊല്ലുകയും പഠിപ്പിക്കുകയും ചെയ്തിട്ടുണ്ട്. കാനഡയിൽ മിക്കവാറും എല്ലാ വർഷവും പോകും. എനിക്ക് ഏറ്റവും ഇഷ്ടപ്പെട്ട എഴുത്തുകാർ കാനഡയിലാണ്. അവർ നല്ല warmth ഉള്ളവരാണ്. അമേരിക്കക്കാരേക്കാൾ പെരുമാറ്റത്തിൽ അവർക്ക് warmthത്തുണ്ട്. എന്നെ സംബന്ധിച്ചിടത്തോളം ഓരോ രാജ്യത്തിനും ഓരോ സുഹൃത്തിന്റെ മുഖമാണ്. എന്റെ ജീവചരിത്രകാരി മെർലിന്റെ മുഖമാണ് കാനഡക്ക്. ഗ്വെൻട്രേൺസിന്റെ മുഖം പാരീസിന്. ആൻഡ്രു ആർക്കിൻസിന്റെ മുഖമാണ് ന്യൂയോർക്കിന്.

എഴുത്തുകാരിയായ കമലാദാസിനെ വിദേശ എഴുത്തുകാർ എങ്ങനെ കാണുന്നു?

അവരിൽ ഒരാളായിട്ടാണ് എന്നെ അവർ കണക്കാക്കുന്നത്. ഇവിടുത്തെ പോലെയല്ല, ഇവിടെ ഒരു വട്ടുപിടിച്ച സ്ത്രീയായിട്ടാണല്ലോ എന്നെ കണക്കാക്കുന്നത്. വിദേശ സുഹൃത്തുക്കൾക്ക് ഞാൻ കവിയായി ജീവിക്കുന്നവളാണ്. എഴുതുമ്പോഴും അല്ലാത്തപ്പോഴും ഞാനൊരു കവിയുടെ ജീവിതം തന്നെയാണ് ജീവിക്കുന്നതെന്ന് അവർ പറയുന്നു.

കാനഡയിൽ എന്നെക്കുറിച്ച് ഒരു ചിത്രമെടുക്കുന്നുണ്ട്. വിദേശത്തെ പല യൂണിവേഴ്സിറ്റികളും എന്നെ ആദരിക്കുന്നതിന്റെ ഭാഗമായി പഠനഗ്രന്ഥങ്ങൾ പ്രസിദ്ധീകരിച്ചിട്ടുമുണ്ട്. അവിടെ എനിക്ക് ശത്രുക്കളില്ല. ഇവിടെ കണ്ണാടി കാണാത്ത സ്ത്രീകൾക്ക് കണ്ണാടികാണുമ്പോൾ തോന്നുന്ന സന്തോഷമാണ് അവിടെ ഉള്ളവർക്ക് എന്നെ കാണുമ്പോഴുണ്ടാകുന്നത്. ഇവിടെ എന്റെ രൂപം ഡിസ്റ്റോർട്ട് ചെയ്യുന്ന കണ്ണാടിയാണുള്ളത്. അതുകൊണ്ട് ഞാനൊരു വട്ടു പിടിച്ച സ്ത്രീയായി ചിത്രീകരിക്കപ്പെടുന്നു. പക്ഷേ, ഞാനൊരു വട്ടുപിടിച്ച സ്ത്രീയല്ല. രാജ്യങ്ങളുടെയും ദേശങ്ങളുടെയും അതിരുകൾ തകർത്ത് സ്നേഹത്തിനു മാത്രം യാത്ര ചെയ്യുന്ന ഒരു പാവം ജിപ്സിയാണ് ഞാൻ.

നമുക്ക് വർത്തമാനകാലത്തേക്കു മടങ്ങിവരാം എന്തുകൊണ്ട് മത പരിവർത്തനം?

തികച്ചും വ്യക്തിപരം. ദയവായി കൂടുതൽ ചോദ്യങ്ങൾ ഒഴിവാക്കുക.

മാധവിക്കുട്ടിയുടെ മതപരിവർത്തനത്തെക്കുറിച്ച് കേരളത്തിൽ പ്രചരിക്കുന്ന നിറം പിടിച്ച കഥകളിലേക്ക് കടക്കാനല്ല ചോദ്യം ഉന്നയിച്ചത്. മലയാളഭാഷയിൽ ഒരു വലിയ എഴുത്തുകാരനും, എഴുത്തുകാരിയും മാധവിക്കുട്ടിയ്ക്ക് മുമ്പ് മതപരിവർത്തനം ചെയ്തിട്ടില്ല. അതല്ല വിദേശത്തെ സ്ഥിതി അവിടെ മതപരിവർത്തനം ചെയ്ത എത്രയോ പ്രമുഖ എഴുത്തുകാരുണ്ട്. അവിടെ എഴുത്തുകാർ ക്രിസ്തുമതത്തിലേക്ക് പരിവർത്തനം ചെയ്യുമ്പോൾ ഭൂരിപക്ഷ മതത്തിലേക്കാണ് പോകുന്നത്. ഇവിടെ ഹിന്ദുമതത്തിൽനിന്നും പരിവർത്തനം ചെയ്യുന്നയാൾ ന്യൂനപക്ഷ സമുദായത്തിലേക്ക് പോകുന്നു. അതുകൊണ്ട് മാധവിക്കുട്ടിയുടെയും ബാലചന്ദ്രൻ ചുള്ളിക്കാടിന്റെയും മതപരിവർത്തന യജ്ഞങ്ങൾക്ക് സാംസ്കാരിക ചരിത്രപരമായ പ്രാധാന്യമുണ്ടെന്ന് തോന്നുന്നു. അതുകൊണ്ടാണ് മതപരിവർത്തനത്തെക്കുറിച്ചുള്ള ചോദ്യം ആവർത്തിക്കുന്നത്?

കൂടുതൽ പറഞ്ഞ് ഒരു പുതിയ വിവാദമുണ്ടാക്കാൻ എനിക്കാഗ്രഹമില്ല. മതപരിവർത്തനത്തിന്റെ കാരണത്തെക്കുറിച്ച് സ്വാമി വിവേകാനന്ദൻ എഴുതിയത് വായിച്ചാൽ മതി. സ്വാമി വിവേകാനന്ദൻ പറഞ്ഞതിന്റെ ചുരുക്കം ഇതാണ്. സ്വന്തം സമുദായം ഒരാളോട് കൃതഘ്നത കാട്ടുമ്പോഴാണ് അയാൾ മതം മാറുന്നത്. സ്വാമി വിവേകാനന്ദന്റെ നിരീക്ഷണത്തോട് ഞാൻ യോജിക്കുന്നു.

പക്ഷേ, പശ്ചാത്താപമില്ല. ഇസ്ലാം നല്ല മതമാണ്. ഏതു മതത്തെയും മനുഷ്യന് മോശമാക്കാൻ കഴിയുമെന്നത് വേറെകാര്യം.

ആയിരത്താണ്ടുകളുടെ ചരിത്രമുള്ള, മഹത്തായ ഒരാശയ മണ്ഡലമുള്ള ഹിന്ദുമതത്തോട് വിയോജിപ്പ് തോന്നിയതിന് താത്വികമായ എന്തെങ്കിലും കാരണങ്ങളുണ്ടോ?

ഹിന്ദുമതത്തെക്കുറിച്ച് പഠിക്കുക എളുപ്പമല്ല. അത് വിഷമംപിടിച്ച പ്രക്രിയയാണ്. ഹിന്ദുമതത്തിന്റെ തത്വചിന്താപദ്ധതികൾ ഏറെ സങ്കീർണ്ണവുമാണ്. ആരും എന്നെ അത് പഠിപ്പിക്കാൻ മെനക്കെട്ടിട്ടുമില്ല. എന്റെ കൈയിലുള്ള ചില പുസ്തകങ്ങൾ വായിച്ച് സ്വരൂപിച്ച അറിവുമാത്രമേ എനിക്ക് ഹിന്ദുമതത്തെക്കുറിച്ചുള്ളൂ. എന്റെ വിയോജിപ്പ് താത്വികമല്ല. സ്വാമി വിവേകാനന്ദൻ മത പരിവർത്തനത്തെക്കുറിച്ച് പറഞ്ഞ കാര്യത്തിൽ മാത്രമാണ് എന്റെ ഊന്നൽ.

മുൻപ് എപ്പോഴെങ്കിലും മതപരിവർത്തനം ആഗ്രഹിച്ചിരുന്നുവോ?

കുട്ടിക്കാലത്ത് ക്രിസ്തുമതം സ്വീകരിച്ച് ഒരു കന്യാസ്ത്രീയാകാൻ ഞാൻ ആഗ്രഹിച്ച കാലമുണ്ടായിരുന്നു. തൃശൂരിലെ സെന്റ് ജോസഫ് കോൺവെന്റിൽ വിദ്യാർത്ഥിനിയായിരുന്ന കാലത്തായിരുന്നു അത്. കോൺവെന്റിലെ സിസ്റ്റർ ഫിലോമിനയെ എനിക്ക് അത്രയ്ക്ക് ജീവനായിരുന്നു.

മതങ്ങൾ രാക്ഷസരൂപം പുണ്ടുനിൽക്കുന്ന ഇന്ത്യയെക്കുറിച്ച്?

മതം ഒരു കരിംഭൂതമായിക്കൊണ്ടിരിക്കുകയാണ്. മതത്തെ രാഷ്ട്രീയ കാര്യങ്ങൾക്കുപയോഗിക്കുന്നതിന്റെ പരിണതിയാണത്. അമേരിക്കൻ സായിപ്പ് കോടികൾ മുടക്കി ഇസ്ലാമിനെക്കുറിച്ച് റിസർച്ച് ചെയ്യും. പക്ഷേ, മുസ്ലീങ്ങളെ ഇഷ്ടമല്ല. ഈയിടെ എന്റെ കൂടെ യാത്ര ചെയ്യാൻ വിസയ്ക്ക് അപേക്ഷിച്ച ഡോക്ടർക്ക് അയാൾ മുസ്ലീമായതുകൊണ്ടുമാത്രം അതു കിട്ടിയില്ല.

ഇത് ഗോഡ്മാൻമാരുടെ കാലമാണല്ലോ. പണ്ടൊരിക്കൽ ഞാനൊരു ഗോഡ്മാനെ കാണാൻ ചെന്നപ്പോൾ അദ്ദേഹം വയറിളക്കം പിടിച്ചു

കിടക്കുകയായിരുന്നു. ഗോഡ്മാൻമാരും എലിമെന്ററി കനാൽസിന്റെ നിയന്ത്രണത്തിലാണ്. മലമൂത്ര വിസർജ്ജനത്തിന്റെ ചുറ്റുവട്ടത്താണ് അവരുടെ ജീവിതം

ഇതൊക്കെ രാഷ്ട്രീയമാണ്. മതത്തിന്റെ പേരിൽ നടക്കുന്ന രാഷ്ട്രീയം. അതിന്റെ ഭാഗമായി ഒരു പ്രത്യേക മതവിശ്വാസികളെ മാത്രം തീവ്രവാദികളായി കാണുന്നതിനോടും എനിക്കു യോജിപ്പില്ല. ഇന്ദിരാഗാന്ധിയുടെ വധത്തെത്തുടർന്ന് ഡൽഹിയിൽ സിക്കുകാർക്കെതിരെ നടന്ന കൂട്ടക്കൊലയ്ക്ക് നേതൃത്വം നൽകിയത് ഒരു ഹിന്ദുവായിരുന്നു. മുസ്ലീങ്ങളെ മാത്രം തീവ്രവാദികളായി ചിത്രീകരിക്കുന്നത് ശരിയല്ല. എല്ലാവരുടെ ഉള്ളിലും ടെററിസ്റ്റുകളുണ്ട്.

ഇനി എന്താണ് ഇന്ത്യയിൽ സംഭവിക്കാൻ പോകുന്നതെന്ന് എനിക്കറിയില്ല. എന്റെ തലമുറയെക്കുറിച്ചോ എന്റെ മക്കളുടെ തലമുറയെക്കുറിച്ചോ അല്ല ഞാൻ ഉത്കണ്ഠപ്പെടുന്നത്. നയനതാരയുടെ തലമുറയിലെ കുട്ടികളെ ഓർത്താണ് ഞാൻ വിഷമിക്കുന്നത്.

മലയാളത്തിലെ വർത്തമാനകാല സാഹിത്യം?

ആനന്ദും എൻ.എസ്.മാധവനും ഉൾപ്പടെ പലരും എഴുതുന്നത് ഞാൻ വായിക്കാറില്ല. അതൊന്നും മനസ്സിലാക്കാനുള്ള ഗ്രാസ്പിംഗ് പവർ എനിക്കില്ല. എന്റെ ഞരമ്പുകളെ തളർത്താൻ ഞാൻ തയ്യാറല്ല. വായിക്കാൻ ശ്രമിച്ചപ്പോഴൊന്നും മലയാളിത്തം ഇവരുടെ രചനകളിലുണ്ടെന്ന് എനിക്കു തോന്നിയിട്ടുമില്ല.

അവർ മനുഷ്യജീവിതമല്ല എഴുതുന്നത്. മനുഷ്യന്റെ പേരിലുള്ള യന്ത്രങ്ങളാണ് അവരുടെ കൃതികളിൽ ചിത്രീകരിക്കപ്പെടുന്നത്. വിയർക്കുന്ന തോന്നലുള്ള മനുഷ്യൻ വന്നാലേ എനിക്കു വിശ്വസിക്കാനാവൂ. വിയർപ്പില്ലെങ്കിൽ കാച്ചിയ എണ്ണയെങ്കിലും വേണം. എഴുത്തിന് ജീവിതത്തിന്റെ സ്നിഗ്ദ്ധതയു ണ്ടാവണം.

ആനന്ദിന് രണ്ടു കൈയും രണ്ടു കാലുമുണ്ടെന്ന് ആരെങ്കിലും പറഞ്ഞാൽപോലും ഞാൻ വിശ്വസിക്കില്ല. ആനന്ദ് ഒരു ജിറാഫായിരിക്കാനാണ് സാദ്ധ്യത. തല ഏറെ ഉയരത്തിലുള്ള ഒരു ജിറാഫ്.

ഇവരുടെ സാഹിത്യം വായിച്ചുരസിക്കാൻ കഴിയാത്തതിൽ എനിക്ക് കുറ്റബോധമില്ല. കാൽക്കുലസ് പഠിക്കാൻ ഞാൻ തയ്യാറല്ലാത്തതുപോലെ ഇവരുടെ സാഹിത്യം പഠിക്കാനും ഞാൻ തയ്യാറല്ലെന്നു മാത്രം.

കൊളോണിയൽ ഡിപൻഡൻസാണ് (സാമ്രാജ്യത്വാശ്രയം) മലയാളത്തിലെ വർത്തമാനകാല സാഹിത്യത്തിന്റെ മുഖമുദ്ര. ലാറ്റിൻ

അമേരിക്കൻ സാഹിത്യത്തെ അനുകരിക്കുന്നവർ അതുവഴി മലയാളസാഹിത്യത്തെ ദരിദ്രമാക്കുകയാണ്. ലാറ്റിനമേരിക്കൻ സാഹിത്യം രൂപപ്പെട്ട സാംസ്കാരികാന്തരീക്ഷമല്ല നമുക്കുള്ളത്. കുന്ദംകുളം, കോട്ടപ്പടി, പാവറട്ടി തുടങ്ങിയ സ്ഥലങ്ങളിലെ സാഹിത്യം മലയാളികൾക്ക് വേണ്ടാതായെന്നും ഞാൻ കരുതുന്നില്ല.

ജപ്പാനിൽ ഹരികൈൻസ് (ചുഴലിക്കാറ്റ്) വന്ന് എല്ലാം തകർക്കും. അതുകൊണ്ട് പത്തുവർഷം മാത്രം നിലനിൽപ്പുള്ള വീടുകളേ അവർ നിർമ്മിക്കൂ. ഇന്നും നാളേയ്ക്കുമുള്ള ഭക്ഷണം മാത്രമേ അവർ കരുതിവയ്ക്കൂ. അതല്ല നമ്മുടെ സ്ഥിതി. നമുക്കു മാത്രമല്ല, നമ്മുടെ മക്കൾക്കും ജീവിക്കാൻ വേണ്ടിയാണ് നമ്മൾ വീടു വയ്ക്കുന്നത്. വീടു മാത്രമല്ല, തൊടിയിൽ മാവും പ്ലാവും വേണം. നമ്മുടെ ജീവിതക്രമം സ്ഥിരതയുള്ളതാണ്. സ്ഥിരതയുള്ള നമ്മൾ അസ്ഥിരതയുള്ള ജനതയുടെ സാഹിത്യം അനുകരിക്കേണ്ട യാതൊരു ആവശ്യവുമില്ല.

ഞാൻ സത്യം പറയുന്ന പുലയിയാണ്. നമ്മൾ എന്താണെന്നു പറയുന്ന തായിരിക്കണം നമ്മുടെ സാഹിത്യം.

വികാരങ്ങളെ അനശ്വരമാക്കുകയാണ് സാഹിത്യം. രാധയും കൃഷ്ണനും തമ്മിലുള്ള സ്നേഹംപോലെയാണത്. മൃഗങ്ങളും പക്ഷികളും മനുഷ്യരും ചിലപ്പോൾ ഭൂമിയിൽ ഇല്ലാതായെന്നുവരും. പക്ഷേ, വികാരത്തിന്റെ നാമ്പുകൾ തുടരും. സ്നേഹിച്ച്സ്നേഹിച്ച് മുൻപോട്ടു പോകും.

അമ്മ മരിക്കുന്നത് കുട്ടിയുടെ മുഖമോർത്തു കൊണ്ടാണ്. അവസാനത്തെ ഓർമ്മ സ്നേഹത്തിന്റേതായിരിക്കും.

കമല സുരയ്യ ആയതിനുശേഷം പ്രസിദ്ധീകരിച്ച എന്റെ കാവ്യ ഗ്രന്ഥത്തിൽ പ്രേമകവിതകൾ ഉൾപ്പെടുത്തുന്നത് ശരിയല്ല എന്നു ശഠിച്ചവരുണ്ട്. സ്നേഹമില്ലാതെ എനിക്ക് കവിതയില്ല. സ്നേഹം നഷ്ടപ്പെട്ട ജീവിതങ്ങൾ ഇലയും ശിഖരവും നഷ്ടപ്പെട്ട മരങ്ങൾ മാത്രമാണ്.

എം.വി. ബെന്നി

■

www.ingramcontent.com/pod-product-compliance
Lightning Source LLC
LaVergne TN
LVHW012021060526
838201LV00061B/4397
* 9 7 9 8 1 8 8 5 8 2 0 0 5 *